ഓർമ്മകളുടെ ചന്ദനക്കുടം

ഗൃഹാതുരമായ
ഓണാട്ടുകരയുടെ
നാട്ടോർമ്മകളിലൂടെ...

Ormakalude Chandanakkudam
Memories

C Rahim

CHINTHA PUBLISHERS
Thiruvananthapuram

First Edition
August 2021

Published & Typesetting
Chintha Publishers, Thiruvananthapuram

Printed at
Time offset printers, Thiruvananthapuram

Cover Design
Vinod Mangoes

Illustration
Mani Kakkara

ISBN : 978-93-90301-73-7

CO - 3018 / 5518

Email: chinthapublishers@gmail.com
Website: www.chinthapublishers.com

Distribution
DESHABHIMANI BOOKHOUSE
H O Thiruvananthapuram 695035

Branch
Head Office Kunnukuzhi • Statue Thiruvananthapuram
KSRTC Bus Station Thiruvananthapuram
KSRTC Bus Station Alappuzha • KSRTC Bus Station Ernakulam
Machingal Lane Thrissur • IG Road Kozhikode
Mavoor Road Kozhikode • NGO Union Building Kannur
Central Bus Terminal Complex Thavakkara Kannur

ഓർമ്മകളുടെ ചന്ദനക്കുടം

ഗൃഹാതുരമായ
ഓണാട്ടുകരയുടെ
നാട്ടോർമ്മകളിലൂടെ...

സി റഹിം

ചിന്ത പബ്ലിഷേഴ്സ്
തിരുവനന്തപുരം-695 035

സി റഹിം

1968 ൽ ആലപ്പുഴ ജില്ലയിൽ നൂറനാട് നെടിയത്തുവീട്ടിൽ ജനിച്ചു. അച്ഛൻ: ചെല്ലപ്പൻ റാവുത്തർ, അമ്മ: മുഹമ്മദ് അമ്മാൾ.

സി ബി എം ഹൈസ്കൂൾ, കായംകുളം എം എസ് എം കോളേജ് എന്നിവിടങ്ങളിൽ വിദ്യാഭ്യാസം. സ്റ്റാറ്റിസ്റ്റിക്സിൽ ബിരുദം. സാമൂഹ്യ ശാസ്ത്രത്തിൽ ബിരുദാനന്തരബിരുദ കോഴ്സ് പൂർത്തിയാക്കി.

ഇക്കോളജി & എൻവയോൺമെന്റ്, പബ്ലിക് റിലേഷൻ ജേർണലിസം എന്നിവയിൽ പോസ്റ്റ് ഗ്രാജുവേറ്റ് ഡിപ്ലോമ നേടി. *ഇന്ത്യ റിവ്യൂ*, *മാധ്യമം* ദിനപത്രം എന്നിവയിൽ കുറച്ചുകാലം പത്രപ്രവർത്തകനായി ജോലിചെയ്തു. ഇപ്പോൾ സൗദി അറേബ്യയിൽനിന്ന് പ്രസിദ്ധീകരിക്കുന്ന *മലയാളം ന്യൂസ്* പത്രത്തിന്റെ തിരുവനന്തപുരത്തെ ബ്യൂറോ ചീഫായി പ്രവർത്തിക്കുന്നു. 1987 ൽ നൂറനാട് പരിസ്ഥിതി പ്രവർത്തനങ്ങൾക്കായി 'ഗ്രാമശ്രീ' എന്ന സംഘടന സ്ഥാപിച്ചു. എം പി മന്മഥനോടൊപ്പം മദ്യനിരോധനസമരങ്ങളിൽ പ്രവർത്തിച്ചിട്ടുണ്ട്.

കൈരളി ടി വിക്കുവേണ്ടി സംസ്ഥാനത്തിനകത്തും പുറത്തും സഞ്ചരിച്ച് പക്ഷികളെക്കുറിച്ച് *കിളിവാതിൽ* എന്ന പേരിൽ നൂറിലധികം വരുന്ന എപ്പിസോഡുകളുടെ രചനയും സംവിധാനവും നിർവ്വഹിച്ചു. വന്യജീവികളെക്കുറിച്ച് 25 എപ്പിസോഡുകൾ എടുത്തു. *കിളിവാതിൽ, സൗണ്ട് ഓഫ് നേച്ചർ* എന്ന ഡോക്യുമെന്ററികൾക്ക് സംസ്ഥാന സർക്കാരിന്റെ ഏറ്റവും നല്ല ഡോക്യുമെന്ററി സംവിധായകനുള്ള അവാർഡും സ്പെഷ്യൽ ജൂറി അവാർഡും ലഭിച്ചു. ഏറ്റവും നല്ല സംവിധായകനുള്ള അറ്റ്ലസ് ഫിലിം ക്രിട്ടിക്സ് അവാർഡ് 2009, 2010, 2012 വർഷങ്ങളിൽ ലഭിച്ചു. *ദി ബേർഡ് മാൻ* തിരുവനന്തപുരം അന്താരാഷ്ട്ര ഡോക്യുമെന്ററി ഫെസ്റ്റിവലിൽ മത്സരവിഭാഗത്തിൽ പ്രദർശിപ്പിച്ചു.

കൃതികൾ: *തൈക്കാവിലെ ഉറുമ്പുകൾ, കായിത, തൈക്കാവിലെ പുരാണം, പ്രകാശത്തിന്റെ പർവ്വതം, കുരുമുളകിന്റെ വീട്, ഗച്ഛാമി, ചെറിയ ജീവികളുടെ ശബ്ദങ്ങൾ* (നോവലുകൾ), *തൂവൽക്കുപ്പായക്കാർ, വീട്ടുവളപ്പിലെ പക്ഷികൾ, കുട്ടികളും കിളികളും, കേരളത്തിലെ 21 പക്ഷികൾ, നമ്മുടെ വന്യജീവികൾ* (പക്ഷിപ്പുസ്തകങ്ങൾ), *ദക്ഷിണേന്ത്യയിലെ പക്ഷികൾ, ബ്യൂട്ടിഫുൾ ബേർഡ്സ്, ഫെദേർഡ് ഫ്രണ്ട്സ്, നാട്ടുമാമ്പഴം, പുഴ വെറും ജലമല്ല* (ലേഖനസമാഹാരം), *പരിസ്ഥിതിയുടെ രാഷ്ട്രീയം* (എഡിറ്റർ).

ഭാര്യ	:	പ്രിയ
മക്കൾ	:	അമൽ, അഖില
വിലാസം	:	നെടിയത്ത് വീട്, മുതുകാട്ടുകര നൂറനാട് പി ഒ, ആലപ്പുഴ ജില്ല
ഫോൺ	:	9447400161
E-mail	:	sricrahim@gmail.com

ഉള്ളടക്കം

പ്രസാധകക്കുറിപ്പ്

ഓർമ്മകളുടെ മാധുര്യം മനുഷ്യ മസ്തിഷ്കങ്ങളിൽ നിറയ്ക്കപ്പെട്ടിരിക്കുന്നു. ആ മാധുര്യം മറ്റുള്ളവരിലേക്ക് പകരണമെങ്കിൽ സവിശേഷമായ ഹൃദയ ലാഘവത്വവും പ്രതിഭയും വേണം. ഒരു കുട്ടിയെന്ന നിലയിൽ തന്നിൽ അത്ഭുതം നിറച്ച ജീവജാലങ്ങളെയും അവയ്ക്ക് ബാല്യകുതൂഹലങ്ങളിൽ ഉണ്ടായിരുന്ന ഇടത്തെയും ഓർമ്മിച്ചെടുക്കുകയാണീ ഗ്രന്ഥത്തിൽ. ബാല്യത്തിൽ ഓരോ ജന്തുവും നമ്മുടെ ഉള്ളിൽ പതിപ്പിക്കുന്ന ഇമേജുകൾക്ക് പില്ക്കാലത്ത് ക്ഷതം സംഭവിച്ചാലും ഓർമ്മയുടെ അറകളിൽ അതിന് ഒളിമങ്ങുകയില്ല. ഒരു കാലഘട്ടത്തിന്റെ കലാത്മകമായ ആവിഷ്കാരം കൂടിയാവുന്നു ഈ കൃതി. പ്രകൃതിയും മനുഷ്യനും തമ്മിലുള്ള മുറിച്ചുമാറ്റാനാവാത്ത ബന്ധം ഏറ്റവും തീവ്രതരമാകുന്നത് കുട്ടിക്കാലത്താണ്. റഹിമിന്റെ ഈ കൃതിയിലൂടെ കടന്നുപോകുന്ന ഏതൊരാളും വായിച്ചെടുക്കുന്നത് തന്റെ തന്നെ ബാല്യത്തെയായിരിക്കും.

ചിന്ത പബ്ലിഷേഴ്സ്

ആമുഖം

എല്ലാത്തിനെയും വിസ്മയത്തോടെ നോക്കിക്കാണുന്ന കാലമാണ് കുട്ടിക്കാലം. സർവ്വചരാചരങ്ങളോടും അതിരില്ലാത്ത സ്നേഹമാണ പ്പോൾ. ബാല്യകൗമാരങ്ങൾ പിന്നിടുന്നതോടെ മനുഷ്യരിലെ കാരുണ്യ ത്തിന്റെ അംശങ്ങളൊക്കെ മന്ദഗതിയിലാവുന്നതാണ് കണ്ടുവരുന്നത്. യഥാർത്ഥത്തിൽ കുട്ടിത്തമാണ് സർഗ്ഗാത്മകത. നിഷ്കളങ്കമായി ചുറ്റു മൊന്ന് കണ്ണോടിച്ചാൽ സന്തോഷിക്കാൻ ഒരുപാടു കാര്യങ്ങൾ പ്രകൃതി നമുക്കു ചുറ്റും ഒരുക്കിവച്ചിട്ടുണ്ടെന്നു കാണാം. ഒരു കുടുംബത്തിന്റെ വളർച്ചയെ അടയാളപ്പെടുത്തേണ്ടത് അവരുടെ ആഹ്ലാദനിമിഷങ്ങളെ ചേർത്തുവച്ചു കൊണ്ടാവണം. അല്ലാതെ അവരുടെ കെട്ടിടവും മുന്തിയ വാഹനവും ബാങ്കു ബാലൻസും മാത്രം നോക്കിയാവരുത്. അതുപോ ലെതന്നെയാണ് നാടിന്റെ വളർച്ചയും. നാട്ടുമ്പുറത്തിന്റെ വിശുദ്ധിയും സൗന്ദര്യവും കാത്തു സൂക്ഷിക്കാനാകണം. വികസനം കൂറ്റൻ കെട്ടിട ങ്ങളുടെയും വാഹനങ്ങളുടെയും പെരുകലല്ല. നാടിന്റെ വികസനത്തിൽ നമ്മോടൊപ്പം കഴിയുന്ന സർവ്വമാന ജീവിവർഗ്ഗങ്ങൾക്കും സസ്യജാല ങ്ങൾക്കും പരിഗണന കിട്ടണം. എങ്കിലേയതു വികസനമാകൂ. 'ചന്ദന ക്കുടം ചന്ദനസുഗന്ധമുള്ള നാട്ടോർമ്മകൾ' ഗൃഹാതുരമായ ഓണാട്ടുക രയിലെ നാട്ടോർമ്മ ഓർമ്മകളാണ്. നൂറനാട്ടെ വീട്ടോർമ്മയുണ്ട്. *സമ കാലിക മലയാളം* മാസികയിൽ പ്രസിദ്ധീകരിച്ച ദേശമെഴുത്താണിത്. ആഹ്ലാദത്തിന്റെ പഴയയിടങ്ങളൊക്കെ അപ്രത്യക്ഷമായിക്കൊണ്ടിരുന്നു. ആസുരമായ പുതിയ ഇടങ്ങൾ ഉണ്ടായിക്കൊണ്ടിരിക്കുന്നു. മുസ്ലീം പള്ളി കളോടനുബന്ധിച്ച് നടന്നിരുന്ന ഒരു ദേശീയ ഉത്സവമാണ് ചന്ദനക്കുടം. ഇപ്പോഴത് ഏതാണ്ട് അപ്രത്യക്ഷമായി കഴിഞ്ഞു. ചന്ദനക്കുടം ദേശ ത്തിന്റേതായിരുന്നു. ഏതെങ്കിലും ഒരു സമുദായത്തിന്റേതുമാത്രമായി രുന്നില്ല. ഈ കൂട്ടായ്മയാണ് നമുക്കിന്ന് നഷ്ടമാകുന്നത്. വർഗ്ഗീയശക്തി

കൾ മനുഷ്യഹൃദയങ്ങളെ കീഴടക്കുന്നതിനെ പ്രതിരോധിക്കാൻ ഇത്തരത്തിലുള്ള കൂടിച്ചേരലുകൾ അനിവാര്യമാണ്. *സമകാലിക മലയാളം* പത്രാധിപർ സജി ജയിംസ്, എന്റെ എഴുത്തിന് മനോഹരമായ ചിത്രം വരച്ച മണി കക്കര, എന്റെ പുസ്തകങ്ങളൊക്കെ ഡി ടി പി ചെയ്യുന്ന ബിജു കല്ലിങ്കൽ, ചിന്ത പബ്ലിഷേഴ്സ് ജനറൽ മാനേജർ ശിവകുമാർ, എന്റെ സുഹൃത്ത് ഗോപി നാരായണൻ, രാധാകൃഷ്ണൻ ചെറുവല്ലി, അനിൽ തുടങ്ങിയവരോടൊക്കെ നന്ദി പറയുന്നു.

എല്ലാവർക്കും നന്മയുണ്ടാകട്ടെ.

സി റഹിം

ഓന്തുകൾ മുട്ടയിടുന്നയിടം

മഴ പെയ്ത് മുറ്റത്തെ മണ്ണ് നനവാർന്നുകിടക്കുമ്പോൾ തവിട്ടും കറുപ്പും വെളുപ്പും കലർന്നൊരു കുഞ്ഞുപുഴു വേഗത്തിൽ ഇഴഞ്ഞുനീങ്ങുന്നതു കാണാമായിരുന്നു. കുട്ടികൾക്കെല്ലാം ആ പുഴുവിനെ വലിയ ഭയഭക്തി ബഹുമാനമാണ്. ദൈവത്തിന് (അല്ലാഹുവിന്) പാലും പഴവും കൊണ്ടുപോകുന്ന പുഴുവാണത്. ഞങ്ങളുടെ ഇടമിറ്റത്ത് ഇടയ്ക്കിടെ ഈ പുഴുവെത്തും. ഇടവപ്പാതി മഴ തോരുന്ന ഇടവേളകളിൽ ഞങ്ങൾ കുട്ടികളെല്ലാവരും കൂടി ഇടമിറ്റത്തേക്ക് ഓടിയിറങ്ങും. ആകാശം അപ്പോഴും ഇരുണ്ടുതന്നെ കിടപ്പാവും. എന്തൊരുമഴയായിരുന്നു അക്കാ

ലത്തൊക്കെ. രണ്ടും മൂന്നും ദിവസം തോരാതെ പെയ്യും. കാറ്റിൽ അടയ്ക്കാമരങ്ങൾ തലകുത്തിമറിയും. തെങ്ങിൻചുവട്ടിൽ മഴവെള്ളം കെട്ടികിടക്കും. തറപ്പുരയിടത്തിൽ ഊറ്റൽവെള്ളം പൈപ്പിൽ നിന്നെന്നപോലെ ചീറ്റിയൊഴുകും. ഇങ്ങനെയുള്ള മഴ തോരുന്ന നേരത്ത് അടിച്ചേച്ചോട്ടമോ, പന്തേറുകളിയോ, നിലത്ത് കണ്ണംവരച്ചുള്ള കിളിത്തട്ട് കളിയോ എന്തെങ്കിലും വേഗത്തിൽ കളിക്കുന്നതിനിടയിലാവും ഇത്തിരിമാത്രമുള്ള ആ പുഴു ആരുടെയെങ്കിലും കണ്ണിൽപ്പെടുക. അതോടെ കളിനിർത്തി എല്ലാവരും പുഴുവിന്റെ പിന്നാലെയാവും. പുഴുവിന് ഇഴഞ്ഞുനീങ്ങാൻ വഴിയൊരുക്കുക. ചാഞ്ഞും ചരിഞ്ഞും കിടന്നവയെ കൈവിരലുകൾ വട്ടത്തിൽ മടക്കിയുണ്ടാക്കുന്ന സൂക്ഷ്മദർശിനിയിലൂടെ സൂക്ഷിച്ചുനോക്കുക. തുറുവിനു കീഴിൽ ചിക്കി ചിനക്കിനടക്കുന്ന കോഴികൾ വന്ന് പുഴുവിനെ കൊത്തിതിന്നാതെ കാക്കുക, കള്ളക്കണ്ണുമായി കാക്കകൾ പുളിമരകൊമ്പിലോ, ഞാവൽമരത്തിലോ ഇരിപ്പുണ്ടാവും. അവയെ എറിഞ്ഞോടിക്കുക തുടങ്ങി ദൈവത്തിനു പാലും പഴവും കൊണ്ടുപോകുന്ന പുണ്യവാളനായ പുഴുവിന്റെ സംരക്ഷണച്ചുമതല ഞങ്ങൾ സ്വയം ഏറ്റെടുക്കും. പുഴു എവിടെയെങ്കിലും അപ്രത്യക്ഷമാകുന്നതുവരെ കുട്ടികളെല്ലാവരും അതിന്റെ പിന്നാലെയുണ്ടാകും.

ഒരു നെൽമണിയുടെയത്ര മാത്രമുള്ള ഈ പുഴു ദൈവത്തിന് പാലും പഴവും കൊണ്ടുപോകുകയാണെന്ന് കുട്ടികളൊക്കെ ആത്മാർത്ഥമായും വിശ്വസിച്ചിരുന്നു. ദൈവമെന്ന് പറഞ്ഞാൽ ആദിയും അന്തവും ഇല്ലാത്തവനാണെന്നും ദൈവത്തിന് വിശപ്പോ ദാഹമോ ഇല്ലായെന്നുമൊക്കെ ഉസ്താദ് ഓത്തുപള്ളിയിൽ പഠിപ്പിച്ചതൊക്കെ എനിക്കോർമ്മയുണ്ട്. എങ്കിലും ഈ കുഞ്ഞുപുഴു ദൈവത്തിന് പാലും പഴവും കൊണ്ടുപോകുകയാണെന്ന് വിശ്വസിക്കാനായിരുന്നു എനിക്കും ഇഷ്ടം. എങ്കിലേ കളിക്കൊരു രസമുണ്ടാകുകയുള്ളൂ. ഊമ്പ്രിക്ക പുഴുമുതൽ ഉടുമ്പും കീരിയും കുളക്കോഴിയും അരണയും ഓന്തും ചേരയും കൊക്കുകളും തുടങ്ങി വീടിന്റെ പരിസരത്തുവരുന്ന ജീവികളെയൊക്കെ നിരീക്ഷിക്കലും അവയോടൊത്തു കളിക്കലുമായിരുന്നു അക്കാലത്തെ വിനോദം. വീട്ടുമുറ്റത്തെ മണ്ണ് പുറംകാലുകൊണ്ട് വേഗത്തിൽ തൊഴിച്ചെറിഞ്ഞ് ഒരു കുഴിയുണ്ടാക്കി അതിലാണ് ഓന്തുകൾ മുട്ടിയിട്ടിരുന്നത്. ഇങ്ങനെ മുട്ടയിടുമ്പോൾ അവയുടെ ജാഗ്രതയും ശൗര്യവും ഒന്നു കാണേണ്ടതുതന്നെയാണ്. തലയിലെയും കഴുത്തിലെയും ശൽക്കങ്ങൾ കൂടെ കൂടെ നിറം മാറുന്നതുകാണാം. മുട്ടകളിട്ട് അതിന് മുകളിൽ മേൽമണ്ണിട്ട് മൂടി. ഞാനൊന്നുമറിഞ്ഞില്ലേ രാമനാരായണ എന്ന ഭാവത്തിൽ ഒറ്റ ഓട്ടമാണ്. അടുത്തുള്ള കൂവളത്തിലോ, മാവിലോ, തെങ്ങിലോ തേക്കിലോ ഏതെങ്കിലും മരത്തിലേക്ക് ഓടിക്കേറി തന്റെ മുട്ട ഒളിച്ചുവച്ചയിടത്തേക്ക് കൂടെ കൂടെ ഒളികണ്ണിട്ടിരിക്കും. വല്ല ശത്രുജീവിയും അതുകണ്ടെത്തി നശിപ്പിക്കാൻ വരുന്നുണ്ടോന്നറിയാനാവും ഈ ഒളിഞ്ഞുനോട്ടം. അക്കാലത്തു കളിപ്പാട്ടങ്ങൾ കുട്ടികൾ തന്നെയുണ്ടാക്കുമായിരുന്നു. എളുപ്പം ഉണ്ടാ

ക്കാൻ കഴിയുന്നത് ഊത്തായിരുന്നു. കാശാൻ കുറ്റിയിലകൾ പറിച്ച് ചുരുട്ടിയാണ് ഊത്തുണ്ടാക്കുന്നത്. കയ്യാലകളിൽ ഇഷ്ടംപോലെ കാശാൻ കുറ്റികൾ നിരനിരയായി നിന്നിരുന്നു. പ്രകൃതിയാകെ മാറിപ്പോയതുകൊണ്ടാവാം കാശാൻ കുറ്റികൾ ഇപ്പോൾ കാണാനില്ല. മണ്ണൊലിപ്പുതടയാനാവണം കാശാൻകുറ്റികൾ എല്ലാ അതിരുകളിലും വളർത്തിയിരുന്നു. നല്ല ബലമുള്ള തടിയാണതിന്റേത്. അടിച്ചാലും ഇടിച്ചാലും പൊട്ടില്ല. അത്തിത്തായ്ക്ക് (അപ്പൂപ്പന്) കാശാൻകുറ്റിയുടെ ഒരു കുറുവടിയുണ്ടായിരുന്നു. ഒരു മുഴയൻ കുറുവടി. എല്ലുമൂപ്പുള്ള പട്ടിക്കതുകൊണ്ടൊരു അടികിട്ടിയാൽ അതിന്റെ നടുവൊടിഞ്ഞുപോകും. അത്ര ഉറപ്പുള്ള വടിയാണത്.

ഒരു പക്ഷേ, അതിപ്പോഴും വീട്ടിലെവിടെയെങ്കിലും കിടപ്പുണ്ടാകണം. മണ്ണിൽ വളരെ ആഴത്തിൽ വേരുകൾ ഉള്ള ഒരു കുറ്റിച്ചെടിയാണിത്. ഇരുണ്ട പച്ച നിറത്തിലുള്ള കുറിയ ഇലകളാണ്. അതിലൊന്നിറുത്ത് മടക്കി ഊതിയാൽ വിസിൽ പോലെ ശബ്ദം വളരെ ദൂരത്തിൽ കേൾപ്പിക്കാനാകും. പിന്നെ തെങ്ങോലകൊണ്ടുള്ള കളിപ്പാട്ടമാണ്. കണ്ണടയും, വാച്ചും, പന്തും, മോതിരവും, ഊത്തുമൊക്കെ തെങ്ങോലകൊണ്ടുണ്ടാക്കാം. പ്ലാവില തുന്നി തൊപ്പിയും ബെൽറ്റും ഉണ്ടാക്കാം. കള്ളനും പൊലീസും കളിക്കുമ്പോഴാണ് ഈ പ്ലാവിലത്തൊപ്പിയും, ബെൽറ്റുമൊക്കെ ആവശ്യമായി വരുക. തെങ്ങിന്റെ മൂട്ടിൽ പൊഴിഞ്ഞു കിടക്കുന്ന വെള്ളയ്ക്കാകളിൽ ഇടത്തരങ്ങളിലുള്ളത് എടുത്ത് തുളയിട്ട് കൊരമ്പുല്ലിന്റെ കമ്പ് കയറ്റി വണ്ടിയാക്കും. കണ്ണിവെള്ളയ്ക്കായിൽ ഈർക്കിൽ കയറ്റി ആകാശത്തേക്ക് ചുഴറ്റിയെറിയും. വാണമാണത്. കൊന്നത്തെങ്ങിനും മുകളിലേക്കത് പാഞ്ഞുപോകും. വിലകൊടുത്തുവാങ്ങുന്ന കളിപ്പാട്ടങ്ങളൊക്കെ അക്കാലത്ത് അപൂർവ്വമായിരുന്നു. ഇന്നത്തെപ്പോലെ കാക്കത്തൊള്ളായിരം കളിപ്പാട്ടങ്ങളൊട്ടില്ലതാനും. ചന്ദനക്കുടത്തിനും, ശിവരാത്രി ഉത്സവത്തിനും, ഓണക്കാലത്തും ബലൂൺ കച്ചവടക്കാർ വരും. കിലുങ്ങുന്ന ബലൂണും, ഊത്തും, പമ്പരവുമൊക്കെ അവരുടെ കൈയിലുണ്ടാകും. ഇത്തരം കളിപ്പാട്ടം വളരെ അപൂർവ്വമായെ കുട്ടികൾക്ക് കിട്ടൂ. കാശ് കൊടുത്ത് ഇതൊക്കെ വാങ്ങുന്നതുകൊണ്ട് ഒരു പ്രയോജനവുമില്ലെന്ന കാഴ്ചപ്പാടായിരുന്നു മുതിർന്നവർക്ക്. ഒരു കമ്പിൽ അഴിയടിച്ച് അവയിൽ ബലൂണുകൾ നിരനിരയായി വീർപ്പിച്ചു കെട്ടി, കുറെ കളിപ്പാട്ടങ്ങൾ തൂക്കിയിട്ടതും തൂക്കിപ്പിടിച്ചാണ് കച്ചവടക്കാരുടെ നടപ്പ്. കുട്ടികളുടെ മനസ്സ് അവരുടെ പിന്നാലെയാവും. ഒരു ബലൂണിനുവേണ്ടി നിർബ്ബന്ധം പിടിച്ചാലേ ആരെങ്കിലും അത് വാങ്ങിത്തരികയുള്ളൂ. മിക്കപ്പോഴും ബലൂണുമായി വീട്ടിലെത്തുമ്പോഴേക്കും അതു പൊട്ടിപ്പോയിരിക്കും. ഇഷ്ടം പോലെ കളിപ്പാട്ടങ്ങൾ ഇല്ലാതിരുന്നതുകൊണ്ടാവാം കുട്ടികൾ അക്കാലത്ത് സഹജീവികളെ കാര്യമായി ശ്രദ്ധിച്ചിരുന്നത്. പൂച്ചയും, നായ്കളും, കീരിയും നാട്ടിൽ അലഞ്ഞുതിരിഞ്ഞുനടന്നിരുന്നു. അയ്യത്തു കിടക്കുന്ന കൊരമ്പുല്ല് നായകൾ ചിലകാലത്ത് വന്ന് ചവച്ച് തിന്നുന്നത്

Manikakkara-17

കാണാം. അവയ്ക്ക് ദഹനക്കേട് വരുമ്പോഴാണത്രെ ഈ പുല്ലുതീറ്റി. പൂച്ചയും നായയും തമ്മിൽ തല്ലുകൂടുന്നതു ഒന്നു കാണേണ്ടതുതന്നെ. പൂച്ചയപ്പോൾ ഒരു പുലിയെപ്പോലെ ശൗര്യമുള്ളതാവും. എങ്കിലും കഴിവതും പട്ടിയുടെ മുമ്പിൽനിന്ന് ഓടി വല്ല മരത്തിലും കയറി രക്ഷപ്പെടാനാവും പൂച്ച ശ്രമിക്കുക. കുട്ടികൾക്ക് ഏറ്റവും പേടി പേപ്പട്ടികളെയായിരുന്നു. പേപ്പട്ടിയിറങ്ങിയാൽ പിന്നെ കുട്ടികൾക്ക് വെളിയിലേക്കിറങ്ങാൻ അനുവാദമില്ല. ആളുകൾ കല്ലും വടിയും ഒക്കെയായി പേപ്പട്ടിയെ ഓടിച്ചിട്ട് എറിഞ്ഞും അടിച്ചും കൊല്ലുന്നത് ഭയപ്പാടോടെ കുട്ടികൾ വീട്ടിനുള്ളിലിരുന്നു കേൾക്കുകയും, കാണുകയും ചെയ്യുമായിരുന്നു.

കെട്ടുത്സവങ്ങളുടെ നാടായ ഓണാട്ടുകരയുടെ ഒരു ഭാഗത്ത് ജനിച്ചതുകൊണ്ടു കൂടിയാവാം ഉത്സവം കുട്ടിക്കാല ജീവിതത്തിൽ നിറഞ്ഞുനിന്നിരുന്നു. വീട്ടിലെല്ലാവരും ചേർന്നാണ് ഉത്സവങ്ങൾക്ക് പോയിരുന്നത്. ക്ഷേത്ര ഉത്സവങ്ങളായാലും, പള്ളിയിലെ ചന്ദനക്കുടമായാലും ഇതിൽ മാറ്റമൊന്നും ഉണ്ടായിരുന്നില്ല. കുട്ടിക്കാലത്തെ സമ്പന്നമാക്കിയത് ഉത്സവങ്ങളായിരുന്നുവെന്ന് തോന്നുന്നു. ഉത്സവങ്ങളൊക്കെ നമുക്ക് ആനന്ദിക്കാനുള്ളതാണെന്ന വിശ്വാസക്കാരായിരുന്നു വീട്ടുകാർ. നാട്ടിലെ ക്ഷേത്രോത്സവങ്ങളൊക്കെ ഇപ്പോഴും അതേപടിയുണ്ട്. ഗരിമ അല്പം കൂടിയിട്ടേയുള്ളൂ. എന്നാൽ മുസ്ലീം പള്ളികളിൽ ആനയെഴുന്നള്ളത്തും, ചെണ്ടകൊട്ടും, കലാപരിപാടികളും വെടിക്കെട്ടുമൊക്കെയായി കൊണ്ടാടിയിരുന്ന ചന്ദനക്കുടം ദേശീയ മഹോത്സവങ്ങൾ ഇപ്പോൾ ഏതാണ്ടില്ലാതായിക്കഴിഞ്ഞു. ചന്ദനക്കുടത്തിന്റെ കാര്യപരിപാടിയുമായി എത്തുന്ന നോട്ടീസ് കാണുമ്പോൾ തന്നെ മനസ്സിനുള്ളിൽ ചന്ദനസുഗന്ധം പരക്കും. ചന്ദനനിറമുള്ള കടലാസിൽ പഴയകാല ചവിട്ടു പ്രസിൽ അക്ഷരം നിരത്തിയടിക്കുന്ന നോട്ടീസ് ഏതോ പുരാതന കാലത്തിൻ സ്മൃതികളുമായാണ് എത്തുക. ഗ്രാമത്തിന്റെ നന്മയനുഭവിച്ചിരുന്നത് നിസാരമെന്ന് തോന്നുന്ന ഇത്തരം ചില കാര്യങ്ങളിലൂടെയായിരുന്നു. ചന്ദനക്കുടം അനിസ്ലാമികമാണന്ന് പറഞ്ഞാണ് നിർത്തിയത്. എൺപതുകളിൽ ഗൾഫിലേക്ക് തൊഴിൽതേടി മലയാളികൾ പോയതിന്റെ പ്രത്യാഘാതങ്ങളിൽ ഒന്നാണ് നാട്ടുത്സവങ്ങളോടുള്ള വിരോധമെന്നാണ് എനിക്കു തോന്നുന്നത്. അതുപോലെ കഴിഞ്ഞ നൂറ്റാണ്ടിന്റെ തുടക്കകാലത്ത് ആഞ്ഞു വീശിയ നവോത്ഥാനാശയങ്ങളും ഇതിനു കാരണമായിട്ടുണ്ട്. കാതുകുത്തു കല്യാണവും, ഖബർ പൂജകളും, ചന്ദനക്കുടവുമൊക്കെ അനാചാരങ്ങളുടെ പട്ടികയിൽപ്പെട്ടു. ഇസ്ലാം മതത്തിന്റെ അടിസ്ഥാന ആശയങ്ങളെ ഹനിക്കാത്തതും തദ്ദേശീയവുമായ ആചാരാനുഷ്ഠാനങ്ങളെ മനസ്സിലാക്കുന്നതിൽ നവോത്ഥാന നായകർക്ക് വീഴ്ചപറ്റിയെന്നാണ് എന്റെ വിചാരം. അനാചാരങ്ങൾ ഉണ്ടെങ്കിൽ അതൊക്കെ ഒഴിവാക്കി ആചാരങ്ങൾ പരിഷ്കരിക്കേണ്ടതായിരുന്നു. അല്ലാതെ അതിസ്ലാമികമെന്ന് പറഞ്ഞ് എല്ലാം തള്ളിക്കളയേണ്ടതായിരുന്നില്ല. നവോത്ഥാന പരിശ്രമങ്ങൾക്ക് തുടർച്ചയുണ്ടാകണം. ഇന്ത്യൻ മുസ്ലീങ്ങളുടെ തനത്

സാംസ്കാരിക മൂല്യങ്ങൾ സംരക്ഷിക്കേണ്ടതാണ്. ചില നവോത്ഥാന ആശയങ്ങളും വിമർശിക്കപ്പെടേണ്ടതുണ്ട്. ചന്ദനക്കുടം ഇല്ലാതായതു കൊണ്ട് ഏറെ നഷ്ടം ഉണ്ടായത് ബാല്യങ്ങൾക്കാണ്. കുട്ടികളുടെ ആനന്ദമാണ് അവർ കവർന്നെടുത്തതും.

വേനൽമഴ പെയ്ത് മണ്ണ് ഒരു കുന്താലിപ്പാടെങ്കിലും നനഞ്ഞ് കഴിയുമ്പോഴാണ് ഉറുമ്പുകൾ കൂടുപണിയുന്നത്. കിഴക്കേമുറ്റത്തും പടിഞ്ഞാറേമുറ്റത്തും ഉറുമ്പുകളുടെ നീണ്ട ജാഥ കാണാമായിരുന്നു. ഒന്നിനു പുറകെ ഒന്നായി ഉറുമ്പുകൾ വേഗത്തിൽ നടന്ന് നടന്ന് ഒരു വഴി രൂപപ്പെട്ടിരിക്കും. ആയിരക്കണക്കിന് ഉറുമ്പുകളാണിങ്ങനെ ധൃതിയിൽ ഇഴഞ്ഞുനീങ്ങുന്നത്. കൂട്ടത്തിൽ തലയൻ ഉറുമ്പുകൾ കാണും. അവരാണ് ഉറുമ്പുകളുടെ നേതാക്കൾ. ഒന്നു കടിച്ചാൽ അരപ്പ് അരനാഴിക നില്ക്കുന്നയിനമാണ് ശവംതീനി ഉറുമ്പുകൾ. കുട്ടികൾക്കെല്ലാം അതിനെ വലിയ പേടിയാണ്. അറിയാതെങ്ങാനും അതിന്റെ ഒരു കടി കിട്ടിയാൽ പിന്നെ വേദനകൊണ്ട് പുളഞ്ഞുപോകും. ആഞ്ഞിലിയുടെയോ, മാവിന്റേയോ, മറ്റേതെങ്കിലും മരത്തിന്റെയോ ചുവട്ടിൽ ചെന്നാവും ഉറുമ്പുകളുടെ ജാഥ അവസാനിക്കുക. അവിടെ അവർ മണ്ണുകൊണ്ടൊരു കൊട്ടാരം പണിതുയർത്തിയിരിക്കും. ഉറുമ്പുകൾ മുട്ടയിടുന്നതും കുഞ്ഞിനെപോറ്റുന്നതും ക്ഷാമകാലത്തേക്കുള്ള ആഹാരം ശേഖരിച്ചു വയ്ക്കുന്നതുമെല്ലാം ഈ കൊട്ടാരത്തിലാണ്. ഉറുമ്പുകളുടെ ഇത്തരത്തിലുള്ള കൊട്ടാരം കണ്ടെത്തി അവയെ നോക്കിയിരിക്കുന്നത് കുട്ടിക്കാലത്തെ വിനോദമായിരുന്നു. ഉറുമ്പുകൊട്ടാരത്തിനുള്ളിലെ രാജാവിനെയും രാജ്ഞിയെയും ഭടന്മാരെയുമെല്ലാം സ്വപ്നം കാണും. അവയുടെ സാമൂഹ്യജീവിതം ഓർത്തത്ഭുതപ്പെടും. എന്നാൽ കുസൃതിക്കാരായ ചില കുട്ടികൾ ഉറുമ്പിന്റെ കൊട്ടാരം തകർക്കാറുണ്ട്. ആയിരക്കണക്കിന് ഉറുമ്പുകളുടെ കഠിനാദ്ധ്വാനത്തിന്റെ ഫലമായുണ്ടാകുന്ന ഉറുമ്പിൻ കൂട് തകർക്കാൻ ഞാനിഷ്ടപ്പെട്ടിരുന്നില്ല. അവ കടിയനുറുമ്പുകളാണെങ്കിലും അവയ്ക്കും ഭൂമിയിൽ ജീവിക്കാൻ അവകാശമുണ്ടെന്നൊരു ബോധം കുട്ടിക്കാലത്തേ എനിക്കുണ്ടായിരുന്നു. വീട്ടിൽ മറ്റൊരുജാതി ഉറുമ്പുകൾ വരും. കട്ടുറുമ്പ്, വലിയതലയും കാലുമൊക്കെയുള്ള കട്ടുറുമ്പുകൾ പറങ്കിമാവിന്റെ ചുവട്ടിലാണ് കൂടുതലായി കണ്ടിരുന്നത്. ഞങ്ങളുടെ തെക്കേപ്പറമ്പുമുഴുവൻ മരങ്ങളായിരുന്നു. പലജാതി മാവും ആഞ്ഞിലിയും, പറങ്കിമാവുമായിരുന്നു അതിലേറെയും. പറങ്കിമാവിന്റെ കാവല്ക്കാരായാണ് കട്ടുറുമ്പുകളെ ഞാൻ കണ്ടിരുന്നത്. അവയുടെ കൂടും നിലത്തായിരുന്നു. കയ്യാലപ്പോട്ടിലും അവ കൂടൊരുക്കി കണ്ടിട്ടുണ്ട്. മിശര് എന്നു വിളിക്കുന്ന ചുവന്ന ഉറുമ്പുകൾ ഇലകൾ കൂട്ടിയോജിപ്പിച്ചാണ് കൂടുണ്ടാക്കിയിരുന്നത്. മാവിലും, പറങ്കിമാവിലും, ആഞ്ഞിലിയിലും ആത്തമരത്തിലുമൊക്കെ അവയുടെ കൂടുകൾ ഇഷ്ടംപോലെ കാണാം. ഇല കൂടിനു പുറത്തു കടിയനുറുമ്പുകൾ കാവൽ നില്ക്കും. മാങ്ങാ പറിക്കാനും പറങ്കിമാങ്ങ പറിക്കാനും ആഞ്ഞിലിച്ചക്ക തിന്നാനുമൊക്കെ കയറുന്ന കുട്ടികൾ അവ

യുടെ കടി ഇഷ്ടംപോലെ കൊള്ളാറുണ്ട്. തെക്കേ പറമ്പിൽ തേങ്ങാ മാങ്ങയെന്നൊരു മാവുണ്ടായിരുന്നു. ഒരു തേങ്ങയോളം വലിപ്പമുള്ള മാങ്ങയാണതിൽ പിടിച്ചിരുന്നത്. വലിയപൊക്കത്തിലല്ലാതിരുന്ന ആ മാവിൽ കയറി കളിക്കുമ്പോൾ മിശറിൻ കടി ഇഷ്ടംപോലെ ഞാൻ കൊണ്ടിട്ടുണ്ട്. മരക്കൊമ്പുകളിൽ തലങ്ങും വിലങ്ങും മിശറുകൾ പാഞ്ഞു നടക്കുന്നതും കാണാം. മാങ്ങയുടെയും ആഞ്ഞിലിച്ചക്കയുടെയും കൊതി നാവിലൂറുമ്പോൾ മിശറിന്റെ കടിയുടെ വേദനയങ്ങ് മറക്കും. പിന്നെ എങ്ങനെയെങ്കിലും മാവിൽ വലിഞ്ഞു കയറി മാമ്പഴം പറിച്ചു തിന്നേ കൊതിയടങ്ങൂ. വലിയ മരത്തിൽ കയറാൻ വിരുതന്മാരായ കുട്ടികളെത്ര വേണമെങ്കിലും അന്നുണ്ടായിരുന്നു. ഞങ്ങളുടെ കിഴക്കേ പറമ്പിൽ ഒരു കൂറ്റൻ ആഞ്ഞിലിമരമുണ്ടായിരുന്നു. ആഞ്ഞിലിക്ക പഴുത്തു തുടങ്ങുമ്പോൾ കുട്ടികളതിൽ വലിഞ്ഞു കയറുന്നതുകണ്ടാൽ ആരും മൂക്കത്ത് വിരൽ വച്ചുപോകും. ആഞ്ഞിലി തന്നെ പല ജാതിയുണ്ട്. നിറത്തിലും രുചിയിലും ഇവയൊക്കെ തമ്മിൽ വ്യത്യാസമുണ്ട്. ചില ജാതിയിൽ കുറച്ചു ചുളയേ ഉണ്ടാകൂ. എന്നാൽ മധുരവും വലിപ്പവും കൂടും. ചക്കചുളയൻ ആഞ്ഞിലിയെന്നാണു വിളിക്കുക. ചില ആഞ്ഞിലിച്ചക്കയിൽ നിറയെ ചുളയായിരിക്കും. ചെറിയ ചുളകൾ അടുക്കി വച്ചതുപോലെയിരിക്കും. പഴുത്തു താഴെ വീണ് ചിതറുന്ന ആഞ്ഞിലിക്കുരുവൊക്കെ പെറുക്കി ഉണക്കി വറുത്തു തിന്നുക അന്നൊക്കെ സാധാരണമായിരുന്നു. നല്ല രുചിയാണതിന്. കുട്ടികളാണ് ആഞ്ഞിലിക്കുരു പെറുക്കി വറുത്തു തിന്നുന്നത്. മരംകേറി പിള്ളേർ അലഞ്ഞ് തിരിഞ്ഞ് ആഞ്ഞിലിക്ക മുഴുവൻ പറിച്ചെടുത്ത് തിന്ന് കുരു ഉണക്കി വയ്ക്കും. മഴക്കാലത്ത് വീട്ടുകാർ കുറേശ്ശെയെടുത്ത് വറുത്തു തിന്നും. കുട്ടിക്കാലത്ത് ഞാനും ഒരു മരംകേറിയായിരുന്നു. ശൂരനാട്ടുനിന്ന് പൊടിക്കുട്ടി പെരിയത്ത വീട്ടിൽ കൂടെക്കൂടെ വരും. മുൻഭാഗത്ത് ബട്ടൺവച്ച ഇളം തവിട്ടുനിറമുള്ള ജുബ്ബയും ഒറ്റമുണ്ടുമാണ് വേഷം. രണ്ടാംമുണ്ട് തോളത്ത് ഇട്ടിരിക്കും. ചുട്ടിത്തോർത്തോ, നേര്യതോയാവും. ആളു കറുത്തിട്ടാണ്. നല്ല ചുറുചുറുക്കുള്ള ചെറിയ മനുഷ്യൻ. അത്തമ്മായുടെ അക്കായുടെ മകനാണ്. സ്വന്തം അമ്മയേക്കാൾ ജീവനായിരുന്നു അത്തമ്മായെ. അമ്മാന്നെ വിളിക്കുമ്പോൾ ഒരു ആത്മാർത്ഥതയുടെ കിലുക്കം കേൾക്കാം. അത്തമ്മായ്ക്കും, പൊടിക്കുട്ടി പെരിയത്തായോട് വലിയ സ്നേഹമായിരുന്നു. അതിനൊരു കാരണമുണ്ട്. അത്തമ്മായുടെ അക്കായുടെ മൂത്ത മകൻ ആഞ്ഞിലിപ്പഴം പറിക്കാനായി ശൂരനാട്ടെ വീട്ടുമുറ്റത്തു നിന്ന ആഞ്ഞിലിയിൽ കയറി. അമ്മായ്ക്ക് ഒരു പഴുത്ത ആഞ്ഞിലിച്ചക്ക പറിച്ചിട്ടുകൊടുത്തു. അത് തുണികൊണ്ടു പിടിച്ചു നിലത്തു വച്ചു. അടുത്തത് എത്തിപറിക്കാനായി തുഞ്ചത്തേക്ക് നീങ്ങിയ മോനോടു സൂക്ഷിക്കണേ എന്ന് പറഞ്ഞതും കാൽതെറ്റി നിലത്തേക്ക് വീണു. സ്വന്തം അമ്മയുടെ കൺമുമ്പിൽ വീണ് ആഞ്ഞിലിച്ചക്കപോലെ ചിതറി മകൻ മരിച്ചു. അന്ന് ആ അമ്മ ആധികൊണ്ട് ഒന്ന് ഏങ്ങിയതാണ്. പിന്നെ

16 ഓർമ്മകളുടെ ചന്ദനക്കുടം

സി റഹിം

അധികകാലം ജീവിച്ചില്ല. എന്റെ മക്കളെ നോക്കിക്കോണേന്ന് അനുജത്തിയോട് കണ്ണീരോടെ പറഞ്ഞിട്ട് ആ അമ്മ കണ്ണടച്ചു. അത്തമ്മായ്ക്ക് അതുകൊണ്ടുതന്നെ പൊടിയൂട്ടിപെരിയത്തായോടും അനുജൻ തമ്പിയോടും അവരുടെ സഹോദരിയോടുമൊക്കെ വലിയ വാത്സല്യമായിരുന്നു. അവരൊക്കെ വീട്ടിലെ നിത്യസന്ദർശകരായിരുന്നു. പൊടിക്കുട്ടി പെരിയത്ത മരിക്കുന്നതുവരെ വീട്ടിൽ വന്ന് കാര്യങ്ങൾ അന്വേഷിച്ചിരുന്നു. കുരുമുളക് പറിപ്പിക്കാനും മരോട്ടിയരി കുത്തിക്കാനും എന്തിനും ഏതിനും പൊടിക്കുട്ടിപെരിയത്തയുണ്ടായിരുന്നു. പലപ്പോഴും ഒരു സഹായിയായും കാരണവരായും. വീട്ടിനുള്ളിൽ കൂടുവയ്ക്കുന്ന ഉറുമ്പുകളാണ് ചോന്നലുറുമ്പുകൾ. കൊട്ടയുടെയോ, വട്ടിയുടെയോ, പായോ, പനമ്പോ എന്തിലെങ്കിലും അവ കൂട്ടത്തോടെ മുട്ടയിട്ടു കൂടൊരുക്കും. ദിനപത്രം അടുക്കി വയ്ക്കുന്നതിനിടയിൽ ചോന്നലുറുമ്പുകൾ ഇഷ്ടം പോലെ കാണും.

നൂറുകണക്കിന് ഉറുമ്പുകളുണ്ടാകും. തൂക്കാനോ, തുടയ്ക്കാനോ ചെല്ലുമ്പോഴാവും ചോന്നലുറുമ്പുകളെ കാണുന്നത്. ചോന്നലുറുമ്പുകളെ തൂത്തുകളയുവാനോ, ഓടിച്ചുകളയുവാനോ വീട്ടിലാരും ഇഷ്ടപ്പെട്ടിരുന്നില്ല. എന്തിനു ചൂലുകൊണ്ടവയെ തൊടാൻ പോലും അമ്മ സമ്മതിച്ചിരുന്നില്ല. വീടിന് ഐശ്വര്യം കൊണ്ടുവരുന്നവരാണ് ഈ ചോന്നലുറുമ്പുകളെന്നാണ് അമ്മായുടെ വിശ്വാസം. അതുകൊണ്ട് ചോന്നലുറുമ്പുകളെ വീട്ടിലാരും ശല്യം ചെയ്യാറില്ല. ഇപ്പോഴും ആ പതിവിന് ഒരു മാറ്റവും ഇല്ല. പച്ചക്കുതിരയുടെ കാര്യവും അങ്ങനെതന്നെ. ഒടിഞ്ഞുമടങ്ങിയ രൂപത്തിൽ നീണ്ട കൊമ്പുള്ള പച്ചക്കുതിരകൾ വീട്ടിൽ വന്നാൽ ധനം വന്നു ചേരുമെന്നാണ് വിശ്വാസം. പച്ചക്കുതിരകൾ വീട്ടിൽ മാന്യമായൊരു സ്ഥാനം ലഭിച്ചിരുന്നു. നഖം പൂത്താൽ പുത്തനുടുപ്പു കിട്ടുംപോലും. ഓണക്കാലത്തും പെരുന്നാളടുക്കുമ്പോഴുമാണ് നഖം പൂക്കുന്നത്. നഖത്തിൽ വെള്ളപ്പൊട്ട് വീഴുന്നതാണ് നഖം പൂക്കൽ. ഓണക്കാലത്തും, പെരുനാൾകാലത്തും നഖം പൂക്കുന്നുണ്ടോ എന്ന് ഓരോ കുട്ടിയും നോക്കിയിരിക്കും. നഖം പൂത്താൽ പുത്തനുടുപ്പ് കിട്ടുമല്ലോ എന്നായിരുന്നു വിചാരം. പുത്തനുടുപ്പ് അക്കാലത്തൊക്കെ കുട്ടികൾക്ക് കിട്ടാക്കനിയാണ്. മിക്ക കുട്ടികൾക്കും ഒന്നോ രണ്ടോ ജോഡി വസ്ത്രമേയുണ്ടാകൂ. വളരെ പാവപ്പെട്ടവർക്ക് കീറിപ്പറിഞ്ഞതൊക്കെയെ കാണൂ. നാട്ടിൽ ഒരു ജൗളിക്കടയുണ്ടാകും. അല്ലെങ്കിൽ രണ്ട്. ഓണക്കാലത്താണ് എല്ലാവരും തുണിയെടുക്കുക. കഴിഞ്ഞ ഓണത്തിനെടുത്ത തുണിയുടെ കാശ് കൊടുത്തിട്ട് ഈ ഓണത്തിനു വാങ്ങുകയെന്നതായിരുന്നു നാട്ടുനടപ്പ്. ചില കാലത്ത് തുണിക്ക് വലിയ ക്ഷാമം വരും. സർക്കാർ റേഷൻ ഷോപ്പുകൾ വഴി തുണി വിതരണം നടത്തിയതൊക്കെ എനിക്കോർമ്മയുണ്ട്. എങ്ങനെയെങ്കിലും തുണി തരപ്പെടുത്തിയാൽ തന്നെ അതൊന്നു തച്ചു കിട്ടുന്നതാണ് വലിയ ബുദ്ധിമുട്ട്. തുന്നൽക്കാരൻ ബാലൻപിള്ളയുടെ കടയാണന്ന് പേരുകേട്ട കട. ഓണക്കാലത്ത് വഴക്കും

വക്കാണവും നടക്കും. സമയത്ത് ഉടുപ്പു തച്ചു കിട്ടാത്തവരാണ് വഴക്കിടുന്നത്. മിക്കപ്പോഴും അണ്ണാനുകൾ വാലുകുലുക്കി ചിലച്ചുകൊണ്ട് മുറ്റത്തെ മരങ്ങളിലുണ്ടാകും, തുന്നാരനും, തേൻ കുരുവിയും പതിവായി വീട്ടിൽ കൂടൊരുക്കാനെത്തും. ഇതൊക്കെ കണ്ടും കേട്ടുമിരിക്കാൻ എന്തു രസമായിരുന്നു. എന്റെ പ്രകൃതിബോധത്തെ സ്വാധീനിച്ചത് കുട്ടിക്കാലത്തെ ഇത്തരത്തിലുള്ള വിശ്വാസങ്ങളും അനുഭവങ്ങളുമാണെന്ന് എനിക്കു തോന്നാറുണ്ട്. ഒരു ലക്ഷത്തി ഇരുപത്തിനാലായിരം പ്രവാചകൻമാർ ഭൂമിയിൽ വന്നുപോയിട്ടുണ്ടെന്നാണ് ഓത്തുപള്ളിയിൽ (മദ്രസ) ഉസ്താദ് പഠിപ്പിച്ചിരുന്നത്. അവരിൽ എനിക്ക് ഏറെ ഇഷ്ടമുള്ള പ്രവാചകനായിരുന്നു സുലൈമാൻ നബി (സോളമൻ). അദ്ദേഹത്തിന് ലോകത്തുള്ള സകലമാന ജീവികളുടേയും ഭാഷ അറിയാമായിരുന്നു വത്രെ. അദ്ദേഹത്തിന്റെ സൈന്യത്തിൽ ജിന്നും മലക്കും ഉണ്ടായിരുന്നു. ദൈവം ജിന്നിനെ സൃഷ്ടിച്ചത് തീ കൊണ്ട്. മലക്കിനെ പ്രകാശം കൊണ്ട്. മനുഷ്യനെ മണ്ണുകൊണ്ട്. സുലൈമാൻ നബിയുടെ സൈന്യത്തിൽ സകലമാനജീവികളുമുണ്ടായിരുന്നു. അതുകൊണ്ട് അദ്ദേഹത്തെ തോല്പിക്കാൻ ഒരു രാജാവിനും കഴിഞ്ഞിരുന്നില്ല. സുലൈമാൻ നബിയുടെ രഹസ്യാന്വേഷണ സംഘത്തിന്റെ തലവൻ ഒരു മരം കൊത്തിയായിരുന്നു. യഥാർത്ഥത്തിൽ (ഉപ്പൂപ്പൻ) പക്ഷിയാണിത്. ഇത്തരത്തിലുള്ള കഥകളൊക്കെ കേൾക്കാൻ എനിക്കു വലിയ രസമായിരുന്നു. കഴുകന്റെ തലയിൽ രോമം ഇല്ലാത്തതിന്റെ കഥ ഇങ്ങനെ. ഒരിക്കൽ സുലൈമാൻ നബി ആകാശസഞ്ചാരം നടത്തുകയായിരുന്നു. നല്ല തീ വെയിലായിരുന്നു മുകളിൽ. അതുവഴി കുറെ കഴുകന്മാർ പറന്നു പോകുന്നത് അദ്ദേഹം കണ്ടു. സുലൈമാൻ നബി അവരോട് പറഞ്ഞു നിങ്ങൾ എന്റെ തലയ്ക്കു മുകളിൽ കൂടി പറക്കുക. എനിക്കല്പം തണൽ ലഭിക്കുമല്ലോ. എന്നാൽ കഴുകന്മാർ അതു ചെവിക്കൊണ്ടില്ല. ഇതിൽ കോപിഷ്ഠനായ സുലൈമാൻ നബി നിങ്ങളും സൂര്യന്റെ ചൂടൊന്നറിയട്ടെയെന്നു പറഞ്ഞു. അവയുടെ കഴുത്തിലെ രോമങ്ങളൊക്കെ പൊഴിഞ്ഞു പോകട്ടെയെന്ന് പറഞ്ഞു. അതോടെ കഴുകന്മാർക്ക് കഴുത്തിൻ തൂവലില്ലാതയായിയെന്നാണ് കഥ. കുറച്ചുകഴിഞ്ഞപ്പോൾ കുറെ ഉപ്പൂപ്പൻ പക്ഷികൾ കൂട്ടമായി പറക്കുന്നതു കണ്ടു. ഉപ്പൂപ്പൻ പക്ഷിയെന്ന് പറഞ്ഞാൻ നമ്മുടെ ഉപ്പനൊന്നുമല്ല. തലയിൽ വിശറിപോലെ തൂവലുള്ള വേഴാമ്പലിന്റെ കുടുംബക്കാരായ പക്ഷികളാണ്. നമ്മുടെ നാട്ടിലും ഇവയെ കാണാം. എന്നാൽ തമിഴ്നാട്ടിൽ ഇവ ഇഷ്ടം പോലുണ്ട്. സുലൈമാൻ നബി ഉപ്പൂപ്പൻ പക്ഷികളോട് തന്റെ ആവശ്യം ഉണർത്തിച്ചു. ഉപ്പൂപ്പൻ പക്ഷികൾ അതനുസരിച്ചു. ഇതിൽ സന്തോഷവാനായി സുലൈമാൻ നബി നിങ്ങൾക്ക് എന്തുവരം വേണമെന്നാവശ്യപ്പെട്ടു. ഉപ്പൂപ്പൻപക്ഷികൾ കൂടിയാലോചിച്ചു പറഞ്ഞു. തങ്ങളുടെ തലയിലുള്ള തൂവലുകൾ സ്വർണ്ണമാക്കി തരണം. അങ്ങനെ സംഭവിക്കട്ടെയെന്ന് നബി പറഞ്ഞു. ഉപ്പൂപ്പൻ പക്ഷികൾ തലയിൽ സ്വർണ്ണത്തൂവലുകൾ ധരിച്ചു നടക്കുന്നതറിഞ്ഞ് മനുഷ്യർ അവയെ വേട്ട

യാടാൻ തുടങ്ങി. തലയിലെ സ്വർണ്ണത്തൂവലുകൾ തങ്ങളുടെ ജീവനു തന്നെ ഭീഷണിയാണെന്ന് മനസ്സിലായ ഉപ്പൂപ്പൻ പക്ഷികൾ സുലൈമാൻ നബിയെ തന്നെ ശരണം പ്രാപിച്ചു. ജീവിക്കാനായി സ്വർണ്ണ തൂവലുകൾ സാധാരണ തൂവലാക്കി തരാൻ ആവശ്യപ്പെട്ടു. അങ്ങനെ സംഭവിക്കുകയും ചെയ്തു. ഓത്തുപള്ളിയിൽ സുലൈമാൻ നബിയുടെ ചാരസംഘടനയുടെ തലവൻ മരം കൊത്തിയാണെന്നാണ് പഠിപ്പിച്ചിരുന്നത്. എന്നാൽ ഉപ്പൂപ്പൻപക്ഷിയാണതെന്ന് പക്ഷിനോട്ടക്കാരനായ ശേഷമാണ് എനിക്ക് മനസ്സിലായത്. നമ്മുടെ നാട്ടിൽ ഉപ്പൂപ്പൻ പക്ഷിയത്ര സാധാരണമല്ലാത്തതുകൊണ്ടാണ് മരം കൊത്തിയായവയെ തെറ്റിദ്ധരിക്കുന്നത്. പക്ഷികളെക്കുറിച്ചുള്ള ഡോക്യുമെന്ററികൾ എടുത്തിരുന്നപ്പോൾ ഉപ്പൂപ്പൻ പക്ഷികളെ വളരെയടുത്തു നിരീക്ഷിക്കാൻ കഴിഞ്ഞിരുന്നു. അവയുടെ കൂടും കുഞ്ഞുങ്ങളെയും കണ്ടു. ഉപ്പൂപ്പൻ പക്ഷികൾ തമ്മിലുള്ള സ്നേഹത്തിന്റെ ആഴം കണ്ടറിഞ്ഞു. യമനിലെ രാജ്ഞിയായിരുന്ന ഖൽബീസും, സുലൈമാനും തമ്മിലുള്ള പ്രണയം ലോകപ്രസിദ്ധമാണ്. ഇതിനവസരം ഒരുക്കികൊടുത്തത് ഉപ്പൂപ്പൻ പക്ഷിയാണെന്നാണ് കഥ.

ലോകചക്രവർത്തിയായ സുലൈമാൻ നബിയുടെ സൈന്യം സഞ്ചരിച്ചിരുന്ന വഴിത്താരയിൽ ഒരു ഉറുമ്പിൻ കൂടുണ്ടെന്ന് മനസ്സിലാക്കി തന്റെ സൈന്യത്തിന്റെ ഗതി തന്നെ തിരിച്ചു വിട്ട കാരുണ്യവാനാണ് അദ്ദേഹം. പക്ഷികളോടും ഉറുമ്പുകളോടുമൊക്കെ സംസാരിക്കാൻ കഴിവുള്ള സുലൈമാൻ നബി കുട്ടിക്കാലത്തെ എന്റെ സ്വപ്നങ്ങളിലെ വിരുന്നുകാരനാണ്. *തൈക്കാവിലെ പുരാണ*ത്തിൽ സുലൈമാൻ നബിയുടെ കഥ കടന്നു വന്നതങ്ങനെയാണ്. മനുഷ്യരെപ്പോലെ സാമൂഹ്യ ജീവിതമുള്ള ജീവികളാണ് ഉറുമ്പുകളും, തേനീച്ചകളുമൊക്കെ. നേതാവും, പ്രജകളും, തൊഴിലാളികളും, കൈവേലക്കാരും, കാവല്ക്കാരും ഒക്കെയുള്ള സമൂഹം. ഭാവിയിലേക്ക് ധാന്യങ്ങൾ സംഭരിച്ചു സൂക്ഷിക്കുന്ന ശീലക്കാരാണ്. സൂക്ഷ്മമായ നിരീക്ഷണത്തിൽ മനുഷ്യവർഗ്ഗത്തിന്റെ ഒട്ടുമിക്ക ശീലങ്ങളും ഉറുമ്പുകളിലും കാണാനാവും. സർവ്വചരാചരങ്ങളും പരസ്പരം ബന്ധപ്പെട്ടിരിക്കുന്ന ലോകമാണിത്. സ്വതന്ത്രമായി ഒന്നിനും നിലനില്പില്ല. എന്റെ ആദ്യ നോവലിന് എന്ത് പേരിടണമെന്ന് എനിക്ക് കൂടുതൽ ആലോചിക്കേണ്ടതായി വന്നതേയില്ല. *തൈക്കാവിലെ ഉറുമ്പുകൾ*. തൈക്കാവ് സൂഫിസ്വാധീനമുള്ള ഒരാരാധനാകേന്ദ്രമാണ്. ധ്യാനസ്ഥലം എന്നാണതിന്റെ അർത്ഥം. കവികളും എഴുത്തുകാരും സ്വതന്ത്രമായി സമ്മേളിച്ചിരുന്നയിടമാണ് തൈക്കാവുകൾ. കാവ്യ ചർച്ചകളും കവിയരങ്ങും ശാസ്ത്രവും മതവും ചരിത്രവും സാഹിത്യവും തത്ത്വചിന്തയുമൊക്കെ അവിടെ ചർച്ച ചെയ്തിരുന്നു. പേർഷ്യയിൽ ഇത്തരം 'തൈക്കാവുകൾ' ഇഷ്ടം പോലെയുണ്ടായിരുന്നു. ഒരു കാലത്ത് വലിയ സംഗീതജ്ഞരും സൂഫികളും എഴുത്തുകാരും ശാസ്ത്രജ്ഞരുമൊക്കെ അവിടെ പിറവികൊള്ളാൻ കാരണം തൈക്കാവുകളായിരുന്നു. പേർഷ്യയിൽനിന്ന് ഒരു കുടുംബം മലബാറിൽ വന്ന് 'തൈക്കാവ്' നടത്തിയി

രുന്നു. ഇക്കൂട്ടരുടെ സ്വാധീനത്തിൽപ്പെട്ടതുകൊണ്ടാണ് മലബാറിൽ മൊയീൻ കുട്ടി വൈദ്യരെപ്പോലൊരു വലിയ കവിയെ കിട്ടിയത്, മാപ്പിള സാഹിത്യ ശാഖതന്നെ പ്രബലപ്പെട്ടത്. എന്നാൽ ഇന്ന് 'തൈക്കാവി'ന്റെ പൂർവ്വപ്രതാപമൊക്കെ അസ്തമിച്ച് അതൊരു ആരാധനാകേന്ദ്രമായി മാറിപ്പോയി. സ്വതന്ത്ര ചിന്തകളുടെ വാതായനങ്ങളൊക്കെ നഷ്ടപ്പെട്ടുപോയി. മുസ്ലീങ്ങൾക്കു മാത്രമല്ല ലോകത്തിലാകെ ഇതൊരു വലിയ നഷ്ടമായിപോയി. ആത്മീയത തുളുമ്പുന്ന പ്രകൃതി ആവിഷ്കരിക്കാനാണ് എന്റെ ശ്രമം. അതിനു യോജിച്ച പുരാതനമായ ഒരു സംസ്കൃതി അറിയാതെ എന്നിൽ നിന്നുണർന്നുവരുകയും ചെയ്തു. റാവുത്തർമാരുടെ സംസ്കാരം, പുരാതനവും സങ്കരവുമാണ്. രജപുത്രരിലേക്കു നീണ്ടുപോകുന്നതാണത്. സർവ്വതിനെയും സ്വാംശീകരിക്കുന്ന വിശാലത അതിനുണ്ട്. റാവുത്തർമാരുടെ ഭാഷയ്ക്കും ഒരു സങ്കരസ്വഭാവമുണ്ട്. തുർക്കിയും, പേർഷ്യനും, മലയാളവും, തമിഴും, സംസ്കൃതവും ഒക്കെ ലയിച്ചു ചേർന്ന ഭാഷ. അതിന് സ്വന്തമായൊരു താളവും ഈണവും ഉണ്ട്. റാവുത്തർ കുടുംബത്തിൽ ജനിച്ചിട്ടും ആ ഭാഷയെനിക്കന്യമായിരുന്നു. ഓണാട്ടുകരയിൽ നൂറ്റാണ്ടുകളായി ജീവിക്കുന്ന ഞങ്ങളുടെ കുടുംബത്തിൽ നിന്ന് റാവുത്തർമാരുടെ പുരാതനഭാഷ നഷ്ടപ്പെട്ടുപോയിരുന്നു. ഏഴംകുളത്തു നിന്നുവന്ന അമ്മയ്ക്ക് ആ ഭാഷ വശമുണ്ട്. ആലപ്പുഴ ജില്ലയിലെ ഏറ്റവും വലിയ റാവുത്തർ സങ്കേതമായ ആതിക്കാട്ടുകുളങ്ങര എന്റെ പഞ്ചായത്തിലാണ്. അവിടെയും പഴമക്കാരായ റാവുത്തർമാർ തമ്മിൽ തമ്മിൽ ഈ ഭാഷയാണ് ഇപ്പോഴും ഉപയോഗിക്കുന്നത്. റാവുത്തർമാരുടെ ഭാഷ

യുടെ സൗന്ദര്യം ചോരാതെ നോവലിൽ പ്രയോഗിക്കാൻ എനിക്ക് പണിപ്പെടേണ്ടതായി വന്നു. എന്റെ ജീനിൽ ഉറങ്ങിക്കിടക്കുന്ന ആ ഭാഷയെ തട്ടിയുണർത്തുകയോ, സ്വാഭാവികമായത് ഉറവപൊട്ടിവരുകയോ ചെയ്തുവെന്നാണ് ഞാനിപ്പോഴും വിശ്വസിക്കുന്നത്. എന്റെ അപ്പച്ചിയുടെ ഭർത്താവ് കഥാപ്രസംഗ കഥയെഴുത്തുകാരനായ എ എം സാഹിബ്ബും അമ്മ മുഹമ്മദ് അമ്മാളും ഭാഷാപ്രയോഗത്തിലെ പോരായ്മ പരിഹരിക്കാൻ കുറച്ചൊക്കെ സഹായിച്ചിട്ടുണ്ട്. ഒരു പക്ഷേ, മലയാളഭാഷയിൽ പ്രയോഗിച്ചിട്ടില്ലാത്ത നിരവധി പദങ്ങൾ ഞാനീ നോവലിൽ എഴുതിയിട്ടുണ്ട്. തീർത്തും നാടനും മണ്ണിന്റെ മണമുള്ളതുമായ വാക്കുകളാണത്. കേരളത്തിലെ ഭാഷയുടെ വൈവിദ്ധ്യവും സംഭാഷണത്തിന്റെ ഈണങ്ങളും സംരക്ഷിക്കപ്പെടേണ്ടതാണ്. നമ്മുടെ വിദ്യാഭ്യാസത്തിൽ അതിനുള്ള ഇടം കൂടി അനുവദിക്കേണ്ടതുണ്ട്.

കുഴിയാനകൾ

ജീവിക്കുന്ന വീടും പരിസരവുമായി ഒരാത്മബന്ധം എല്ലാവർക്കുമുണ്ട്. പ്രത്യേകിച്ച് കുട്ടിക്കാലത്തു ജീവിച്ച വീടിനോടും പ്രദേശത്തോടും ഗൃഹാതുരമായൊരു അടുപ്പം കാണും. വികസനപദ്ധതികൾ നടപ്പാക്കാനായി ആളുകളെ കുടിയൊഴിപ്പിക്കുമ്പോഴൊക്കെ ഞാനിക്കാര്യം ഓർക്കാറുണ്ട്. നിറയെ മരങ്ങളുണ്ടായിരുന്ന ഞങ്ങളുടെ തെക്കേപ്പറമ്പുമുഴുവൻ

തുച്ഛമായ കാശിന് കല്ലട കനാൽവെട്ടാനായി വിട്ടുനല്കേണ്ടിവന്നു. കനാലിനായി ഞങ്ങളുടെ വീട് പൊളിച്ചുകൊടുക്കേണ്ടിവരുന്ന അവസ്ഥ എനിക്ക് സങ്കല്പിക്കാനേ വയ്യ. അത്രമാത്രം ഞാനാ ചുറ്റുപാടുകളുമായി ഇഴുകിച്ചേർന്നതാണ്. ഇതു മനുഷ്യരുടെ മാത്രം കാര്യമല്ല. സർവ്വമാന ജീവികൾക്കും ഇങ്ങനെതന്നെയാണ്. കാട്ടിൽ കഴിയേണ്ട ആനകളെ പിടിച്ചു നാട്ടിൽ കൊണ്ടുവന്നതിന്റെ പൊല്ലാപ്പുകൾ ദിനവും നമ്മൾ കാണുന്നതാണല്ലോ? മനുഷ്യരെപ്പോലെ കുടുംബ ജീവിതമുള്ളവരാണ് ആനകളെന്ന് ഓർക്കണം. പത്തിരുപതാനകൾ അടങ്ങുന്ന ഒരു കൂട്ടം ഒരുമിച്ചാണ് കാട്ടിൽ കഴിയുന്നത്. കുഞ്ഞും തള്ളയുമൊക്കെ കൂട്ടത്തിലുണ്ടാകും. അതിനെ വാരിക്കുഴിയിൽ വീഴ്ത്തിയാണ് മനുഷ്യർ തട്ടിപ്പറിക്കുന്നത്. ആ ആനയുടെ വേദനയൊന്ന് ആലോചിച്ചു നോക്കൂ. ഞങ്ങളുടെ കുടുംബവീട് കുറെഭാഗം പൊളിച്ചുപണിതത് എൺപതുകളിലാണ്. അതിനുമുമ്പ് കിഴക്കോട്ട് ദർശനമായുള്ള ഓടിട്ട ഒരു നീണ്ട കെട്ടിടമായിരുന്നു. റോഡിൽനിന്ന് വീട്ടിലേക്ക് കയറിവരാൻ ഒരു ചെറിയ ഇടവഴിയുണ്ടായിരുന്നു. കോഴിവാലൻ ചെടികളും ചെമ്പരത്തിയും നന്ത്യാർവട്ടവും പിച്ചിയും കോളാമ്പിച്ചെടിയുമൊക്കെ വഴിയോരത്ത് പടർന്നുകിടന്നിരുന്നു. പാതയ്ക്കിരുവശവും മരങ്ങളാണ്. കൂട്ടത്തിൽ പലജാതി മാവുകളുമുണ്ട്. നാട്ടുമാവാണാദ്യം. പിന്നെ കിളിച്ചുണ്ടൻ മാവ്. വടക്കടുത്ത് മൂവാണ്ടൻമാവ്. ഓണത്തിന് എല്ലാകൊല്ലവും ഊഞ്ഞാലിടുന്ന കുറ്റൻ കപ്പമാവ്. അതിനുവടക്കുവശത്ത് പാണ്ടിമാവ്. പിന്നെ നാരങ്ങാമാവ്. തെക്കേപെറമ്പിൽ തേങ്ങാമാവ്. ഇങ്ങനെയെത്രയെത്ര മാവുകൾ. വിവിധ ജാതി കശുമാവും ആഞ്ഞിലിയുമുണ്ടായിരുന്നു. കുലനിറയെ പറങ്കിപ്പഴമുണ്ടാകുന്ന പടപ്പൻ പറങ്കിമാവുണ്ടായിരുന്നു. ചെറിയ കശുവണ്ടിയാണതിൽ. ചെറിയ മഞ്ഞപ്പഴക്കുലകൾ, വലിയ ചുവന്ന പഴമുണ്ടാകുന്ന പറങ്കിമാവുണ്ടായിരുന്നു. നല്ല മധുരമുള്ള വരിക്ക പറങ്ങാപ്പഴം ഉണ്ടാകുന്ന മാവ്. പലനിറത്തിലും പല രുചിയിലുമുള്ള എത്രയെത്ര പറങ്ങാപ്പഴങ്ങൾ.

വീടുതുടങ്ങുന്നത് തെക്കേയിറയത്തുനിന്നാണ്. മച്ചടിച്ച രണ്ടുമുറികളാണ് തെക്കേയിറയവും ഇടമുറിയും. മുകളിൽ തട്ടുമ്പുറമുണ്ട്. തെക്കേയിറയത്താണ് അതിഥികളെ സ്വീകരിച്ചിരുന്നത്. അതിനായി മൂന്നാലു ചൂരൽക്കസേരയവിടെയിട്ടിരുന്നു. ക്ലോക്കും റേഡിയോയും അവിടെയാണ്. ക്ലോക്കിന് തടിക്കൂടും റേഡിയോയ്ക്ക് തടികൊണ്ടുള്ള പുറംചട്ടയുമുണ്ട്. പഴയകാലത്തെ വാൽവുള്ള വലിയ റേഡിയോ. അക്കാലത്ത് റേഡിയോ അപൂർവ്വമായിരുന്നു. അയൽക്കാരൊക്കെ റേഡിയോ കേൾക്കാൻ വീട്ടിൽ വരുമായിരുന്നു. കിഴക്കോട്ട് ദർശനമുള്ള കൊച്ചുതിണ്ണയിലിരുന്നാണ് പെണ്ണുങ്ങൾ റേഡിയോപ്പാട്ടും നാടകങ്ങളും സിനിമയുടെ ശബ്ദരേഖയുമൊക്കെ കേട്ടിരുന്നത്. ഞങ്ങളുടെ നാട്ടിൽ ആദ്യമായി റേഡിയോ വന്നത് ലെപ്രസി സാനിട്ടോറിയത്തിലായിരുന്നുവെന്ന് പറഞ്ഞ് കേട്ടിട്ടുണ്ട്. റേഡിയോ എന്ന അത്ഭുതം കേൾക്കാൻ ആളുകൾ കൂട്ടം കൂട്ട

മായി അവിടേക്ക് കാൽനടയായി പോകുമായിരുന്നുവത്രെ!

നാട്ടുകാർക്ക് കേൾക്കാൻ റേഡിയോ നാലുമുക്കുകളിൽ സ്ഥാപിച്ചു. കിയോസ്കറുകൾ. പൊളിച്ചുനീക്കാത്തതായ കിയോസ്കറുകൾ ഇപ്പോഴും എന്റെ നാട്ടിലുണ്ട്. താമരക്കുളത്തേക്ക് പോകുന്ന വഴിയിലാണ് ഇപ്പോഴും അത്തരത്തിലൊന്നുള്ളത്. അത്തിത്ത അശനിശറാവുത്തർ കിടന്നിരുന്നത് തെക്കേയിറയത്തായിരുന്നു. തട്ടിൻപുറത്തു കയറാനുള്ള തടികോവണിയുണ്ടായിരുന്നത് ഇടമുറിയിലാണ്. അവിടെയാണ് അമ്മായും അത്തായും കിടപ്പ്. അതുകഴിഞ്ഞാൽ നീളത്തിലുള്ള ഒരു കോലാമുറിയാണ്. ഇവിടെയാണ് ആളുകൾ നിരന്നിരുന്നു ആഹാരം കഴിക്കുന്നത്. മൂന്ന് തരത്തിലുള്ള വെപ്പും കുടിയുമാണ് ദിവസവും വീട്ടിലുണ്ടായിരുന്നത്. രാവിലെ കഞ്ഞിയും അസ്ത്രവും. അസ്ത്രം എന്നുപറയുന്നത് ചേനയും കാച്ചിലുമൊക്കെ ചേർത്ത് കോരിക്കുടിക്കാവുന്ന രൂപത്തിലുണ്ടാക്കുന്ന കറിയാണ്. ഓണാട്ടുകര ഭാഗത്തെ അസ്ത്രം കാണാറുള്ളൂ. പയറും പപ്പടവും കഞ്ഞിക്കു കൂട്ടാനായി വരും. കുട്ടികൾക്ക് വല്ല പലഹാരവും ചിലപ്പോൾ ഉണ്ടാക്കും. അല്ലെങ്കിൽ ചന്തയിലെ മീരാൻമോദി പെരിയത്തായുടെ കടയിൽനിന്ന് വാങ്ങിത്തരും. മീരാൻമോദി പെരിയത്തായ്ക്ക് അന്തിച്ചന്തയിൽ ചായക്കടയുണ്ട്. അത്തിത്തായുടെ ബന്ധുവാണ്. ശബരിമല മണ്ഡലകാലത്ത് മാല കച്ചവടമുണ്ട്. ഇതിനായി മാസങ്ങൾക്ക് മുമ്പേ പെണ്ണുങ്ങൾ മാലകെട്ടുതുടങ്ങും. മലകയറിയാൽ പിന്നെ ആഴ്ചകൾ കഴിഞ്ഞേ മലയിറങ്ങൂ.

ഉച്ചയ്ക്ക് പോലുത്തേക്കാണ്. പകലത്തേക്കുള്ളതാണ് പോലുത്തേക്ക്. പുഞ്ചമീൻകറിയോ കടൽമീൻകറിയോ പോലുത്തേക്കിന് സാധാരണയുണ്ടാകും. മോരുകാച്ചിയതും ചുട്ടിച്ചേമ്പ് ഒഴിച്ചുകറി, മുരിങ്ങയിലക്കറി, തീയല് (കശുവണ്ടിക്കാലത്ത് പച്ചണ്ടി പുളിയിട്ട തീയല്) വിശേഷദിവസങ്ങളിൽ പരിപ്പും പപ്പടവും കൂടെയുണ്ടാകും. ഇലത്തോരനും പയറുതോരനും മുതിരത്തോരനുമൊക്കെ സാധാരണമാണ്. മുതിരയും എള്ളുമൊക്കെ കൃഷി ചെയ്യുന്നത് അക്കാലത്ത് സർവ്വ സാധാരണമായിരുന്നു. മൂടൽ മഞ്ഞ് നനയുള്ള വെളുപ്പാൻ കാലത്താണ് മുതിര പിഴുതെടുക്കുന്നത്. മഞ്ഞിൽ മുതിര വിത്ത് കുതിർന്നിരിക്കുമെന്നതിനാൽ പിഴുതെടുക്കുമ്പോൾ വിത്ത് നഷ്ടപ്പെടാതിരിക്കാനാണ് വെളുപ്പാൻ കാലത്തുള്ള പറിക്കൽ നടക്കുന്നത്. ചെറുപയറ് വിതയ്ക്കുന്ന കാലത്ത് പയറ്റിലത്തോരനാണ്. അതൊരാഘോഷത്തീറ്റയാണ്. വലിയ കലത്തിൽ പയറ്റില വേവിച്ച് ഉപ്പ് ചേർത്ത് പിഴിഞ്ഞ് കുരുമുളക് കൂട്ട് ചേർത്ത് വളഞ്ഞിരുന്ന് ഇഷ്ടംപോലെ കഴിക്കും. ഇന്നത്തെപ്പോലെ ഉച്ചയ്ക്കുവയ്ക്കുന്നതല്ല രാത്രിയിലും കഴിക്കുക. രാത്രി അത്താഴത്തിന് വീണ്ടും മൺകലത്തിൽ അരിവേവിക്കണം. മൂന്നുനേരം ആഹാരം വയ്ക്കേണ്ടതുകൊണ്ട് അടുക്കളയിൽ പെണ്ണുങ്ങൾക്ക് പണിയോടു പണിയായിരിക്കും. വിശ്രമമെന്തെന്നവർ അറിഞ്ഞിട്ടുണ്ടാവില്ല. ഇതിനു പുറമെ പുറംപണി കൂടിയുണ്ടെന്നോർക്കണം. വീട്ടിൽ കഴിയുന്ന ബന്ധുക്കളൊക്കെ രാത്രി പാ

വിരിച്ചുകിടക്കുന്നത് കോലാമുറിയിലാണ്. അതിനോട് ചേർന്ന് പത്തായപ്പുരയുണ്ട്. വലിയ പത്തായവും കൊച്ചുപത്തായവും അവിടെയാണുള്ളത്. പത്തായത്തിന് പുറത്തും പാവിരിച്ച് ആളുകൾ കിടപ്പുണ്ടാകും. അതിനോട് ചേർന്നാണ് അടുക്കള. പിന്നെ ചായിപ്പാണ്. അരപ്പും കുത്തുമൊക്കെ ചായിപ്പിലാണ്. വീട്ടുപണിക്ക് കൊച്ചുകുഞ്ഞും ഭാരതിയും ഉണ്ടാകും. പറമ്പിലൊരു കക്കൂസുണ്ട്. ഓലകെട്ടിമറച്ചുണ്ടാക്കുന്നതാണത്. മുതിർന്നവരൊക്കെ അവിടെയാവും പോകുക. കുട്ടികളൊക്കെ വെളിക്കിരിക്കുകയാണ് പതിവ്. ഇടമുറ്റത്തിന് വടക്കുഭാഗത്ത് കുളിപ്പുരയുണ്ട്. കിണറിനോട് ചേർന്നാണ് കുളിപ്പുര. കിണറ്റിൽനിന്ന് വെള്ളം കോരി ഒരു ഓവിലേക്ക് ഒഴിച്ചാൽ വെള്ളം അടുപ്പിലെ ചെമ്പുപാത്രത്തിൽ ചെന്നുവീഴും. അത്തിത്ത ചൂടുവെള്ളത്തിലേ കുളിക്കൂ. പലജാതി ഇലമരുന്നുകൾ ഇട്ടുതിളപ്പിച്ച വെള്ളത്തിലാണ് കുളി. കുരുമുളകിന്റെ ഇല, കാപ്പിയില, ആടലോടകത്തിന്റെ ഇല, തുളസിയില ഇവയൊക്കെ പറിച്ചിട്ട് വെള്ളം തിളപ്പിക്കുന്നതെന്ന് ഓർമ്മയുണ്ട്. എരുത്തിലിൽ മൂന്നാലു പശുക്കൾ ഉണ്ടാകും. കൃഷിക്കു കാളകളൊന്നും ഉണ്ടായിരുന്നില്ല. കാളവണ്ടിയും കാളയുമൊക്കെ ഏഴംകുളത്ത് അമ്മ വീട്ടിലുണ്ടായിരുന്നു. അമ്മായ്ക്ക് കിട്ടിയ വീതത്തിൽനിന്ന് നെല്ലുകൊയ്യിക്കാൻ പോകുന്നത് ഒരുത്സവമായിരുന്നു. വീട്ടിൽ ലോറി എത്തുന്നത് അക്കാലത്താണ്. മൂക്കുനീണ്ട വലിയ ലോറി. കുട്ടികൾ ലോറിക്കുള്ളിൽ കയറി പരിശോധനയൊക്കെ നടത്തും. പണിക്കാർക്കുള്ള ആഹാരവുമൊക്കെ തയ്യാറാക്കിയാണ് കൊയ്ത്തിനുള്ള യാത്ര. കൊയ്ത്ത് ഒരു ഘട്ടം കഴിയുമ്പോൾ വയലോരത്തെ നീരൊഴുക്കുള്ള തോടിനരുകിലിരുന്നാണ് ആഹാരം കഴിപ്പ്. ബഹുരസമായിരുന്നു ആ തീറ്റയൊക്കെ. എരുത്തിൽ കഴിഞ്ഞാൽ ചേര ഉറങ്ങുന്ന മുറി. അതിനോട് ചേർന്ന മുറിയിൽ ബന്ധുക്കളാരെങ്കിലും താമസമുണ്ടാകും. ഇടമിറ്റത്തേക്ക് ഒരു വള്ളിച്ചെടി പടർന്നുകിടന്നിരുന്നു. കർട്ടൻപ്ലാന്റ്. അക്കാലത്തതൊരു ഫാഷനായിരുന്നു. ഇപ്പോ അതെവിടെയും കാണാനില്ല.

ഓടിന്റെ പുറത്തുനിന്ന് പെരുമഴച്ചാൽ ഒലിച്ചിറങ്ങുന്നതുപോലെ കർട്ടൻപ്ലാന്റ് തൂങ്ങിക്കിടക്കും. വറ്റാത്ത കിണറിനു സമീപമാണ് ചിന്നയിലകൾ പടർന്നുകിടന്നിരുന്നത്. ഇതിന്റെ ഇല മുലഞെട്ടിൽ തേച്ചാണ് അമ്മമാർ കുട്ടികളുടെ മുലപ്പാൽകുടി നിർത്തിച്ചിരുന്നത്. ചിന്നയിലയ്ക്ക് ഭയങ്കര കയ്പാണ്. ചാമ്പൽക്കൂടും കോഴിക്കൂടും വീട്ടിലുണ്ടായിരുന്നു. നിലത്തുനിന്ന് അഴിയടിച്ചുയർത്തിയ കോഴിക്കൂടാണ്. കോഴിക്കാഷ്ഠം ശേഖരിക്കാൻ അടിയിൽ പാത്തിയുണ്ട്. വള്ളിപ്പുലിയും കാടനും കോഴിക്കള്ളന്മാരുമൊക്കെയുള്ളകാലമാണ്. ദാരിദ്ര്യംകൊണ്ട് ഏതോ കോഴിക്കൂട്ടീന്നൊരു കോഴിയെ മോഷ്ടിച്ചെന്നുംപറഞ്ഞ് നാട്ടുകാർ ഒരു സ്ത്രീയെ പറമ്പിലൂടെ തല്ലി ഓടിക്കുന്നത് കണ്ടിട്ടുണ്ട്. ദാരിദ്ര്യംകൊണ്ട് സ്വന്തമായി പറമ്പില്ലാത്തവർ ആരുടെയെങ്കിലും തെങ്ങിലോ, അടയ്ക്കാമരത്തിലോ കയറി രണ്ട് തേങ്ങയോ, പാക്കോ പറിച്ചാൽ അതൊരു പെരും

Mani kakkara-17

കള്ളമായാണ് നാട്ടുകാർ കണ്ടിരുന്നത്. പ്ലാവിൽനിന്ന് ചക്കയിട്ടാലും മാങ്ങ പറിച്ചാലും എന്തിന് രണ്ട് പറങ്കിയണ്ടി എറിഞ്ഞിട്ടാലും അതൊരു വലിയ കുറ്റമായിരുന്നു. ഇത്തരം ചെറിയ കുറ്റങ്ങൾക്കുപോലും പഴയകാലത്ത് പാവങ്ങളെ കഴുവേറ്റിവധിച്ചിരുന്നതായി വായിച്ചിട്ടുണ്ട്. പറങ്കിയണ്ടി വിളയുന്നകാലത്ത് വാവലുകൾ ചപ്പിയിടുന്ന കശുവണ്ടികൾ പെറുക്കിയെടുക്കാനായി ആളുകൾ ഉറക്കമൊഴിച്ച് കാത്തിരിക്കും. വെട്ടം പരപരാവീഴുന്നതിന് മുമ്പെ കശുവണ്ടിക്കള്ളന്മാരിറങ്ങും. ആരാദ്യം എന്നനിലയിലാണ് കാത്തിരിപ്പ്. പട്ടിണികൊണ്ട് ചിലർ രാത്രി പറമ്പിൽനിന്ന് ചീനിക്കിഴങ്ങ് മോഷ്ടിക്കുമായിരുന്നു. ചീനിപിഴുതാൽ വീട്ടുകാർ അറിയുമെന്നതിനാൽ പാത്തുപതുങ്ങിവന്ന് ചീനിക്കിഴങ്ങ് മാന്തിയെടുത്തുകൊണ്ടുപോകുകയായിരുന്നു പതിവ്. ഒരുചാൺ വയറായിരുന്നു അക്കാലത്ത് മിക്കവരുടെയും പ്രധാനപ്രശ്നം.

തേൻവരിക്ക പ്ലാവ് ഇപ്പോഴും മുറിച്ചുമാറ്റാതെ പറമ്പിൽ നില്പുണ്ട്. പലകാലങ്ങളിലായി ഇതിന്റെ അഞ്ചാറുകമ്പുകൾ മുറിച്ചെടുത്തു. ചിലത് ഒടിഞ്ഞുവീണു. നൂറുവർഷത്തിലേറെ പ്രായമുണ്ടാവണം. വെള്ളാരം തേൻവരിക്ക ചക്കയാണ്. പ്രായാധിക്യംകൊണ്ടാകാം ഇപ്പോൾ പഴയ തേനുമില്ല രുചിയുമില്ല. വരിക്കപ്ലാവിന്റെ ചുവട്ടിൽ നിറയെ കാപ്പിച്ചെടികളായിരുന്നു. കാപ്പിപൂക്കുന്ന കാലത്ത് വീടും പരിസരവും സുഗന്ധപൂരിതമാകും. നല്ല വെളുത്ത മണമുള്ള പൂങ്കുലകൾ ഞെട്ടിനു ഞെട്ടിനു വിരിഞ്ഞുനില്ക്കുന്നത് കാണാൻ നല്ല ഭംഗിയാണ്. നേരിയ മഞ്ഞ് പുതയുള്ള കാലത്താണ് കാപ്പിപൂക്കുന്നത്. കാപ്പിക്കുരു പറിക്കുന്നത് കുട്ടികൾക്ക് രസമായിരുന്നു. പഴുത്ത കാപ്പിക്കുരു വായിലിട്ട് നുണഞ്ഞാണ് കാപ്പി പറിക്കൽ. നേരിയ മധുരം നന്നായിപഴുത്ത കാപ്പിക്കുരുവിനുണ്ട്. വലിയ പെരുന്നാളിന് മുട്ടനാടിനെ നേർച്ച കഴിക്കാനായി അറുത്തിരുന്നത് കാപ്പിതോട്ടത്തിൽ വച്ചായിരുന്നു. കാപ്പിത്തോട്ടമെല്ലാം ഈ അടുത്തകാലത്തായി വെട്ടിമാറ്റി. പറമ്പിന്റെ ഒരുഭാഗം റബ്ബറായി. എങ്കിലും കാപ്പിയുടെ സുഗന്ധ ഓർമ്മകൾക്കായി ഒരു മൂടിപ്പോഴും അവിടെ നിർത്തിയിട്ടുണ്ട്. വൃശ്ചിക മഞ്ഞ് വീണു തുടങ്ങുന്ന കാലത്താണ് പാലപൂക്കുന്നത്. ഏഴിലം പാലപ്പൂ മണം നാട്ടിലാകെ പരക്കും. ആസ്വാദ്യകരമായൊരു സുഗന്ധം ഭൂമിയെ പൊതിയും. അക്കാലത്ത് മിക്കപറമ്പിലും ഏഴിലം പാലയുണ്ടാകും. മരം നിറയെ പച്ചകലർന്ന ഇളം മഞ്ഞ പൂവുകൾ മൂടിനില്ക്കും. ഇക്കാലത്ത് എങ്ങോട്ടു പോയാലും പാലപ്പൂമണമായിരിക്കും. പാലച്ചുവടാകെ മെത്ത വിരിച്ചതുപോലെ പൂ കൊഴിഞ്ഞു കിടപ്പുണ്ടാകും. രാത്രികാലത്ത് യക്ഷികൾ പാലയിൽ വരാറുണ്ടെന്ന് പഴമക്കാർ കഥ പറയും. അതുകൊണ്ട് പേടിച്ച് കുട്ടികളാരും പാലമൂട്ടിൽ പോകാറില്ല. പാലപൂക്കുന്ന കാലത്ത് യക്ഷിപ്പേടിയോടെയാണ് കുട്ടികൾ കിടന്നുറങ്ങുക. രാത്രി നായകളുടെ ഓരിയിടൽ കൂടിയുണ്ടെങ്കിൽ പിന്നെ പറയുകയും വേണ്ട.

വേനൽക്കാലത്ത് ഇഷ്ടംപോലെ പഴംതരുന്ന നടുമുറ്റത്തെ

ഞാവൽമരത്തിന് ചുവടുകെട്ടി സംരക്ഷിച്ചിട്ടുണ്ട്. ഞാവൽമരത്തിനു ചുവട്ടിൽ നോക്കിയും കണ്ടുമേ നില്ക്കാവൂ. അതിന്റെ കൊമ്പുകൾ എപ്പോ വേണമെങ്കിലും ഒടിഞ്ഞുവീഴാം. മുന്തിരിക്കുലകൾപോലെ പഴുത്തുതുങ്ങുന്ന ഞാവൽപ്പഴം ഇഷ്ടംപോലെ മരത്തിൽക്കയറിയിരുന്ന് തന്നെ തിന്നുതീർക്കുമായിരുന്നു. പഴയവീടിനു ചുറ്റുമുള്ള പൂഴിമണ്ണിൽ നിറയെ കുഴിയാനകളായിരുന്നു. മഴവെള്ളം വീഴാത്ത ചുവരിനോടു ചേർന്നയിടങ്ങളിലായിരുന്നു കുഴിയാനകളുടെ കുഴികൾ നിരനിരയായി കാണുക. മണ്ണിൽ കോപ്പയാകൃതിയിൽ കുഴികുത്തി അതിനുള്ളിൽ കുഴിയാനകൾ പതുങ്ങിക്കഴിഞ്ഞിരുന്നു. ഇത്തരത്തിൽ നൂറുകണക്കിന് കുഴികൾ കാണാമായിരുന്നു. പള്ളിക്കൂടം അടയ്ക്കുന്നകാലത്ത് കുട്ടികൾ കൂട്ടം ചേർന്ന് കുഴിയാനകളെ പിടിക്കും. മുറ്റത്ത് പഞ്ചാരമണൽവിരിച്ച് അതിൽ കുഴിയാനകളെ കൊണ്ടിടും. കുഴിയാനകൾ പുറകോട്ടിഴഞ്ഞ് മണ്ണിൽ ഇന്ത്യയുടെ ചിത്രം വരയ്ക്കുന്നത് അത്ഭുതത്തോടെ നോക്കിയിരിക്കും. കുട്ടികളുടെ വലിയൊരാഘോഷായിരുന്നു കുഴിയാനപിടുത്തവും അവയുടെ പടം വരയും. കുഴിയാനകൾ വീടിനുചുറ്റും കുത്തിവച്ചിരിക്കുന്നത് ചതിക്കുഴികളാണെന്ന് ഞങ്ങൾക്കറിയാമായിരുന്നു. ഈച്ചയും ഉറുമ്പുമൊക്കെ ഈ കുഴിയിൽ വീണ് രക്ഷപ്പെടാൻ കാണിക്കുന്ന വെപ്രാളം ഞങ്ങൾ കുറെ കണ്ടതാണ്. ചിലപ്പോഴൊക്കെ ദയതോന്നി അവയെ രക്ഷപ്പെടുത്തിയിട്ടുമുണ്ട്. പരന്നതലയും കൊമ്പുമുള്ള കുഴിയാനകളുടെ മണ്ണിളക്കിയുള്ള കളി കണ്ടിരിക്കുക രസമാണ്. വളരെ മിനുമിനുസമായാണ് കുഴിയാനകൾ കുഴികുത്തിവയ്ക്കുന്നത്. കുഴിയുടെ വാവട്ടം താഴേന്ന് മുകളിലേക്ക് വരുംതോറും വലുതായി വലുതായിവരും. മിനുമിനുത്ത മണ്ണാവും.

ആഹാരംതേടി നടക്കുന്ന ഏതെങ്കിലുമൊരു പ്രാണിയോ ജീവിയോ കുഴിയുടെ വക്കത്ത് വന്ന് അതിനുള്ളിലെന്താണെന്ന് ഒന്നെത്തിനോക്കുമ്പോഴേക്കും അടിത്തട്ടിലിരുന്ന് കുഴിയാന മണ്ണൊന്നിളക്കും. അതോടെ കുഴിയുടെ മേൽത്തിട്ടയിടിഞ്ഞ് ജീവി അതിനുള്ളിൽ പതിക്കും. ഇങ്ങനെ വീഴുന്ന ജീവി സാധാരണഗതിയിൽ രക്ഷപ്പെടില്ല. അവയ്ക്ക് ശക്തിയുണ്ടെങ്കിൽത്തന്നെ മുകളിലേക്ക് കയറിപ്പോകാനാവില്ല. മുകളിലേക്ക് കയറുംതോറും മേൽമണ്ണിടിഞ്ഞ് അതിന്റെ മുകളിലേക്ക് വീണുകൊണ്ടിരിക്കും. ഒരുതരം മരണക്കിണറാണിത്. ഇരയുടെ നീര് ഊറ്റിക്കുടിക്കാൻ തക്ക കൂർത്ത പല്ലാണ് കുഴിയാനകൾക്കുള്ളത്. ഇരയുടെ ചോരയും നീരും ഉറിഞ്ചികുടിച്ചശേഷം കുഴിയാന തന്നെ അതിന്റെ ജഡം തന്റെ തലയിൽ ചുമന്ന് ദൂരെക്കളയും. വീടിനു ചുറ്റും ഇങ്ങനെ ഇരയ്ക്കായി കുഴികുത്തിയിരിക്കുന്ന കുഴിയാനകളുമായി ചങ്ങാത്തം കൂടാത്ത ഒരു ബാല്യവും അക്കാലത്തുണ്ടായിരുന്നില്ല. കുഴിയാനകൾ വളർച്ച പ്രാപിക്കുന്നതോടെ അതിന്റെ ഉള്ളിൽനിന്നു തന്നെ ഒരു നൂലു പുറത്തേക്ക് വന്നതിനെ ചുറ്റിവരിയുന്നു. ഇങ്ങനെ സ്വയം ഉണ്ടാകുന്ന കൂട്ടിലത് സുഷുപ്തിയിലാവുന്നു. പട്ടുനൂൽപ്പുഴുക്കളെപ്പോലെ തന്നെ. പിന്നീടെപ്പോഴോ

കൂടുപൊട്ടി വർണ്ണചിറകുള്ള നിശാശലഭങ്ങളായവ ആകാശത്തേക്ക് പറന്നുപോകുന്നു. ചിതലുകൾക്ക് ചിറകുമുളച്ച് ഈയ്യാംപാറ്റകളാകുന്നതു പോലെ. സന്ധ്യക്ക് നിലവിളക്ക് കത്തിച്ചുവച്ച് ലോട്ടായിൽ വെള്ളംനിറച്ചു വച്ച്, സാമ്പ്രാണിത്തിരി കത്തിച്ചുവച്ചു, കുട്ടികളെല്ലാവരും തെക്കേയിറയത്തിരുന്ന് അല്ലാഹുവിളിക്കും (നാമം ജപിക്കും). അപ്പോൾ ഒരുകൂട്ടം നിശാശലഭങ്ങൾ നിലവിളക്കിനുചുറ്റും പാറികളിക്കാനെത്തും. നാമം ജപിക്കുന്ന കുട്ടികളുടെ മുഖത്തും ദേഹത്തും വന്നിരുന്നു ഇക്കിളിപ്പെടുത്തും. വീടിനുചുറ്റും കുഴികുത്തിയിരിക്കുന്ന കുഴിയാനകളാണ് വേഷംമാറി നിശാശലഭങ്ങളായി തങ്ങൾക്കൊപ്പം കളിക്കാൻ വരുന്നതെന്ന് എനിക്കന്നറിയില്ലായിരുന്നു.

നിശാശലഭങ്ങൾ മറ്റെവിടെ നിന്നോ വീട്ടിലേക്ക് അതിക്രമിച്ചുകയറിവരുന്നവരാണെന്നായിരുന്നു ഞങ്ങളൊക്കെ വിചാരിച്ചിരുന്നത്. കുടുംബവീട്ടിൽ ദിവസവും കത്തിച്ചിരുന്ന നിലവിളക്കിനും ഒരു പ്രത്യേകതയുണ്ടായിരുന്നു. ഏഴുതിരിയുള്ള നിലവിളക്കാണത്. എന്നാൽ എട്ടാമതായി നിലവിളക്കിന്റെ മുകളിലത്തെ കൂമ്പ് മുകളിലോട്ട് ഒരുവിളക്കുമാതിരി കത്തിക്കാം. എണ്ണനിറയ്ക്കാനൊരു അറയും തിരിയിടാനൊരു സുഷിരവും ഉണ്ട്. ഞാനിത്തരത്തിലുള്ള നിലവിളക്ക് മറ്റെവിടെയും കണ്ടിട്ടില്ല. വെള്ളോടികൾ വാർത്തെടുത്ത ഈ നിലവിളക്കിപ്പോഴും വീട്ടിൽ സൂക്ഷിച്ചിട്ടുണ്ട്. സന്ധ്യക്ക് ചിലപ്പോഴൊക്കെ നിലവിളക്ക് കത്തിക്കാറുണ്ട്. നിലവിളക്കുകത്തിക്കുന്നതിൽ നിന്ന് മുസ്ലീങ്ങളെ അകറ്റുന്നത് മുസ്ലീംലീഗ് പാർട്ടിക്കാരാണ്. ഇസ്ലാം മതവുമായി അതിന് യാതൊരുബന്ധവുമില്ല. ഈ അടുത്തകാലത്താണ് ലീഗുകാർക്ക് ഈ രോഗം ഉണ്ടായതെന്നാണ് എനിക്ക് തോന്നുന്നത്. കടങ്കഥകൾ പറഞ്ഞുകളിക്കുന്നത് കുട്ടികളുടെ അക്കാലത്തെ ഒരു വിനോദമായിരുന്നു. എന്നാൽ മുതിർന്നവർ അതിനെ പ്രോത്സാഹിപ്പിച്ചിരുന്നില്ല. കടങ്കഥ പറഞ്ഞാൽ കടംകേറുമെന്നൊരു വിശ്വാസം നാട്ടിലുണ്ടായിരുന്നു. അതാവാം കാരണം. *തൈക്കാവിലെ പുരാണ*ത്തിൽ 'കടങ്കഥകൾ' കുട്ടികൾ പറഞ്ഞുകളിക്കുന്നതൊക്കെ ഞാനെഴുതിയത് എന്റെ അനുഭവത്തിൽ നിന്നുതന്നെയാണ്. കുഴിയാനയെക്കുറിച്ചുള്ള ഒരു കടങ്കഥ പറയാം.

ചോദ്യം:

കൊമ്പുണ്ടങ്കിലും
കാളയല്ല.
പിന്നോക്കം നടക്കുമെങ്കിലും
ഞണ്ടല്ല.
പൊടിപറപ്പിക്കുമെങ്കിലും കാറ്റല്ല.
ഇരയെപിടിക്കുമെങ്കിലും
പുലിയല്ല.

ഉത്തരം : കുഴിയാന.

ഓരോരുത്തർക്കും അവരവരുടെ വീടിനെക്കുറിച്ച് ഒരുപാട് പറയാ

Manikakkara-17

നുണ്ടാകും. വീടിന്റെയും പരിസരത്തിന്റെയും ഓരോ ഇഞ്ചും മനസ്സിൽ പതിഞ്ഞുകിടപ്പുണ്ടാകും. ജനിച്ചുവളർന്ന വീട് ഇല്ലാതാവുന്നത് പലർക്കും സഹിക്കാവുന്നതല്ല. ജനിച്ചുവളർന്ന വീടുമായുള്ള ആത്മബന്ധം എത്ര ദൃഢമാണെന്ന് വ്യക്തമാക്കുന്നതാണ് കുഞ്ഞുമരയ്ക്കാരു റാവുത്തരണ്ണന്റെ കഥ. സർവ്വ ഐശ്വര്യങ്ങളുമായി ജീവിച്ച കുഞ്ഞുമരയ്ക്കാരു റാവുത്തരണ്ണൻ ഒടുക്കം ക്ഷയിച്ച് തന്റെ തറവാട് പടിഞ്ഞാറൻ നാട്ടിലെ പട്ടന്മാർക്ക് വില്ക്കുന്നു. ഒടുക്കം ഒരു കുതിരയുമായി നാട്ടിൽ അലഞ്ഞു നടന്നിരുന്ന ഒരു മുസാഫിറിന്റെ (യാത്രികൻ) തുടർച്ചക്കാരനായി അദ്ദേഹം മാറുന്നു. എല്ലാം ഉണ്ടായിരുന്നിടത്ത് നിന്ന് ഒന്നുമില്ലാത്ത ഒരു മുസാഫിറായി, ഫക്കീറായി (ദരിദ്രൻ) ജീവിതം അദ്ദേഹത്തെ കൊണ്ടെത്തിച്ചു. ജീവിതാവസാനകാലത്ത് തന്റെ പുരാതന വീടിന്റെ വിളികേട്ട് സഹിക്കവയ്യാതെ വയസ്സൻ കുതിരയുമായി അദ്ദേഹം യാത്രയാവുന്നു. പുറക്കാട്ട് പട്ടന്മാരുടെ കൈയിലായ തറവാട് കാണാനായി കുഞ്ഞുമരയ്ക്കാരു റാവുത്തരണ്ണൻ ചെല്ലുന്നു. ചില്ലറ തടസ്സങ്ങളൊക്കെയുണ്ടായെങ്കിലും നല്ലവനായ ആ ബ്രാഹ്മണൻ കുഞ്ഞുമരയ്ക്കാരു റാവുത്തരണ്ണന് അദ്ദേഹത്തിന്റെ പഴയ തറവാട് കാണാൻ അനുവദിക്കുന്നു. തന്റെ തറവാട്ടിലേക്ക് കാലെടുത്തുകുത്തുമ്പോൾ ഒരു താരാട്ടുപാട്ടിന്റെ ഈണം കേൾക്കുന്നു. ചന്ദനത്തൊട്ടിലിൽ ഒരു കുഞ്ഞിന്റെ ചിലമ്പൽ. അമ്മ ഫാത്തിമാബീവി കസവ്നേരിയതിന്റെ കോന്തൽ അരയ്ക്ക് ചുറ്റിവന്നു തൊട്ടിലിൽ തൊട്ടു.

രാരീരം രാരീരം രാരാരോ
രാരീരം രാരീരം രാരാരോ
എൻ കണ്ണാനെ കണ്ണുറങ്ക്
എൻ കനകമണി നീയുറങ്ക്....

“ഒരു കൊച്ചുകുഞ്ഞിനെപ്പോലെ കുഞ്ഞുമരയ്ക്കാരു റാവുത്തരണ്ണൻ ഇടനാഴികളിലൂടെ വേച്ചു വേച്ചുനടന്നു. കുഞ്ഞുമരയ്ക്കാരു റാവുത്തരുടെ ഉള്ളിൽ കൊടുങ്കാറ്റ് നിലച്ചു. മഴപെയ്തു തോർന്നതുപോലെ ആ മുഖം ശാന്തമായിരുന്നു. മുറ്റത്ത് നിന്നിരുന്ന കുഞ്ഞുമരയ്ക്കാരു റാവുത്തരുടെ കുതിരയിളകി. അതിന്റെ കടിഞ്ഞാണും പിടിച്ച് അദ്ദേഹം നടന്നു. ചുറ്റും കാക്കകൾ അരികൾ കൊത്തിപ്പെറുക്കുന്നതിന്റെ കലപിലാരവം. കുഞ്ഞുമരയ്ക്കാരു റാവുത്തർ പടിഞ്ഞാറൻ കടലിലേക്ക് നോക്കി. കടൽ ശാന്തമായുറങ്ങുകയാണ്. ശാന്തിതേടി കുഞ്ഞുമരയ്ക്കാരു റാവുത്തരും കുതിരയും കടലിലേക്കിറങ്ങി. കുറച്ചുദിവസങ്ങൾ കഴിഞ്ഞപ്പോൾ പഴകിദ്രവിച്ച ഒരു തുപ്പൽ കോളാമ്പി വന്ന് പുറയ്ക്കാട്ടു കരയ്ക്കടിഞ്ഞു. അതിനു ചുറ്റും കാക്കകൾ ഒത്തുകൂടി വലിയവായിൽ കരഞ്ഞു.” തൈക്കാവിലെ പുരാണത്തിൽ നിന്നുള്ള ഒരു ഭാഗമാണിത്.

ഈ കുഞ്ഞുമരയ്ക്കാരു റാവുത്തരുടെ കഥയ്ക്ക് നിമിത്തമായത് ഒരു കാലത്ത് പ്രതാപശാലികളായിരുന്ന പടിഞ്ഞാറ്റക്കര കുടുംബത്തിലെ ഒരു കാരണവരാണ്. ഒരുദിവസം ഞാൻ പഞ്ചായത്ത് ആഫീസിന് മുമ്പി

ലുള്ള ഞങ്ങളുടെ ആധാരം എഴുത്താഫീസിനു മുമ്പിൽ നില്ക്കുമ്പോൾ 'പടിഞ്ഞാറ്റക്കര' എന്ന് എല്ലാവരും വിളിക്കുന്ന ഒരു കുറിയ വെളുത്ത മനുഷ്യൻ അത്തായെ കാണാനായി അവിടെ വന്നു. എനിക്കദ്ദേഹത്തെ യറിയാം. തമ്മിൽ കാണുമ്പോൾ കുശലാന്വേഷണം നടത്താറുമുണ്ട്. അദ്ദേഹത്തിന്റെ ആൺമക്കൾ മത്സ്യത്തൊഴിലാളികളാണ്. അവരിൽ ചിലർ അകാലത്തിൽ മരിച്ചു. സാമ്പത്തിക ബുദ്ധിമുട്ടുകളുമായി ഒരു ചെറിയ വീട്ടിൽ കഴിയുകയാണ്. തലയിൽക്കെട്ടും വൃത്തിയുള്ള വേഷ വുമാണ് ധരിച്ചിരുന്നത്. ഒരു യാത്രപോയി വരുന്നമട്ടുണ്ട്. ഞാൻ ചോദിച്ചു "എവിടെ പോയിട്ടുവരുന്നു?" വളരെ നിസ്സംഗതയോടെ അദ്ദേഹം പറ ഞ്ഞു. "ഓ, എന്റെ തറവാടൊന്നു കാണാൻ പോയതാ." എനിക്കദ്ദേഹ ത്തിന്റെ വീടറിയാവുന്നതാണ്. അതൊരു ചെറിയ വീടാണ്. ഇദ്ദേഹത്തിന് മറ്റെവിടെയെങ്കിലും ഒരു തറവാടുള്ളതായി ഞാൻ കേട്ടിട്ടുമില്ല. ഞാൻ ആകാംക്ഷയോടെ ചോദിച്ചു, "എവിടെയാണ് തറവാട്." അതുകേട്ട് അദ്ദേ ഹത്തിന്റെ മുഖം വിവർണ്ണമാകുന്നതും കണ്ണുകൾ നിറയുന്നതും ഞാൻ കണ്ടു. വികാര വിക്ഷോഭം ഒന്നടക്കാൻ പാടുപെട്ടുകൊണ്ട് അദ്ദേഹം പറഞ്ഞു. "ഇപ്പോഴത് പുറക്കാട്ടെ ഒരു പട്ടരുടെ വീടാണ്. വളരെ മുമ്പെ അതുവിറ്റുപോയി. അവരതു പൊന്നുപോലെ സൂക്ഷിച്ചിട്ടുണ്ട്."

അദ്ദേഹത്തിന്റെ വാക്കുകൾ ചിലമ്പിച്ചിരുന്നു. "വീടുകണ്ടോ?" "ഉം." ഒരു തേങ്ങൽപോലെ അദ്ദേഹം മൂളി. എന്നിട്ട് അത്തായുടെ അരുകി ലേക്ക് നടന്നുപോയി. എന്റെ മനസ്സ് വല്ലാതെ ഉലഞ്ഞുപോയി. കുറച്ചു ദിവസങ്ങൾക്കകം അദ്ദേഹം മരിച്ച വാർത്തയും എന്നെതേടിയെത്തി. അതെനിക്കൊരു ആഘാതമായിരുന്നു. മരിക്കുന്നതിനുമുമ്പ് താൻ ജനി ച്ചുവളർന്ന വീട് കാണാൻ അദ്ദേഹം ആഗ്രഹിച്ചതിനെക്കുറിച്ച് ഞാനാ ലോചിച്ചു. വീടിനും ജീവനുണ്ടെന്ന് എനിക്കുതോന്നി. ബോധവും ഉണ്ടാകാം. അതിക്കാട്ടുകുളങ്ങരയിലുണ്ടായിരുന്ന ആ പുരാതന തറവാ ടിനെക്കുറിച്ച് പിന്നീട് ഞാൻ കൂടുതലന്വേഷിച്ചു. തറവാട് നിന്നിരുന്ന പ്രദേശത്തിന്റെ പ്രകൃതിയാകെ മാറിയിരുന്നെങ്കിലും ഞാനവിടെപോയി. ആ പറമ്പൊക്കെ കണ്ടു. ഈ തറവാടിന്റെ തകർച്ചയും അതിനെക്കുറി ച്ചുള്ള കഥകളുമൊക്കെ *തൈക്കാവിലെ പുരാണ*ത്തിലുണ്ട്. ഈ തറവാ ട്ടിലെ ഒരു കാരണവർ കുട്ടികളെ കാവ്യവും അറബിയും തമിഴുമൊക്കെ പഠിപ്പിച്ചിരുന്നു. തൈക്കാവിലടങ്ങിയിരിക്കുന്ന സിദ്ധന്മാരിലൊരാൾ എഴു തിയ *ജുംഹുത്തുമാല*യെന്ന കാവ്യം ഈ കാരണവരുടെ കൈപ്പടയിൽ എഴുതി സൂക്ഷിച്ചതിന്റെ കോപ്പി (തമിഴിലും അറബിയിലും) ഞാൻ വിള യിൽവടക്കേ കുടുംബത്തിൽനിന്നും എന്റെ അപ്പച്ചി വീട്ടിൽ (ശ്രീകണ്ഠൻ മാമ) നിന്നും കണ്ടെടുക്കുകയുണ്ടായി. വിളയിൽ വടക്കേ കുടുംബത്തിലെ ജ്യേഷ്ഠാനുജന്മാരായ കാരണവന്മാർക്കു തമിഴിലും മറ്റും അറിവുണ്ടാ യിരുന്നു. പഴയ കവിതകളിലും പിടിപാടുണ്ടായിരുന്നു. അവരുമായി വല്ല പ്പോഴുമൊക്കെ സംസാരിച്ചിരിക്കുമായിരുന്നു. പ്രാചീന തമിഴ് കലർന്ന ഭാഷയിൽ എഴുതിയ *ജുംഹുത്തുമാല* കൃതി കൂടുതൽ പഠിക്കാൻ ശ്രമി

ച്ചെങ്കിലും പല കാരണങ്ങളാലത് നടന്നില്ല. എങ്കിലും അതിന്റെ കുറച്ചു ഭാഗം പഴമക്കാരുടെ സഹായത്തോടെ വിവർത്തനം ചെയ്ത് *തൈക്കാവിലെ പുരാണ*ത്തിൽ ഞാനെഴുതിയിട്ടുണ്ട്. വളരെ കാവ്യഭംഗിയുള്ളതും അർത്ഥ സമ്പുഷ്ടവുമാണ് *ജുംഹുത്തുമാല.* നെല്ലുകുത്തുപാട്ടെന്നും ഇതറിയപ്പെടുന്നു. നെല്ലുകുത്തുമ്പോൾ പെണ്ണുങ്ങൾക്ക് പാടാനുള്ള പാട്ടാണിതെന്നാണ് പറഞ്ഞുകേട്ടത്. എന്നാൽ ഈ പ്രപഞ്ചം മുഴുവൻ കടയുന്നതാണ് അതിന്റെ അന്തരാർത്ഥം. മനുഷ്യമനസ്സിനെ കുത്തിവെളുപ്പിക്കുന്ന ദാർശനിക ചിന്തകളാണതിൽ. ഈ കവിത എഴുതിയ സൂഫിവര്യന്റെ കബർ തൈക്കാവിൽ പ്രത്യേകമായി സംരക്ഷിച്ചിട്ടുണ്ട്. ഇവിടെ വ്യാഴാഴ്ചകളിൽ ആളുകൾ സന്ദർശിച്ചു ദു ആ (പ്രാർത്ഥന) നടത്താറുമുണ്ട്. സൂഫി എഴുതിയ കവിതയുടെ തുടക്കമിങ്ങനെ:

"ബിസ്മില്ലാഹി റഹുമാനി റഹിമന്ത്
പേര് അരുളാനെ പെരുംപൊരുളെ
പിശഹാമാനതിൽ പെരുമൈകൊണ്ടുനീ
വിലക്ക നില്ലടിമിന്നാളെ.
അൽഹന്തു എണ്ടനോർ അഞ്ച് എഴുത്ത്
അനർവതി കാലന്തിധ്യാനം ചെയ്തു
അല്ലു പകലും ഒഹുത്തിൽ തെളിവാക്കി
അഞ്ചും തൊഴുതുങ്കോ മിനാളെ....

ചേര ഉറങ്ങുന്ന വീട്

ഞങ്ങളുടെ എരുത്തിലിന്റെ വടക്കേമുറിയിൽ ഒരു മുട്ടൻ മഞ്ഞച്ചേര പുരാതനകാലം മുതൽ വസിച്ചിരുന്നു. കുട്ടിക്കാലത്ത് ആ മുറിയിൽ കയറാൻ ഞങ്ങൾക്കൊക്കെ പേടിയായിരുന്നു. എരുത്തിലിന്റെ ഉത്തരത്തിലൂടെ മഞ്ഞച്ചേര ഇഴഞ്ഞുനീങ്ങുമ്പോൾ പശുക്കൾ കിടന്നു ബഹളം വയ്ക്കും. ചേര ആരെയും ഉപദ്രവിച്ചിട്ടില്ല. എലിയെയും തവളകളെയും പിടിക്കാൻ അതവിടെ കഴിഞ്ഞോട്ടെയെന്ന ഭാവമായിരുന്നു വീട്ടിലെല്ലാവർക്കും. എരുത്തിലിന്റെ ചുറ്റുവട്ടത്തെ പുനത്തിൽനിന്ന് വലിയ തവളകളെ ചേര ആയാസപ്പെട്ട് പിടിച്ചു വിഴുങ്ങുന്നത് തുറിച്ച കണ്ണുകളോടെ ഞങ്ങൾ പലതവണ നോക്കിനിന്നിട്ടുണ്ട്. പകലൊക്കെ പുരയിടത്തിൽ ചുറ്റിയടിച്ച് രാത്രി മുറിയിൽ വന്ന് താമസിക്കുകയാണതിന്റെ പതിവ്. അവിടെയും ഇവിടെയും ചേരപ്പടം പൊഴിച്ചിടും. വലിയചേരയുടെ പടമാണ്. അതൊരു കമ്പിൽകുത്തി പേടിപ്പിച്ചോണ്ട് കുട്ടികൾ ഓടിക്കളിക്കാറുണ്ടായിരുന്നു. കൊച്ചുകുട്ടികൾക്ക് ചേരപ്പടം കാണുമ്പോൾ പേടിവരും. ചിലർ കരഞ്ഞെന്നുമിരിക്കും. ചേരപ്പടവും പൊക്കിപിടിച്ച് പറമ്പായ പറമ്പിലെല്ലാം കുട്ടികളുടെ കൂട്ടം ഓടുന്നുണ്ടാകും.

ചിലപ്പോൾ മുറ്റത്തെ മൂവാണ്ടൻ മാവിന്റെ മുകളിൽ ചേര കയറി കിടക്കുന്നതുകാണാം. എരുത്തിലിന്റെ പുറകിൽ കരിങ്കുറിഞ്ഞിവളർത്തുന്നുണ്ട്. ആ പതിവിപ്പോഴും തുടരുന്നുണ്ട്. പണ്ട് അത്തിത്തായ്ക്കെന്നും കരിങ്കുറിഞ്ഞികൊണ്ട് കുറുക്കുണ്ടാക്കി കഴിക്കണം. വാതത്തിനുനല്ലതാണുപോലും. വൈകുന്നേരത്ത് കരിങ്കുറിഞ്ഞി കുറുക്കിനുള്ള ജോലി തുടങ്ങും. അരിയും കരിങ്കുറിഞ്ഞി ഇലയും ഉരലിൽ ഇടിച്ചോ കല്ലിൽ അരച്ചോ ആണ് കുറുക്കുണ്ടാക്കുന്നത്. ആവശ്യത്തിനു കരുപ്പട്ടി ചേർത്തു മധുരമുള്ളതാക്കുകയും ചെയ്യും. കുട്ടികൾക്കും കുടിക്കാൻ കിട്ടും. കരിങ്കു

റിഞ്ഞിയില പറിക്കാൻ കുട്ടികളെയാരെങ്കിലുമാവും പറഞ്ഞയക്കുക. ഞാൻ വളരെ ഭയപ്പാടോടെയാണ് കരിങ്കുറിഞ്ഞിക്കരുകിൽ ചെല്ലുക. അതിനുള്ളിൽ പതിവായി ചേര കിടക്കാറുള്ളതാണ്. അതെങ്ങാനും ചാടി കടിക്കുമോയെന്നായിരുന്നു എന്റെ ഭയം. എന്നാൽ കുട്ടികൾ കരിങ്കുറിഞ്ഞി ഇല പറിക്കാനായി വരുന്നതുകണ്ടാൽ തടിയൻ മഞ്ഞച്ചേര പതുക്കെ ഇഴഞ്ഞ് മുറിക്കുള്ളിലേക്ക് കയറിക്കോളും. ചിലകാലത്ത് മഞ്ഞച്ചേരയെ തേടി അതിന്റെ കൂട്ടുകാർ വരും. അപ്പോൾ രണ്ടും മൂന്നും ചേരകൾ വീട്ടിനരുകിൽ കിടക്കുന്നതുകാണാം. ചേരകൾ തമ്മിൽ കെട്ടിവരിഞ്ഞ് കളിക്കാറുണ്ട്. മാറാട്ടമെന്നാണതിന് പറയുക. നിലത്തുനിന്ന് മൂന്നാലടി ഉയരത്തിൽ നിവർന്നുനിന്നാണവരുടെ മാറാട്ടം. ചേരകൾ ഇണചേരുന്നതാണന്നും അപ്പോഴതിനെ ശല്യം ചെയ്യരുതെന്നും മുതിർന്നവർ പറഞ്ഞുതന്നിട്ടുണ്ട്. മാറാട്ടം നടത്തുന്ന ചേരകളെ ശല്യം ചെയ്താൽ അത് ചാടിക്കടിച്ചേക്കുമെന്ന പേടിയും ഞങ്ങൾക്കുണ്ടായിരുന്നു. അതുകൊണ്ട് വളരെ ദൂരെ നിന്നുമാത്രമാണ് ചേരകളുടെ മാറാട്ടം കാണാറുള്ളൂ. എങ്കിലും ചേരകളുടെ മാറാട്ടം ഭയപ്പെടുത്തുന്ന കൗതുകക്കാഴ്ചയായിരുന്നു. അവ തമ്മിൽ കെട്ടിവരിഞ്ഞ് നൃത്തമാടും പോലെയാണ്.

ചേരകൾ പാമ്പുകളുമായി മാറാട്ടം നടത്താറുണ്ടെന്ന് ആരോ പറഞ്ഞുകേട്ടിരുന്നു. ഉഗ്രവിഷമുള്ള മൂർഖൻപാമ്പിനെയും ചേരയെയും കണ്ടാൽ ഏതാണ്ട് ഒരുപോലെയിരിക്കും. എന്നാൽ അവയെ തമ്മിൽ തിരിച്ചറിയാൻ ഒരു സൂത്രവിദ്യയുണ്ട്. ചേര കൂടെ കൂടെ നാക്ക് നീട്ടികൊണ്ടിരിക്കും. പാമ്പുകളങ്ങനെ ചെയ്യാറില്ല. പിന്നെ മൂർഖനൊന്നു ഫണംവിരിച്ചാൽ ആരും ഭയപ്പെട്ടുപോകും. പത്തിയിൽ ചിത്രപ്പണിയുമുണ്ട്. ഭയവും ആകാംക്ഷയും മുറ്റിയ കണ്ണുകൾകൊണ്ട് കുട്ടിക്കാലത്ത് ചേരകളെ നോക്കിനില്ക്കും. അതെങ്ങാനും നാക്ക് കൂടെ കൂടെ പുറത്തേക്കിടുന്നുണ്ടോന്നറിയാൻ. ചേര നാക്ക് നീട്ടിക്കണ്ടാൽ ആശ്വാസമുതിർക്കും. ഹോ! ചേരതന്നെ, ഭയക്കേണ്ടതില്ല. ചേരയ്ക്ക് വിഷമില്ലെന്ന് ഞങ്ങൾക്കറിയാം. അഥവാ ചേര അബദ്ധത്തിലെങ്ങാനും ആരെയെങ്കിലും കടിച്ചാൽ തന്നെ ഒരുനേരം അത്താഴം കഴിക്കാതെയിരുന്നാൽ മതി. കച്ചിത്തുറുവിന് ചുവട്ടിൽവച്ച് ചേര ആരുടെയോ കാലിൽ ചുറ്റിയെന്നൊക്കെ കേട്ടിരുന്നു. അതുകൊണ്ട് ആളുപാവമാണെങ്കിലും അടുത്തുപോയി കളിക്കാനുമൊന്നും ഞങ്ങൾ ശ്രമിച്ചിരുന്നില്ല. പശുവിന് കച്ചി വലിക്കുമ്പോൾ ഒരു ചേരപ്പേടിയോടെയാണത് ചെയ്തിരുന്നത്. കുളത്തിൽ കാണുന്ന പുളവന് അത്താഴം മുടക്കിയെന്ന് നാട്ടിൽ വിളിപ്പേരുണ്ട്. കുമ്പഴക്കുളത്തിലോ തന്തോന്നിക്കുളത്തിലോ അമ്മൂമ്മക്കാവിനരുകിലെ കാട്ടുകുളത്തിലോ വല്ലപ്പോഴും കുളിക്കാൻ പോകുമായിരുന്നു. അപ്പോഴവിടെ പുളവനെ കാണാം. കുളക്കോഴിയെ കാണാം. പച്ചത്തവളയെ കാണാം.

മഞ്ഞച്ചേര മലർന്നുകടിച്ചാൽ മലയാളത്തിൽ മരുന്നില്ലെന്നൊക്കെ വിളിച്ചുകൂവി കുട്ടികൾ കളിക്കാറുണ്ട്. ഞങ്ങളുടെ വീട്ടിലെ ചേരയും

manikakkara-17

മഞ്ഞച്ചേരയാണ്. എട്ടടിയിലധികം നീളമുണ്ട്. തടിച്ചുകൊഴുത്ത് ഒരാജാനുബാഹു. മഞ്ഞച്ചേരയ്ക്ക് വിഷമുണ്ടോയെന്നൊരു ആശങ്ക ഞങ്ങൾക്കുണ്ടായിരുന്നു. എന്നാൽ ഒരു ചേരയ്ക്കും വിഷമില്ലെന്ന് മുതിർന്നവർ ഞങ്ങൾക്ക് പറഞ്ഞുതന്നു. കുട്ടിക്കാലത്ത് വീട്ടിൽ ഒരു ചേരസാമിപ്യം എപ്പോഴും ഉണ്ടായിരുന്നതുകൊണ്ടാവണം *തൈക്കാവിലെ പുരാണ*ത്തിൽ ചേരയെന്നൊരു അദ്ധ്യായം തന്നെ എഴുതിയതെന്ന് തോന്നുന്നു. നോവലിന്റെ രണ്ടാം ഭാഗമായ *കായിത*യിലാണ് 'ചേര' അദ്ധ്യായമുള്ളത്. *കായിത*യുടെ പ്രകാശനച്ചടങ്ങിന് പ്രശസ്ത ചരിത്രകാരനായ ഡോ. കെ എൻ പണിക്കർ ചേര നമ്മുടെ സാഹിത്യത്തിൽ കാര്യമായി പരാമർശിക്കപ്പെടാത്ത ജീവിയാണെന്ന് ചൂണ്ടിക്കാട്ടിയപ്പോഴാണ് എന്റെ ശ്രദ്ധയിലും അത് പെട്ടത്. സർപ്പവും പാമ്പുമൊക്കെ ധാരാളം നമ്മുടെ കഥകളിലും മിത്തുകളിലും ഐതിഹ്യങ്ങളിലും പുരാണങ്ങളിലുമൊക്കെ സ്ഥാനം പിടിച്ചിട്ടുണ്ട്. എന്നാൽ മനുഷ്യരുമായി എപ്പോഴും അടുത്ത് കഴിയുന്ന കർഷകമിത്രങ്ങളായ ചേരകളെക്കുറിച്ച് എന്താണ് ആരും കാര്യമായി എഴുതാതിരുന്നതെന്ന് അത്ഭുതം തോന്നുന്നു. ഒരുപക്ഷേ, നമ്മുടെ കാവുകളിൽ പാമ്പുകളേക്കാളധികം ചേരകളാണ് കഴിയുന്നത്. എലിയേയും തവളകളെയും പിടിക്കാനായി നമ്മുടെ അടുക്കളവരെ കയറാൻ സ്വാതന്ത്ര്യമുള്ള ജീവികൂടിയാണ് ചേര. ചില ജീവികളുടെ കാര്യത്തിൽ മാത്രമല്ല ചില മനുഷ്യരുടെ കാര്യവും ഇതുപോലെയാണ്. അവർ നമുക്ക് വേണ്ടപ്പെട്ടവരായാലും അവരെ നമ്മൾ കാര്യമായി പരിഗണിക്കാറില്ല. ചട്ടമ്പി സ്വാമികളുടെ അടുപ്പക്കാരനായൊരു ചേരയെക്കുറിച്ച് ഞാനൊരിക്കൽ പന്മന ആശ്രമത്തിൽ പോയപ്പോൾ കേട്ടു. ചട്ടമ്പി സ്വാമികൾക്കൊപ്പം ഒരേ മുറിയിൽ തന്നെയായിരുന്നുവത്രെ ചേരയും അന്തിയുറങ്ങിയിരുന്നത്. ആ മുറിയൊക്കെ ഞാൻ കണ്ടു. *ഖുർ ആൻ* അറബിയിൽ വായിച്ച് മനസ്സിലാക്കാൻ കഴിവുള്ളയാളായിരുന്നു ചട്ടമ്പി സ്വാമികൾ. എല്ലാ മതത്തെക്കുറിച്ചും അഗാധമായ ജ്ഞാനമുള്ളയാൾ. ചട്ടമ്പിസ്വാമികളും സഹജീവികളുമായുള്ള അടുപ്പത്തെക്കുറിച്ച് ഒരുപാടു കഥകൾ ഞാൻ കേട്ടിട്ടുണ്ട്. ആ വഴിക്ക് സുലൈമാൻ നബിയുടെ പിന്തുടർച്ചക്കാരനാണ് ചട്ടമ്പിസ്വാമികളെന്ന് വിശ്വസിക്കാനാണെനിക്കിഷ്ടം. സൂഫി തന്നെ വയനാട്ടിൽ ഒരു കുന്നിൻ പുറത്ത് ചെറിയൊരോലപ്പുര കെട്ടി ഒരാൾ താമസിച്ചിരുന്നു. സന്ന്യാസിയെന്നു വേണമെങ്കിൽ വിളിക്കാം. എന്റെയൊരടുപ്പക്കാരൻ ഇദ്ദേഹത്തിന്റെ ആശ്രമത്തിൽ വല്ലപ്പോഴും പോകും. ഒരു ദിവസം പതിവ് വർത്തമാനമൊക്കെ കഴിഞ്ഞ് കിടക്കാൻ നേരം സുഹൃത്ത് അദ്ദേഹത്തോടു ചോദിച്ചു. ഇവിടെ ഇഴജന്തുക്കളുടെ ശല്യമൊന്നുമില്ലല്ലോ. ഹേയ് ഇല്ല. ദാ ആ മൂലയിൽ ചുരുട്ടിവച്ചിരിക്കുന്ന പായയിൽ ഒരു മൂർഖനുണ്ട്. അതിനെ ശല്യം ചെയ്യാതിരുന്നാൽ മതി. സംഗതി സത്യമായിരുന്നു. ഒരെട്ടടി മൂർഖൻ ആ പായ്ക്കുള്ളിലുണ്ടായിരുന്നു. പാമ്പിനെ കണ്ടതും അയാൾക്കന്ന് ഒരുപോള കണ്ണടയ്ക്കാൻ കഴിഞ്ഞില്ല. നമ്മുടെ സ്വാമി കൂർക്കം വലിച്ചുറങ്ങുകയും

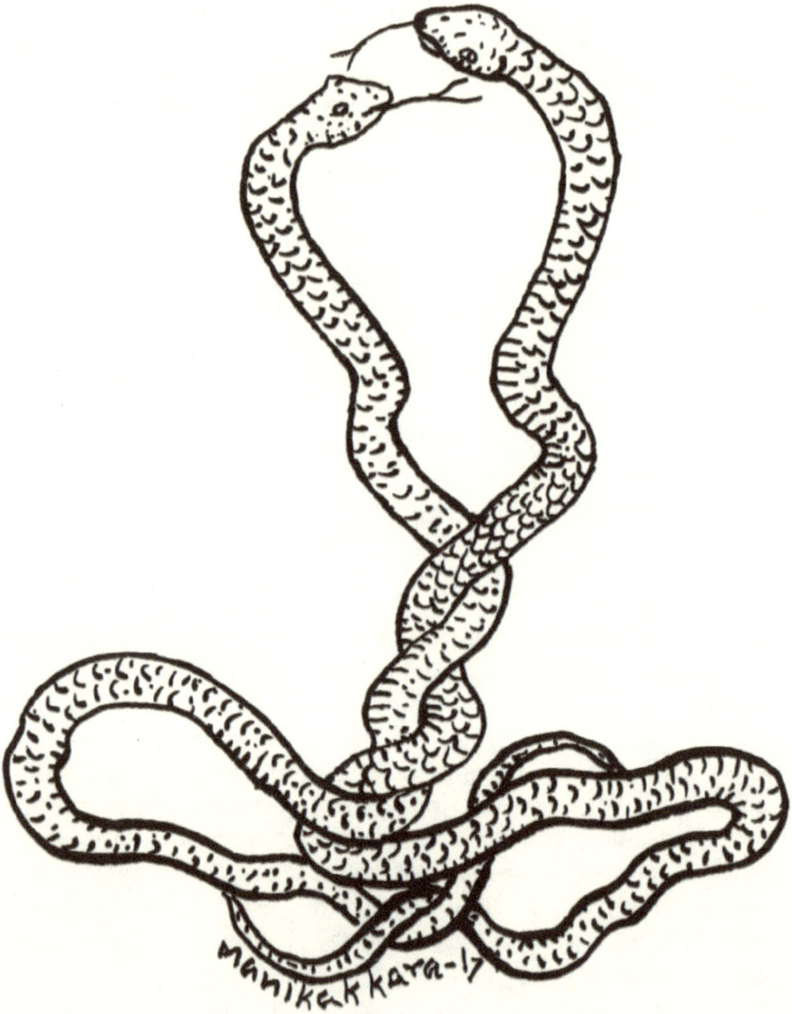
Manikakkara-17

ചെയ്യുന്നുണ്ടായിരുന്നു. സഹജീവികളെ സ്നേഹിക്കുന്നവരും ഭയക്കുന്നവരും എന്നിങ്ങനെ മനുഷ്യർ രണ്ടു ജാതിയുണ്ട്. ഇതിൽ ഏതിലാണ് നമ്മൾ ഉൾപ്പെടുന്നത് എന്നതാണ് കാര്യം.

കാക്കകൾ മനുഷ്യരെ ചുറ്റിപ്പറ്റിമാത്രം കഴിയുന്ന പക്ഷിയാണ്. എന്നിട്ടും അതിനോട് നീതിപുലർത്തിയ എഴുത്തുകാർ എത്രകുറവാണ്. ഒരുപക്ഷേ, ഒരു വൈലോപ്പിള്ളി ശ്രീധരമേനോൻ കണ്ടേക്കാം. ചേരയുടെ കാര്യവും ഇതുപോലെയാണെന്ന് എനിക്കിപ്പോൾ തോന്നുന്നു. വീട്ടിൽ കഴിഞ്ഞുവന്ന ചേരയ്ക്ക് ആരെങ്കിലും പേരിട്ടിരുന്നതായി ഞാനോർക്കുന്നില്ല. എന്നാൽ ഞാനതിനെ രഹസ്യമായി വിളിച്ചിരുന്നത് കുട്ടാപ്പു ചേരയെന്നാണ്. വീട്ടിൽ കഴിയുന്ന മിക്ക ജീവികൾക്കും പേരിടുന്ന ശീലമുണ്ടായിരുന്നു. ഞങ്ങൾക്ക് രോഹിണിയെന്നൊരു പശുവുണ്ടായിരുന്നു, അമ്മിണിയെന്നൊരു ആടുണ്ടായിരുന്നു. പെണ്ണാടാണ്. വളരെ ഓമനിച്ചാണതിനെ വളർത്തിയിരുന്നത്. അമ്മിണീന്ന് വിളിച്ചാലത് വിളികേൾക്കുമായിരുന്നു. കുഞ്ഞുംതള്ളയുമായി നാലഞ്ചാടുകൾ. ആട്ടിൻപാൽ കാച്ചി കുട്ടികൾക്ക് തരുമായിരുന്നു. ആട്ടിൻപാൽ കുട്ടികൾക്ക് നല്കുന്നത് നല്ലതാണെന്നായിരുന്നു ഞങ്ങളുടെ പരമ്പരാഗത വിശ്വാസം. കുട്ടിക്കാലത്ത് ഞങ്ങൾക്കൊപ്പം ചാടിക്കളിച്ച ആട്ടിൻകുട്ടികളെയൊക്കെ ഇപ്പോഴും ഓർമ്മയുണ്ട്. അമ്മിണിക്ക് വെളുപ്പും കറുപ്പും നിറമായിരുന്നു. വലിയ ചെവി മടങ്ങിക്കിടന്നിരുന്നു. അകിടിന് ചുകപ്പ് കൂടുതലായിരുന്നു. കുളമ്പുകൾ കറുത്തതായിരുന്നു. പുറകോട്ട് നീണ്ടുവളഞ്ഞ കൊമ്പുകളായിരുന്നു. കൊച്ചുകുട്ടികളെപ്പോലത് പായുമായിരുന്നില്ല. ആർക്കും അഴിച്ചുകൊണ്ടുപോയി കെട്ടാം. പാലുകറക്കാനും നിന്നുതരും. ആടിനു കൊളയൊടിച്ചു കൊടുക്കുന്ന പണി കുട്ടികൾക്കായിരിക്കും. പ്ലാവിന്റെ ഇലക്കൊമ്പുകളാണ് തീറ്റയ്ക്ക് കൊടുത്തിരുന്നത്. വലിയ പെരുന്നാളിന് അറുക്കാൻ കൊണ്ടുവരുന്ന മുട്ടനാടുകൾ ഉഗ്രപ്രതാപികളാണ്. ഇടിയന്മാരാണ്. താടിയും മീശയുമൊക്കെയുള്ള ഒത്ത ആടുകളെയാണ് ബലി നല്കുന്നത്.

എരുത്തിലിന്റെ കോലായിലോ, അയ്യത്തോ മുട്ടനാടിനെ കെട്ടിയാൽ തന്നെ അതിന്റെ രൂക്ഷഗന്ധം നാലയലത്തുപരക്കും. അമറലാണ് അസഹനീയം. വെറുതെ കിടന്ന് കരയുകയും കെട്ടിയമരത്തിൽ കുത്തിയും രണ്ടുകാലിൽ പൊങ്ങി ചീറ്റിയും തന്റെ ശൗര്യം പ്രകടിപ്പിക്കും. കുട്ടികളാരും അതിനടുത്തുപോകില്ല. കുട്ടികളെക്കണ്ടാൽ കുത്താനായതു കയറുപൊട്ടിക്കും. പ്ലാവിലക്കൊമ്പൊടിച്ച് ദൂരെ നിന്നാണതിന് എറിഞ്ഞു കൊടുക്കുക. മുക്കാൽ നൂറ്റാണ്ടിലേറെക്കാലമായി വലിയ പെരുന്നാളിന് മുട്ടനാടിനെ ബലി നല്കാറുണ്ട്. ഇക്കഴിഞ്ഞ വർഷമാണ് ആദ്യമായി അമ്മയുടെ നിർബ്ബന്ധപ്രകാരം അത് നിർത്തൽ ചെയ്തത്. റാവുത്തരന്മാർ ആട്ടിറച്ചിമാത്രമേ മുമ്പു കഴിച്ചിരുന്നുള്ളൂ. കാളയും പോത്തുമൊന്നും കഴിച്ചിരുന്നില്ല. എന്നാൽ ഈ അടുത്തകാലത്തായി ഇതിനു മാറ്റം വന്നിട്ടുണ്ട്. എങ്കിലും പാലക്കാട്ടും മറ്റും രാവുത്തരന്മാർ ഇതിൽ നിഷ്ഠ പാലി

ക്കുന്നുണ്ടുവെന്നാണ് അറിയാൻ കഴിഞ്ഞത്.

ഓണാട്ടുകരയുടെ കിഴക്കൻ മേഖലയിലെ പ്രധാന നെൽപ്പാടമാണ് കരിഞ്ഞാലിപ്പുഞ്ച. അറുപത്തിനാല് കാലുകളുള്ള വിസ്തൃതമായൊരു തണ്ണീർത്തടമാണിത്. കാലെന്ന് പറഞ്ഞാൽ കരയിലേക്ക് കയറികിടക്കുന്നയിടമെന്നേ അർത്ഥമുള്ളൂ. നമ്പൂതിരി ഇല്ലങ്ങളും, ഭട്ടതിരിമാരും ക്ഷേത്രങ്ങളും കെട്ടുത്സവങ്ങളും ഒക്കെ നടക്കുന്ന ഭൂമികയാണിത്. നദീതട സംസ്കാരമെന്നു വിശേഷിപ്പിക്കുമ്പോലെ തണ്ണീർത്തട സംസ്കാരമാണ് ഈ ഭാഗത്തുള്ളതെന്ന് പറയാം. തൊട്ടടുത്ത് അച്ചൻകോവിലാറുണ്ടെങ്കിലും പള്ളിമുക്കത്ത് ക്ഷേത്രം, ആണികുന്നത്ത് മഹാദേവർ ക്ഷേത്രം, പടനിലം ക്ഷേത്രം, മുതുകാട്ടുകര ക്ഷേത്രം, ചാമക്കാവ്, വടക്കടുത്തുകാവ്, കാരിമുക്കം തുടങ്ങി ഒരുപിടി ക്ഷേത്രങ്ങളുണ്ട്. ഇവിടൊക്കെ വ്യത്യസ്തമായ ആചാരങ്ങളും ഉത്സവങ്ങളുമാണ്. ഓണാട്ടുകരയുടെ തനത് സാംസ്കാരിക ഉത്സവമാണ് കെട്ടുകാഴ്ചകളെന്നു പറയാം. തേരും കുതിരയും കെട്ടുകാളകളുമാണ് ഇതിൽ പ്രധാനം. ക്ഷേത്രോത്സവങ്ങളുമായി കുട്ടിക്കാലത്തെ ഞങ്ങൾക്ക് നല്ല ബന്ധമുണ്ടായിരുന്നു. ക്ഷേത്രോത്സവങ്ങളിലെ കെട്ടുകാഴ്ചകൾ കാണാൻ വീട്ടിലെല്ലാവരും പോകും. അന്ന് വീട്ടിൽ ഇലയിട്ട് വിശേഷസദ്യയുണ്ടാകും. ഇതിലൊന്നും ഒരു വേർതിരിവും എന്റെ കുട്ടിക്കാലത്തുണ്ടായിരുന്നില്ല. ഇന്നുമില്ല. അവസരം കിട്ടുമ്പോഴൊക്കെ ഉത്സവങ്ങൾ കാണാൻ പോകാറുണ്ട്. ബന്ധുക്കളും വീട്ടിൽ അന്ന് വിരുന്നുവരും. ഒന്നോർത്താൽ ഇത്തരം ഗ്രാമ്യമായ ഉത്സവങ്ങൾക്ക് മനുഷ്യരെ ഒരുമിപ്പിക്കാൻ വലിയ ശക്തിയുണ്ടെന്നാണെന്റെ വിശ്വാസം. നമ്മുടെ രാജ്യത്ത് ഏറ്റവും അധികം തൊഴിൽ നല്കുന്നത് ഉത്സവങ്ങൾ തന്നെ, എത്രയെത്ര മനുഷ്യരാണ് ഉത്സവങ്ങൾ കൊണ്ട് ജീവിക്കുന്നത്. ശിവരാത്രിക്ക് ആഴ്ചകൾക്കുമുമ്പെ കെട്ടുമുട്ടിൽ ആരവം തുടങ്ങും. ഒരു കെട്ടുകാളയെ ഉണ്ടാക്കിയെടുക്കാൻ എത്ര തൊഴിൽ ദിനങ്ങളാണ് വേണ്ടിവരുന്നത്. പാണനും പതിയാനും ആശാരിയും ശില്പിയും കെട്ടുകാരും കൈവേലക്കാരും തുടങ്ങിയെത്രയെത്ര പേർ. ചെട്ടിക്കുളങ്ങരയിലെയും ചാമക്കാവിലെയും ഒക്കെ കുതിരകെട്ടിന് പ്രത്യേക പരിശീലനം സിദ്ധിച്ച കലാകാരന്മാരുണ്ട്. അവരുടെ അദ്ധ്വാനത്തിന്റെ ഫലമായാണ് കുതിരയും, തേരുമൊക്കെ ഉണ്ടാകുന്നത്. ചെട്ടിക്കുളങ്ങര ഭരണി ഉത്സവം യുനസ്കോയുടെ പൈതൃകപ്പട്ടികയിലും സ്ഥാനം പിടിച്ചിട്ടുണ്ട്. ഞങ്ങളുടെ ഗ്രാമത്തിൽ കെട്ടുകാളത്തല നിർമ്മിക്കുന്നതിൽ പ്രത്യേക വൈഭവം പുലർത്തുന്ന ആശാരിമാരുണ്ട്. പാലത്തടിയിൽ മാസങ്ങൾ നീണ്ടുനില്ക്കുന്ന അദ്ധ്വാനംകൊണ്ടാണ് ഓരോ കാളത്തലയും രൂപപ്പെടുത്തുന്നത്. എന്റെ അടുപ്പക്കാരനായിരുന്ന ചുനക്കര രാജനെന്ന ശില്പി ഇതിൽ വലിയ വൈദഗ്ദ്ധ്യം നേടിയ ആളായിരുന്നു. കാളത്തല നിർമ്മിതിയിൽ ദേശീയ അംഗീകാരവും അദ്ദേഹത്തിന് ലഭിച്ചു. ഈ അടുത്തകാലത്ത് അദ്ദേഹം മരണപ്പെട്ടു. കാളത്തല നിർമ്മിതി ക്ലാസിക്കൽ ശൈലിയിലും തനതുശൈലിയിലും നടത്താറുണ്ട്.

ഓച്ചിറ, നൂറനാട്, താമരക്കുളം തുടങ്ങി മിക്ക ക്ഷേത്രങ്ങളിലും ക്ലാസിക്കൽ ശൈലിയിലാണ് നിർമ്മാണം. എന്നാൽ ദളിതർക്ക് നടത്തിപ്പിലും പൂജയിലും പങ്കാളിത്തമുള്ള ദുര്യോധന ക്ഷേത്രമായ മലനടയിൽ തനതു ശൈലിയിലാണ് നിർമ്മിതി. കാളക്കൂറ്റന്റെ ശരീര വടിവും തലയുമൊക്കെയുള്ള കെട്ടുകാളകളാണിവിടെ. ഇത്തരത്തിലുള്ള എടുപ്പുകാളകളെ തോളിലേറ്റിയാണ് ഉത്സവത്തിന് കരക്കാർ കൊണ്ടുവരുന്നത്. മറ്റിടങ്ങളിൽ ചക്രങ്ങൾ പിടിപ്പിച്ചാണുതാനും. നൂറനാടിനെ നന്ദികേശപൈതൃകഗ്രാമമാക്കി സർക്കാർ പ്രഖ്യാപിച്ച് സംരക്ഷിക്കാനുള്ള നടപടികൾക്ക് തുടക്കമായിട്ടുണ്ട്.

പടനിലത്ത് ശിവരാത്രിക്ക് കെട്ടുത്സവം കാണാൻ പോയ ഒരു മുസ്ലീം കുടുംബത്തിലെ സ്ത്രീ കിണറ്റിൽ വീണെന്നും 'കുപ്പി കിണറ്റിൽ വീണേന്ന്' വിളിച്ചുകൂവിയപ്പോൾ കുപ്പിയല്ലേ വീണുള്ളു പോകട്ടെയെന്ന് വഴിപോക്കർ വിചാരിച്ചുവത്രെ. പിന്നീടാണറിയുന്നത് കുപ്പീന്ന് പറഞ്ഞാൽ അപ്പച്ചീന്നാണെന്നും ഒരു മനുഷ്യസ്ത്രീയാണ് കിണറ്റിൽ വീണതെന്നറിയുന്നതും. ഇതൊരു തമാശക്കഥയാവാം. അത്തമ്മയാണ് കുട്ടിക്കാലത്ത് ഇക്കഥയെനിക്ക് പറഞ്ഞുതന്നത്. പഴമക്കാർ ഇപ്പോഴും അപ്പച്ചിയെ 'കുപ്പി' യെന്നു വിളിച്ചുകേൾക്കാറുമുണ്ട്.

മുമ്പ് ഞങ്ങളുടെ അന്തിച്ചന്തയിൽ സർക്കസുകാരും മന്ത്രവാദികളും ലാടവൈദ്യന്മാരുമൊക്കെ വരുമായിരുന്നു. നാട്ടുകാരെ ഓരോ വേലത്തരങ്ങൾ കാട്ടി രസിപ്പിക്കാനാണ് സർക്കസുകാരുടെ വരവ്. മറ്റ് വിനോദമൊന്നും അക്കാലത്തുണ്ടായിരുന്നില്ലല്ലോ. കുഞ്ഞും തള്ളയും ഒക്കെയടങ്ങുന്ന സംഘമായാണ് സർക്കസുകാരെത്തുന്നത്. ഇരുപതടിയെങ്കിലും പൊക്കത്തിൽ മുക്കാലിനാട്ടി അതിൽ കമ്പികെട്ടി കൊച്ചുകുട്ടികൾ തലയിൽ കുടംവച്ച് അതിലൂടെ നടക്കും. അന്തിച്ചന്തയിൽ വരുന്നവരൊക്കെ ശ്വാസമടക്കിപ്പിടിച്ച് ആകാശത്തുകൂടി കമ്പിയിൽ നടക്കുന്ന കുട്ടികളുടെ വേലത്തരങ്ങൾ നോക്കിനില്ക്കും. അവർ നല്കുന്ന നാണയത്തുട്ടുകളാണ് സർക്കസുകാരുടെ വരുമാനം. മുഷിഞ്ഞവേഷം ധരിച്ച് തലമുടിപിന്നിയിട്ട് നടക്കുന്ന പെൺകുട്ടികളാവും സർക്കസ് കാണിക്കുന്നത്. സൈക്കിൾ യജ്ഞം ആഴ്ചകളോളം നീണ്ടുനില്ക്കും. സൈക്കിളിൽ എന്തെന്തു വേലത്തരങ്ങളാണോ അവർ കാട്ടുന്നത്. സന്ധ്യ മയങ്ങുന്നതോടെയാണ് പരിപാടി തുടങ്ങുന്നത്. നാട്ടുകാരൊക്കെ പരിപാടി കാണാൻ ചുറ്റും കൂടി നില്ക്കും. മണ്ണിൽ കുഴികുത്തി ഒരാളെ കബറടക്കും. മൂന്നാം നാളിൽ കബർ പൊളിച്ച് ആൾ പുറത്തെത്തും. ഞങ്ങളൊക്കെ അത്ഭുതത്തോടെയാണ് ഇതൊക്കെ കണ്ടത്. മയിലെണ്ണയുമായി വരുന്ന ലാടന്മാർ കരടിനെയ്യും പുലിനഖവുമൊക്കെ വില്ക്കും. തലയിൽ കരടിനെയ്യ് പുരട്ടിയാൽ മുടിതഴച്ചുവളരുമെന്നാണ് നാട്ടുകാര് വിശ്വസിച്ചിരുന്നത്.

ശിബ്ലൻപരീത് എന്നൊരാൾ കരടിനെയ്യ് തലയിൽപുരട്ടി മുടിയെല്ലാം പൊഴിഞ്ഞുപോയകഥ ഞാൻ എഴുതിയിട്ടുണ്ട്. യഥാർത്ഥത്തിൽ അത്ത

Manikakkara-17

രത്തിൽ അക്കിടിപറ്റിയ ഒരാൾ എന്റെ നാട്ടിലുണ്ടായിരുന്നു. ഞാൻ കാണുമ്പോൾ അയാൾ തലയിൽ തോർത്തുമുണ്ട് കെട്ടിയിരുന്ന് മാടക്കടയിൽ ബീഡി തെറുക്കുകയായിരുന്നു. തലയിൽക്കെട്ട് അയാളൊരിക്കലും അഴിച്ചിരുന്നില്ല. ഹിന്ദുസമുദായത്തിൽപ്പെട്ട ഒരാളായിരുന്നു. അയാളെന്താണ് ചില മുസ്ലീങ്ങളെപ്പോലെ എപ്പോഴും തലയിൽ കെട്ട് കെട്ടി നടക്കുന്നതെന്ന് അന്വേഷിച്ചപ്പോഴാണ് കരടിനെയ്യുടെ കഥ എനിക്കാരോ പറഞ്ഞുതന്നത്. അയാളുടെ പുരികക്കൊടിപോലും നെയ്യ് പ്രയോഗത്തിൽ കൊഴിഞ്ഞുപോയിരുന്നു.

ചേരയെ പിടുത്തക്കാരൻ കുരുതേവൻലാടന്റെ കഥകൂടി പറയാം. ചേരകൾ എമ്പാടും ഇഴഞ്ഞു നടന്നിരുന്ന ഞങ്ങളുടെ നാട്ടിടവഴിയിലൂടെ ചേരയെപിടുത്തക്കാർ സഞ്ചരിച്ചിരുന്ന കഥകൾ ഞാൻ കേട്ടിരുന്നു. അവരൊക്കെ തമിഴരായിരുന്നുവത്രെ. ചേരയുടെ തുകൽകൊണ്ട് പേഴ്സും ബെൽറ്റും മറ്റ് വസ്തുക്കളും ഉണ്ടാക്കാനാണന്നാണ് പറഞ്ഞുകേട്ടത്. എന്നാൽ നാട്ടിൽ എലിവിഷം പ്രചരിപ്പിക്കാൻ ചേരകളെ മുഴുവൻ നശിപ്പിച്ചതാണെന്ന് പിന്നീടെപ്പോഴോ ഞാൻ വായിച്ചുമനസ്സിലാക്കി. എലിയെപ്പിടുത്തക്കാരെ ഞാൻ കണ്ടിട്ടുണ്ട്. എന്റെ കുട്ടിക്കാലത്ത് ഞങ്ങളുടെ പറമ്പിൽനിന്ന് എലിയെ പിടിക്കാനവർ വരുമായിരുന്നു. തലയിൽ പാളത്തൊപ്പി ധരിച്ച് ഒറ്റമുണ്ടുമാത്രം ഉടുത്ത് കൈയിലൊരുവടിയും കൊച്ചുപിച്ചാത്തിയുമായാണ് അവർ വന്നിരുന്നത്. കറുത്തുമെലിഞ്ഞ മനുഷ്യക്കോലങ്ങൾ പറമ്പിൽനിന്ന് പിടിച്ചെടുത്ത എലികളെ നിരനിരയായി വീട്ടുമുറ്റത്തുകൊണ്ടുവയ്ക്കും. ഓരോന്നിനും തലയെണ്ണി അത്തിത്ത കാശു നല്കും. കൃഷി നശിപ്പിക്കുന്ന എലിയെ തുരത്താനും പിടിക്കാനും പല വഴികളുണ്ടായിരുന്നു. എലിപ്പത്തായം, അടിവില്ല്, എളിമൂളി, എലിവിഷം. തുരപ്പനെലിയെ പിടിക്കുന്ന അമ്പും വില്ലും അങ്ങനെ അങ്ങനെ. ഞങ്ങളുടെ വടക്കേപ്പുറമ്പിന്റെ അതിരിലൊക്കെ 'തഴ' വെട്ടുന്ന കടച്ചകളുണ്ടായിരുന്നു. പാനെയ്ത്തുകാർ വന്ന് തഴവെട്ടി ഉണക്കി മെത്തപ്പാ നെയ്തു തരും. തഴപ്പാ നിർമ്മാണത്തിൽ പേരുകേട്ട 'തഴവാ' ഞങ്ങളുടെ നാട്ടിൽ നിന്ന് വളരെ ദൂരെയല്ലതാനും. പുൽപ്പായും തഴപ്പായും മെത്തപ്പായുമായിരുന്നു അക്കാലത്ത് ഉണ്ടായിരുന്നത്. തഴവെട്ടി പാനെയ്യാൻ തേവിയും കാളിയും വീട്ടിൽ വരുമായിരുന്നു. പുറം പണിയാണവർ ചെയ്തിരുന്നത്.

നമ്മുടെ ഒന്നാമത്തെ പ്ലാനിങ് കമ്മീഷനിൽ അംഗമായിരുന്ന ഗാന്ധിയൻ സാമ്പത്തിക ശാസ്ത്രജ്ഞനായിരുന്ന ജെ സി കുമരപ്പ ഒരിക്കൽ തഴപ്പാ നിർമ്മാണത്തെക്കുറിച്ച് മനസ്സിലാക്കാൻ തഴവായിലെ ഒരു മുസ്ലിം കുടുംബത്തിൽ വന്നു. വന്നവർക്കിരിക്കാൻ തഴകൊണ്ട് നിർമ്മിച്ച 'തടുക്ക' ആ കുടുംബം നല്കി. കൂട്ടത്തിൽ പ്രമുഖനെന്ന് തോന്നിച്ചിരുന്ന കുമരപ്പയ്ക്ക് ജപ്പാൻ നിർമ്മിതമായൊരു ഇരിപ്പ് മെത്തയാണിട്ടുകൊടുത്തത്. മനോഹരവും പ്രകൃതിദത്തവുമായ മെത്ത നെയ്യുന്ന തൊഴിലാളികൾക്കുപോലും അവരുടെ ഉല്പന്നത്തെക്കുറിച്ച് മതിപ്പില്ലാത്തതിന്റെ തെളിവായാണ് ഈ സംഭവം കുമരപ്പ *എക്കണോമി ഓഫ് ദി പെർമനൻസ്* എന്ന

കൃതിയിൽ ചൂണ്ടിക്കാട്ടുന്നത്. ഞങ്ങളുടെ വീട്ടിൽ ഇലവ് ഉണ്ടായിരുന്നതിനാൽ പാണന്മാർ വന്ന് പഞ്ഞിമെത്തയുണ്ടാക്കിതത്തരും. വീട്ടിലെ മുതിർന്നവരാണ് പഞ്ഞിമെത്തയിൽ കിടന്നിരുന്നത്. മറ്റുള്ളവർ മെത്തപ്പായിലും. 'തഴ' മൺകലത്തിൽ കെട്ടി നനച്ച് വലിക്കുമ്പോൾ ഒരു പ്രത്യേക ശബ്ദം കേൾക്കും. ഇതാണ് എലിമൂളി. സന്ധ്യക്ക് എലിമൂളി ശബ്ദം കെട്ടാൽ പിന്നെ എലികളൊക്കെ ഓടിയൊളിക്കും. ഇങ്ങനെ സന്ധ്യയാകുമ്പോൾ പലപറമ്പിൽനിന്നും എലിമൂളി ശബ്ദം ഉയർന്നു കേൾക്കുമായിരുന്നു. ചീവീടിന്റെ ശബ്ദംപോലെയത് ഉച്ചത്തിൽ ഗ്രാമം മുഴുവൻ മുഴങ്ങും. ചീനി വിളഞ്ഞുകിടക്കുന്ന പറമ്പിൽ എലിമൂളി ശബ്ദം കേൾപ്പിക്കാൻ ഞാനും പണിക്കാരോടൊപ്പം പോയിരിക്കാറുണ്ടായിരുന്നു. എനിക്കതൊരു വലിയ രസമായിരുന്നു.

വീട്ടിൽ ചേരയുണ്ടെങ്കിൽ പിന്നെ എലിയെ പേടിക്കേണ്ടതുമില്ല. അവ ഇറങ്ങി എലിയെ പിടിച്ചോളും. ഏമം തട്ടിയവർക്കു നല്കുന്ന ചികിത്സ വെറും കെട്ടുകഥയല്ല. ചേരയിട്ടുപുഴുങ്ങിയ വെള്ളത്തിൽ നെല്ലുപുഴുങ്ങി ആ നെല്ല് കരിങ്കോഴിയെക്കൊണ്ട് തീറ്റിച്ച് ആ കോഴിയെ സൂപ്പുവച്ചു കഴിച്ചാൽ ശരീരത്തിനേറ്റ പരിക്കുകൾ ഭേദമാകുമെന്ന് പഴമക്കാരാരോ എനിക്ക് പറഞ്ഞുതന്നതാണ്. കാട്ടുവൈദ്യമാവാനാണ് സാദ്ധ്യത. കരിങ്കോഴിയെയും കരിമ്പൂച്ചയെയുമൊക്കെ ഇങ്ങനെ സൂപ്പുവച്ചുകഴിക്കുന്നവർ നാട്ടിലുണ്ടായിരുന്നു.

തിരുവനന്തപുരം യൂണിവേഴ്സിറ്റി കോളേജിൽവച്ച് നടത്തിയിരുന്ന ഒരു സായാഹ്നകോഴ്സ് പബ്ലിക് റിലേഷൻ ആന്റ് ജേർണലിസത്തിന് ഞാൻ പഠിക്കുമ്പോൾ അവിടെയൊരു വൃദ്ധനായൊരു ഓഫീസ് സഹായി ഉണ്ടായിരുന്നു. അയാൾ നഗരത്തിലെ ഓരോ കഥകൾ ചില ഇടവേളകളിൽ എന്നോടുപറയും. ഞാനയാളോട് ഓരോന്നു കുത്തിക്കുത്തി ചോദിച്ചു മനസ്സിലാക്കിയിരുന്നു എന്നുപറയുന്നതാവും കൂടുതൽ ശരി. അങ്ങനെയൊരിക്കൽ പറഞ്ഞുതന്നതാണ് നഗരത്തിലെ ഒരു വിടന്റെ കഥ. അവിടത്തെ ചില പ്രത്യേക തെരുവുകളിലൂടെ 'വൈക്കോലുവേണോ' എന്നു വിളിച്ചുചോദിച്ച് ഒരാൾ ഒരു ഉന്തുവണ്ടിയിൽ വൈക്കോലുമായി നീങ്ങുമായിരുന്നു. വൈക്കോലുകച്ചവടത്തേക്കാൾ സ്ത്രീവിഷയങ്ങളിലായിരുന്നു അയാൾക്ക് കമ്പം. അത്തരംകാര്യങ്ങളിൽ മഹാവിരുതനുമായിരുന്നു. ആ തെരുവിലെ പലസ്ത്രീകളുമായി അയാൾ രഹസ്യവേഴ്ച നടത്തിപ്പോന്നിരുന്നു. വൈക്കോലുക്കച്ചവടം അയാൾക്കതിനുള്ള ഒരു മറമാത്രമായിരുന്നു. അതുപോലെ തിരുവിതാംകൂറിലെ ഒരു ദിവാൻ തന്റെ ലൈംഗികശക്തി വർദ്ധിപ്പിക്കാനായി പാലുകാച്ചിക്കുറുക്കി അതിൽ കാന്താരിമുളക് ഉടച്ചുചേർത്ത് കഴിക്കുമായിരുന്നുവെന്ന അറിവും ആ വൃദ്ധനാണെനിക്ക് പറഞ്ഞുതന്നത്. പട്ടണത്തിലെ ഉന്നതദാസി കുടുംബങ്ങളിലെ നിത്യസന്ദർശകനായിരുന്നുവത്രെ ഈ ദിവാൻ.

പേൻ

നല്ല ഐശ്വര്യമുള്ള ഒരു സ്ത്രീയായിരുന്നു അത്തമ്മ. (ഫാത്തിമാ ബീവി) വലിയ വട്ടമുഖം. ഗോതമ്പിലും വെളുത്തനിറം. ഉരുണ്ടമൂക്കിൽ കെട്ടുള്ള വലിയ മൂക്കുവാളി. എന്റെ കുട്ടികാലത്ത് മുസ്ലീം സ്ത്രീകളൊക്കെ മൂക്കുത്തിയും മൂക്കുവാളിയും ധരിക്കുമായിരുന്നു. പിന്നീടെപ്പോഴോ അതൊരു ഫാഷനല്ലാതെ മാറി. പഴമക്കാരിൽ അപൂർവ്വമായി മൂക്കുവാളി കാണാറുണ്ട്. കാതുകുത്തു കല്യാണമൊക്കെ കെങ്കേമമായാണ് പഴയകാലത്ത് നടത്തിയിരുന്നത്. ആറേഴ് വയസ്സാകുമ്പോഴാണ് ചടങ്ങ് നടക്കുക. പെൺകുട്ടികളുടെ മൂക്കും കാതുമൊക്കെ കുത്തിക്കുഴിക്കും. കാതിൽ ഇഷ്ടംപോലെ തുളയിടണം. പലതരത്തിലുള്ള ആഭരണം കുത്തിനിറയ്ക്കാനാണ്. കാതുകുത്തുമ്പോൾ പെൺകുഞ്ഞുങ്ങൾ കിടന്നു നിലവിളിക്കും. അതു പുറത്തു കേൾക്കാതിരിക്കാൻ ഉച്ചത്തിൽ മൗലൂദ് (നബിയെ പുകഴ്ത്തിയുള്ള കാവ്യം) ഉറക്കെ ഓതും. വക്കം അബ്ദുൾ ഖാദർ മൗലവിയുടെയും മറ്റും നേതൃത്വത്തിൽ നടത്തിയ നവോത്ഥാന (ആചാര പരിഷ്കരണം) പ്രവർത്തനങ്ങളാണ് കാതുകുത്തു കല്യാണം നിന്നുപോകാൻ ഇടയാക്കിയത്. അത്തമ്മായുടെ കാതിൽ വട്ടകമ്മൽ. കഴുത്തിൽ നല്ലമുളക് മണിമാല, കൈയിൽ വാതവള. ആവശ്യത്തിനുയരം. വണ്ണം അല്പം കൂടും. വാർദ്ധക്യത്തിലും പ്രകാശം പരത്തുന്ന സ്ത്രീയായിരുന്നു. അത്തമ്മായുടെ ദേഷ്യം അരണയുടെ ഓർമ്മ പോലെയായിരുന്നു. അരണ ഒരാളെ കടിക്കാനായി വന്നാൽ അടുത്തു വരുമ്പോഴേക്കും മറന്നുപോകുമത്രെ. അത്തമ്മായുടെ ദേഷ്യവും അരനാഴികയേ നില്ക്കൂ. കുട്ടികളുടെ കുസൃതിത്തരങ്ങളൊക്കെ കണ്ട് ചിലപ്പോ പിണങ്ങും. എന്നാൽ അടുത്തനിമിഷത്തിലത് മറക്കും. അത്തമ്മ തട്ടുപടിയിൽ മെത്തവിരിച്ചാണ് കിടന്നിരുന്നത്. അക്കാലത്ത് മുതിർന്ന

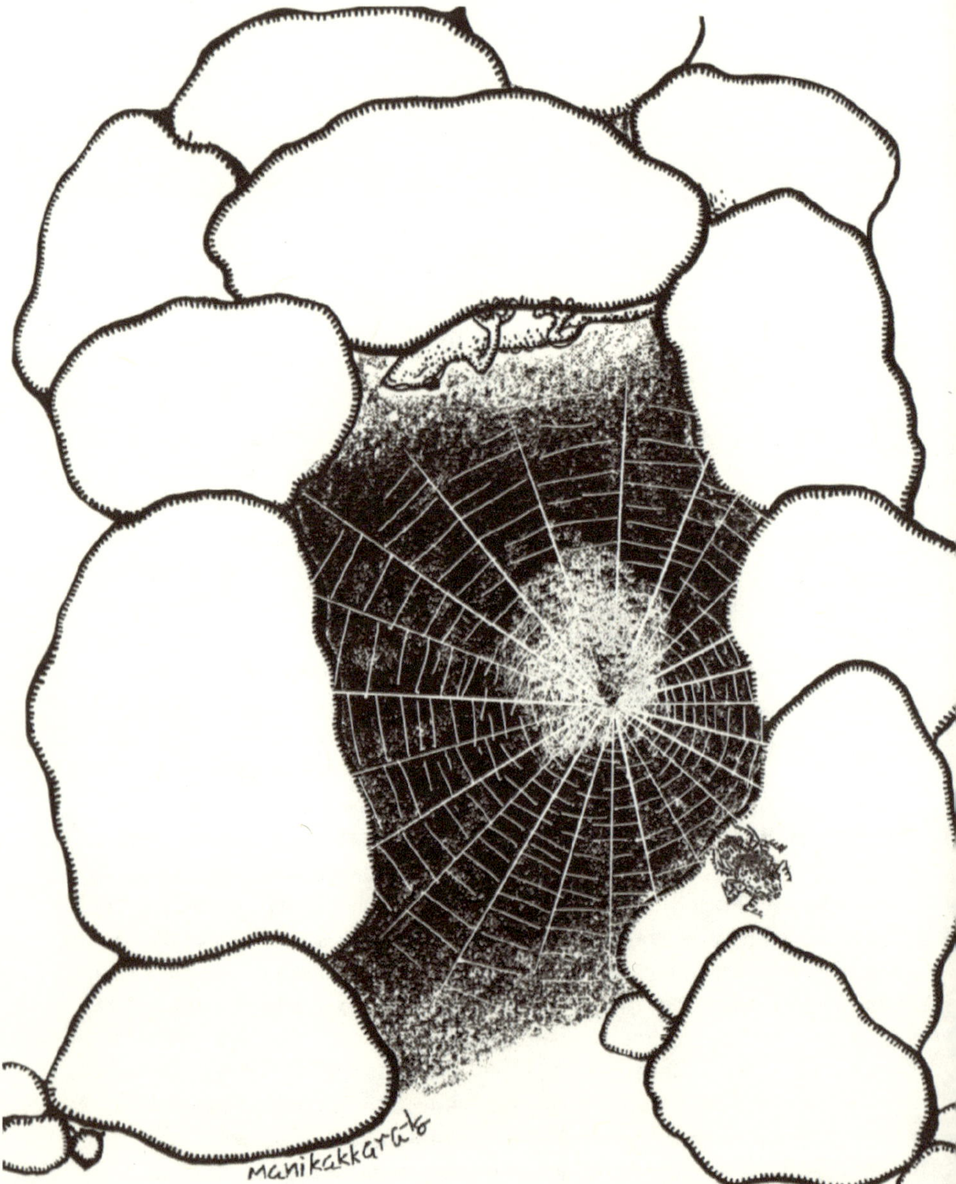

വർക്കാണ് കുടുംബത്തിൽ മുന്തിയ പരിഗണന ലഭിച്ചിരുന്നത്. ഇക്കാലത്തത് കുട്ടികളിലേക്ക് മാറി.

കസവ് നേര്യതും മുണ്ടുമായിരുന്നു അത്തമ്മായുടെ വേഷം. കൈമുട്ടോളം ഇറക്കത്തിൽ ചട്ടധരിച്ചിരുന്നു. എൺപതുവയസ്സിലധികം ജീവിച്ചു. ബ്ലഡ്പ്രഷർ ഉണ്ടായിരുന്നു. വെളുത്തുള്ളിയുടെ ഗന്ധമുള്ള ഗുളികകൾ അത്തമ്മ കഴിച്ചിരുന്നത് ഞാനോർക്കുന്നുണ്ട്. റബ്ബർ ഗുളികപോലൊരു തരം ഗുളികയായിരുന്നു. അതിനുള്ളിൽ വെളുത്തുള്ളിനീരായിരിക്കണം. കാതിയക്കായ്ക്ക് വയറ്റുകടി രോഗമുള്ളതിന്റെ കഥയും ലബ്ബ സാഹിബിന്റെ ചികിത്സയുമൊക്കെ *തൈക്കാവിലെ പുരാണ*ത്തിലുണ്ട്. എന്നാൽ അത്തമ്മ ഫാത്തിമാബീവിക്ക് അങ്ങനെ വയറ്റുകടിയൊന്നുമുണ്ടായിരുന്നില്ല.

ചക്കുവിളയിൽ പുരയിടത്തിൽ താമസിക്കുമ്പോൾ നാട്ടിൽ പടർന്നുപിടിച്ച ഏതോ രോഗംമൂലം അത്തമ്മായുടെ മൂത്ത രണ്ടാൺമക്കൾ തൊട്ടടുത്ത ദിവസങ്ങളിലായി മരണപ്പെട്ടു. ഒരമ്മയ്ക്കും സഹിക്കാനാവാത്ത കഠിനദുഃഖമാണത്. ഇതിന്റെ ഒരാഘാതം അത്തമ്മായ്ക്ക് ജീവിതകാലം മുഴുവൻ ഉണ്ടായിരുന്നു. മക്കളുടെ അകാലമരണം ഉണ്ടായതോടെ അത്തിത്ത അവിടെനിന്ന് ഇപ്പോൾ താമസിക്കുന്ന പുരയിടത്തിലേക്ക് വീടുവച്ചുമാറുകയായിരുന്നു. ചക്കുവിളപുരയിടത്തിൽ കുറച്ചുഭാഗം ഇപ്പോഴും ഞങ്ങളുടെ കൈവശമുണ്ട്. മൂന്നുപെൺമക്കൾ പിറന്നശേഷമാണ് എന്റെ അച്ഛൻ (അത്ത) ജനിക്കുന്നത്. അത്ത വീട്ടിൽനിന്ന് പുറത്തിറങ്ങി മടങ്ങിയെത്തുന്നതുവരെ അത്തമ്മായുടെ മനസ്സ് പ്രക്ഷുബ്ധമായിരിക്കും. എന്തെങ്കിലും ആപത്തുവരുമോയെന്ന ആകുലതയായിരിക്കും. ആൺകുട്ടികളോടൊരു പ്രത്യേക വാത്സല്യം അത്തമ്മായ്ക്കുണ്ടായിരുന്നു. കൊച്ചുമക്കളെന്ന നിലയിൽ ഞങ്ങളത് ആവോളം നുകർന്നിട്ടുണ്ട്.

കാച്ചിയ എണ്ണതേച്ച് മുടിയെപ്പോഴും മിനുക്കിവയ്ക്കുന്ന സ്വഭാവക്കാരിയായിരുന്നു. ഇടതിങ്ങിയ മുടിയുടെ നെറ്റിഭാഗം മാത്രമേ നരച്ചിരുന്നുള്ളു. കാട്ടുകാച്ചിലും കൈയോന്നിയും കുണുക്കിട്ടാട്ടിയും ഒക്കെ ചേർത്ത് എണ്ണകാച്ചിയാണ് മരിക്കുവോളം തലയിൽ തേച്ചിരുന്നത്. എണ്ണയ്ക്കാവശ്യമായ മരുന്നുകളൊക്കെ വീട്ടിൽ വളർത്തിയിരുന്നു. അക്കാലത്ത് എണ്ണകാച്ചാനാളുമുണ്ടായിരുന്നു. കുട്ടിക്കാലത്ത് എണ്ണകാച്ചാനാവശ്യമായ മരുന്നുപറിക്കാനായി ഞങ്ങൾ കുട്ടികൾ പറമ്പിലും മറ്റും അലയാറുണ്ടായിരുന്നു. കാളക്കൊമ്പൻ എന്നൊരു പച്ചിലച്ചെടി തേടിയാണ് കൂടുതൽ അലഞ്ഞിരുന്നത്. കാട്ടുകാച്ചിൽ കിഴങ്ങ് മരത്തിലാണ് വളർന്നിരുന്നത്. ഇങ്ങനെയൊക്കെ എണ്ണകാച്ചി തലയിൽ തേച്ചിരുന്നെങ്കിലും ഇഷ്ടംപോലെ പേനുകൾ ആ തലയിൽ വളർന്നിരുന്നു. എന്നാൽ ഒരു പേൻമുഴുപ്പിയെന്നു പറയാനാവില്ല.

കൂടെ കൂടെ തലചീകി പേൻ കൊല്ലുന്നതുകാണാം. ഈരോലി കൊണ്ട് പേൻ കുത്തിക്കും. പേനിനെയും ഈരിനെയും ഇങ്ങനെ കൊല്ലിക്കുന്നത് ഒരു സുഖത്തിനുവേണ്ടികൂടിയാവാം. നന്മയുള്ളവരുടെ തലയി

Manikakkara-18

യാണത്രെ പേൻ വളരുക. ദുഷ്ടന്മാരുടെ തലയിൽ പേൻ ജീവിക്കില്ലെന്നാണ് അത്തമ്മായുടെ വിചാരം. പേൻകൊല്ലൽ മുറയ്ക്കു നടന്നിരുന്നെങ്കിലും അതിനോട് വല്ല ശത്രുതയും ഉള്ളതായി തോന്നിയിരുന്നില്ല. അത്തമ്മായുടെ മരണസമയത്ത് മക്കളും കൊച്ചുമക്കളും കിടക്കയ്ക്കരുകിൽ തന്നെയുണ്ടായിരുന്നു. എന്നിട്ടും വാതുക്കൽ ആരാണ് വന്നുനില്ക്കുന്നതെന്ന് ശൂന്യമായ വാതിലേക്ക് നോക്കി അത്തമ്മ ചോദിച്ചു. അപ്പോൾ അവിടെ കൂടിനിന്ന മുതിർന്ന സ്ത്രീകളിലാരോ അടക്കം പറഞ്ഞു. അസ്രായീൽ മലക്കാകും. റൂഹു (ജീവൻ) പിടിക്കാൻ വന്നതാവും. അസ്രായീൽ മലക്കാണ് മനുഷ്യരുടെ ജീവനെടുക്കാൻ വരുന്നതെന്നാണ് മുസ്ലീങ്ങളുടെ വിശ്വാസം. യമദേവൻ ജീവൻ എടുക്കാൻ വരുന്നുവെന്ന് ഹിന്ദുക്കൾ വിശ്വസിക്കുന്നതുപോലെ തന്നെ. ഹിന്ദുക്കളുടെ ദേവന്മാരാണ് മുസ്ലീങ്ങളുടെയും ക്രിസ്ത്യാനികളുടെയും മലക്കും മാലാഖയുമെന്ന് എനിക്ക് തോന്നിയിട്ടുണ്ട്. സാമ്യങ്ങൾ അത്രകണ്ട് ശക്തമാണ്. ഇതറിഞ്ഞാൽത്തന്നെ മതങ്ങൾ തമ്മിലുള്ള ഭിന്നതകൾ വളരെ കുറയുമെന്നാണെനിക്കു തോന്നുന്നത്. ഇക്കാര്യം *തൈക്കാവിലെ പുരാണ*ത്തിൽ ആവർത്തിച്ചെഴുതിയിട്ടുണ്ട്. ജീവനെടുക്കേണ്ടയാളിന്റെ അരുകിലേക്ക് അസ്രായീൽ മലക്ക് മൂന്നുതവണ വരും. മറ്റാർക്കും അദൃശ്യരൂപിയായ ഈ മലക്കിനെ കാണാനാവില്ല. എന്നാൽ മരിക്കാൻ കിടക്കുന്നയാളിന് കാണാനാകും. അതുകൊണ്ടാണ് അത്തമ്മ വാതുക്കൽ ആരാണ് വന്നുനില്ക്കുന്നതെന്ന് ചോദിച്ചത്. എനിക്ക് അത്തമ്മാ മരിക്കുന്നതോർത്ത് വലിയ വിഷമം തോന്നി. എന്റെ കണ്ണുകൾ നിറഞ്ഞു. ചില പെണ്ണുങ്ങൾ മരണത്തിനുമുമ്പായുള്ള ചക്രശ്വാസത്തിന്റെ മുഴക്കം കേൾക്കുന്നുണ്ടോയെന്ന് ചെവി വട്ടം പിടിക്കുന്നുണ്ടായിരുന്നു. മതകാര്യങ്ങളിലൊക്കെ അറിവുള്ള സ്ത്രീകളാവണം. ഇത്തരം സന്ദർഭങ്ങളിൽ അത്തരക്കാർ വീടുകളിൽ വന്നുചേരാറുണ്ട്.

അത്തമ്മാ പണ്ടൊരിക്കൽ പറഞ്ഞകാര്യം ഞാനോർത്തു. മനുഷ്യരുടെ തലയിലെ പേനുകളാണത്രെ ആദ്യം മരണഗന്ധം തിരിച്ചറിയുന്നത്. ആൾ മരണപ്പെടുന്നതിന് മുമ്പുതന്നെ പേനുകൾ വാല വാലെ ഇറങ്ങിപ്പോകും. അതുകണ്ടാലറിയാം ആളിപ്പോൾ മരണപ്പെടുമെന്ന്. എല്ലാവരും അത്തമ്മായുടെ ചുറ്റുമിരുന്ന് ശുശ്രൂഷിക്കുമ്പോൾ എന്റെ കണ്ണുകൾ തട്ടുപടിയിലും തിണ്ണയിലും വേദനയോടെ പേൻകൂട്ടം ഇഴഞ്ഞുപോകുന്നുണ്ടോയെന്ന് പരതുകയായിരുന്നു. കാതിയക്കായുടെ മരണത്തെക്കുറിച്ച് എഴുതിയപ്പോൾ ഈ രംഗങ്ങളാണെനിക്ക് ഓർമ്മവന്നത്. അത്തമ്മ പറഞ്ഞതുപോലെ പേനുകളാണല്ലോ മനുഷ്യരുടെ ശരീരത്തിൽ കഴിയുന്ന ജീവിവർഗ്ഗം. മനുഷ്യരുടെ രക്തം കുടിച്ചുജീവിക്കുന്ന ഈ പേനുകൾ മനുഷ്യരുടെ രക്തബിന്ദുക്കൾ തന്നെയാണ്. അവർ തന്നെയാവണം മരണം അടുത്തതായി ആദ്യം തിരിച്ചറിയുക. സുരക്ഷിതമായൊരു തല തേടിയുള്ള അവയുടെ പലായനം ഒരത്ഭുത പ്രതിഭാസം തന്നെ. പേനുകളെക്കുറിച്ചുള്ള കടങ്കഥ ഞാൻ പറഞ്ഞുകേട്ടത് ഇളയ അപ്പച്ചിയുടെ

ഭർത്താവും കഥാപ്രസംഗം എഴുത്തുകാരനുമായ എ എം സാഹിബ്ബിൽ നിന്നാണ്. മലയാള ഭാഷയിൽ നല്ല പിടിപാടുള്ള ആളാണദ്ദേഹം. നൂറു കണക്കിന് കഥാപ്രസംഗ കലാകാരന്മാർ അദ്ദേഹത്തിന്റെ ശിഷ്യരായുണ്ട്. സാഹിത്യത്തിലും ഹിന്ദുപുരാണങ്ങളിലും നല്ല ജ്ഞാനമുണ്ട്. ഞങ്ങൾ പഴയകാര്യങ്ങളൊക്കെ പറഞ്ഞിരിക്കാറുണ്ട്. ഒരിക്കൽ അദ്ദേഹം എന്റെ കുട്ടികളോട് കടങ്കഥ ചോദിച്ചു.

മുട്ടയിൽനിന്ന് വിരിഞ്ഞതാണ്
തലയിലാണ് കാലും കൈയും.
അകവും പുറവും ഒരുപോലെയിരിക്കും
വസ്ത്രം ധരിക്കും.
കുളിക്കും
എണ്ണതേക്കും, ഭാരം ചുമക്കും.
പേരിന് ഒരക്ഷരമേയുള്ളൂ.

മക്കളായ അമലും അഖിലയും അതുകേട്ട് പലതും ആലോചിച്ചു. ഒരുത്തരം കണ്ടെത്താനാകാതെ കുഴഞ്ഞു. ഞാനും ഈ കടങ്കഥ ആദ്യം കേൾക്കുകയായിരുന്നു. എന്നാലതിന്റെ ഉത്തരം എനിക്ക് പിടികിട്ടി. ഞാൻ ചോദിച്ചു. പേനാണോ? 'ഉം' തെളിഞ്ഞ കണ്ണുകളോടദ്ദേഹം മൂളി. ഒരാൾ എന്റെ അയൽ ഗ്രാമമായ അതിക്കാട്ടുകുളക്കരയിൽ ജീവിച്ചിരുന്നു. ഒറ്റ മുണ്ടും വെള്ള ജുബ്ബയുമാണ് സാധാരണ അദ്ദേഹത്തിന്റെ വേഷം. തുകൽചെരുപ്പ് ധരിക്കും. തലയിൽ തുണിപിരിച്ച് ഒരു കെട്ടുണ്ടാകും. കൈയിൽ ഒരു തടിപ്പെട്ടി തൂക്കിയല്ലാതെ അദ്ദേഹത്തെയാർക്കും കാണാൻ കഴിഞ്ഞിരുന്നില്ല. യുനാനി ചികിത്സ വശമുണ്ടായിരുന്നു. സുറുമ എഴുത്തായിരുന്നു പ്രധാന പണി. വല്ലപ്പോഴുമൊക്കെ ഞങ്ങൾ തമ്മിൽ കണ്ടുമുട്ടും. ഞങ്ങൾ തമ്മിൽ കണ്ടാൽ പഴയ വിശേഷങ്ങളെ ന്തെങ്കിലുമൊക്കെ പറഞ്ഞിരിക്കും. ഒരുദിവസം വൈകുന്നേരം തടിപ്പെട്ടിയും തൂക്കി അദ്ദേഹം വീട്ടിലേക്ക് കയറിവന്നു. ഞാനപ്പോൾ മൂവാണ്ടൻ മാവിന്റെ ചുവട്ടിൽ കസേരയിട്ട് എന്തോ വായിച്ചു കൊണ്ടിരിക്കുകയായിരുന്നു. വന്നപാടെ അദ്ദേഹം ഒരടക്കം പറയുന്നതുപോലെ പറഞ്ഞു

"കഴിഞ്ഞ മൂവന്തിക്ക് ഞാനൊരു മറുതായെ കണ്ടു" (യക്ഷി).

"എവിടെവച്ച്?" ആകാംക്ഷയോടെ ഞാൻ ചോദിച്ചു.

"നമ്മ ചാമക്കാവിന്റെ കിട്ടവച്ച്.

ഒരു പട്ടിക്ക് കൂട്ടുനടക്കിത്.

നീ എങ്കെപോറേന്നു ഞാൻ കേട്ടാ.

ഇതു റബ്ബ് (ഈശ്വരൻ) എങ്കളുക്ക് വിധിച്ച സമയമാകും.

ഇന്തനേരത്ത് നീ എങ്കെപോറേന്ന് അതു തിരിച്ചെങ്കിട്ടെ കേട്ടിത്. വർത്തമാനം കേട്ട്

ഞാൻ സ്തംബിച്ചിരുന്നുപോയി."

അദൃശ്യജീവിയായ മറുതയെ കണ്ടിട്ടുവരുന്നയാളാണല്ലോ. എനിക്കദ്ദേഹത്തോട് വലിയ ആദരവ് തോന്നി. ഞാനൊരു കസേരകൊണ്ടു

കൊടുത്തു. കുറച്ചുകാര്യങ്ങളൊക്കെ അതേക്കുറിച്ച് സംസാരിച്ചിരുന്നു. ചെടികളും മരങ്ങളും മനുഷ്യരെയും മറ്റ് ജീവികളെയുംപോലെ ഉറങ്ങാറുണ്ടെന്നെനിക്കറിയാമായിരുന്നു. എന്നാൽ കല്ലുകൾ ഉറങ്ങുന്ന യാമത്തെക്കുറിച്ച് ഞാൻ കേട്ടത് അദ്ദേഹത്തിൽ നിന്നാണ്. മുറ്റത്തെ കല്ലും മണ്ണും ഉറങ്ങുമെന്നതും മനുഷ്യരെപ്പോലെ സംസാരിക്കുമെന്നതും എന്നെ അത്ഭുതപ്പെടുത്തി. പ്രകൃതിയിൽ ചേതനം, അചേതനം എന്നിങ്ങനെ ഒരു വേർതിരിവില്ലെന്ന് ഞാനപ്പോഴാണ് മനസ്സിലാക്കിയത്. മുഹമ്മദ് നബി ദിവസവും കാണുമായിരുന്ന ഒരു കല്ലിനോട് സലാം പറയുമായിരുന്നുവെന്ന് (ദൈവം നിങ്ങളെ അനുഗ്രഹിക്കട്ടെയെന്ന്) പിന്നീട് എപ്പോഴോ ആണ് വായിച്ചത്. (*ദയാനിധിയായ ദൈവദൂതൻ* – ടി കെ ഇബ്രാഹിം). അതുപോലെ മഹാപണ്ഡിതനായിരുന്ന മുട്ടാണിശ്ശേരി എൻ കോയക്കുട്ടി സാഹിബ്ബിനെ വല്ലപ്പോഴുമൊക്കെ ഞാൻ കാണാൻ പോകുമായിരുന്നു. ഇംഗ്ലീഷിലും അറബിയിലും മലയാളത്തിലും സയൻസിലുമൊക്കെ അഗാധജ്ഞാനമുള്ളയാളായിരുന്നു. പാശ്ചാത്യ സാഹിത്യത്തെക്കുറിച്ച് നല്ലറിവുണ്ടായിരുന്നു. ഫിസിക്സിൽ ബിരുദമുള്ള അദ്ദേഹം 1966 ൽ *ഖുറാ*ന്റെ ആദ്യ സമ്പൂർണ്ണ പരിഭാഷ തർജ്ജമ നിർവ്വഹിച്ചയാളാണ്. ഗൾഫ് രാജ്യങ്ങളിലും അമേരിക്കയിലും പ്രസംഗപരമ്പര നടത്തിയിട്ടുണ്ട്. കേരള സാഹിത്യ അക്കാദമി അവാർഡ് ജേതാവുമാണ്. ഒമാനിലെ ഇംഗ്ലീഷ് പത്രത്തിലെ കോളമിസ്റ്റായിരുന്നു.

പതിമൂന്നാം നൂറ്റാണ്ടിൽ ജീവിച്ചിരുന്ന ടുണീഷ്യൻ ചിന്തകനും എഴുത്തുകാരനുമായ ഇബ്നു ബൽദുണിന്റെ *മുഖദ്ദിമ* എന്ന ഗ്രന്ഥത്തിന്റെ തർജ്ജമ ഒന്നുമാത്രം മതി മുട്ടാണിശ്ശേരി എൻ കോയാകുട്ടിയെ മലയാള ഭാഷ എക്കാലവും ഓർക്കാൻ. കായംകുളത്ത് നിന്ന് അദ്ദേഹം ചൂനാട്ട് വന്നുതാമസിക്കുന്ന കാലത്ത് ഞാനും ബിജു എന്ന ഒരു സുഹൃത്തും കൂടി അദ്ദേഹത്തെ കാണാൻ ചെന്നു. എന്നോട് വലിയ വാത്സല്യമായിരുന്നു അദ്ദേഹത്തിന്. യുക്തിചിന്തയുടെ ആൾരൂപമായി കരുതാവുന്ന മുട്ടാണിശ്ശേരി അന്ന് എന്നോട് പറഞ്ഞതുകേട്ട് ഞാൻ ഞെട്ടി. അദ്ദേഹത്തിന്റെ വരുതിയിൽ ഒരദൃശ്യ ശക്തിയുണ്ടെന്നും ഈ ശക്തിയെ മറ്റൊരാൾക്ക് കൈമാറാൻ ആഗ്രഹിക്കുന്നുവെന്നും അദ്ദേഹം പറഞ്ഞു. എനിക്കത് നല്കുന്നതിൽ അദ്ദേഹത്തിന് വലിയ സന്തോഷമേയുള്ളൂവെന്നും പറഞ്ഞു.

മുസ്ലീം പണ്ഡിതന്മാരിൽ വളരെ ശാസ്ത്രീയവും യുക്തിഭദ്രവുമായി കാര്യങ്ങൾ അവതരിപ്പിച്ചു സംസാരിക്കാൻ കഴിവുള്ളയാളാണദ്ദേഹം. അങ്ങനെയുള്ളയാൾ കുട്ടിച്ചാത്തൻ സേവാ എന്നൊക്കെ പറയുംപോലെ ഒരദൃശ്യശക്തിയുടെ യജമാനനാണെന്നത് എന്നെ അത്ഭുതപ്പെടുത്തി. ഇത്തരത്തിലൊരു ശക്തിയെ കൂടെ കൂട്ടാനുള്ള ഭയംകൊണ്ട് കൂടിയാവാം ഞാൻ തന്ത്രപൂർവ്വം ആ വിഷയത്തിൽ നിന്നദ്ദേഹത്തിന്റെ ശ്രദ്ധതിരിച്ച് മറ്റു വിഷയങ്ങളിലാക്കി. *തൈക്കാവിന്റെ പുരാണ*ത്തിൽ അദൃശ്യജീവികളുടെ വരവും പോക്കുമൊക്കെ ഞാൻ ധാരാളം എഴുതിയിട്ടുണ്ട്. മതപ

രമായ വിശ്വാസ്യത അതിനൊക്കെയുണ്ടെന്ന് കരുതാം. എന്നാൽ ശാസ്ത്രീയമായ അടിത്തറയും അതിനുണ്ടാകാമെന്ന് മുട്ടാണിശ്ശേരിയുടെ വാക്കുകളിലൂടെയാണ് ഞാൻ മനസ്സിലാക്കിയത്. ബോധം മനുഷ്യർക്ക് മാത്രമാകില്ല. വ്യത്യസ്ത സ്വഭാവത്തിലത് സർവ്വചരാചരങ്ങളിലും അടങ്ങിയിട്ടുണ്ട്. പഞ്ചഭൂതങ്ങളിലല്ലാതെയും ജീവികളുണ്ട്. പണ്ട് നമ്മുടെ അഗസ്ത്യമുനി തെക്കോട്ടുള്ള സഞ്ചാരവേളയിൽ വിന്ധ്യപർവ്വതത്തോട് തലകുനിക്കാൻ ആവശ്യപ്പെട്ടത് ഓർക്കുക. ഋഷ്യശൃംഗനെ നോക്കികൊള്ളാൻ അച്ഛനായ മുനി പർവ്വതത്തെയാണല്ലോ ചുമതലയേല്പിക്കുന്നത്. ഭാരതീയ പുരാണങ്ങളുമായും തത്ത്വചിന്തകളുമായും അടുപ്പമുള്ളവർക്കും തൂണിലും തുരുമ്പിലും കുടികൊള്ളുന്ന ജീവാവസ്ഥകളെക്കുറിച്ചറിയാനാകും. സൂഫിചിന്തകളും ആ വഴിക്കുതന്നെയാണ്.

ലുക്മാനിലെ ഹക്കിം എന്ന മഹാനായ വൈദ്യന് ചെടികളുടെ ഭാഷയറിയാമായിരുന്നു. ഭാരതത്തിൽ വന്ന ഇബ്നു ബത്തൂത്ത തന്റെ സഞ്ചാരത്തിനിടയിൽ ഗോവൻ തീരത്തുവച്ച് ഒരു സന്ന്യാസിയെ കാണുന്നുണ്ട്. തന്റെ സമീപത്ത് നിന്നിരുന്ന തെങ്ങിനെ നോക്കി സന്ന്യാസി ഒരു പ്രത്യേക ശബ്ദത്തിൽ എന്തോ ഉച്ചരിച്ചപ്പോൾ തെങ്ങിൽനിന്ന് രണ്ട് മൂന്ന് കരിക്കുകൾ അടർന്നുവീണതായി അദ്ദേഹം രേഖപ്പെടുത്തിയിട്ടുണ്ട്. കരിക്കിൻവെള്ളം കുടിച്ച് ഇബ്നു ബത്തൂത്തയും സുഹൃത്തുകളും ദാഹം ശമിപ്പിക്കുകയും ചെയ്തുവത്രെ. ചരകനും ശുശ്രുതനുമൊക്കെ ഇക്കണ്ട സസ്യജാതികളിലൊക്കെ ഓരോരോ രോഗങ്ങൾക്കുള്ള മരുന്നുകൾ അടങ്ങിയിട്ടുണ്ടെന്ന് എങ്ങനെയാണ് മനസ്സിലാക്കിയതെന്ന് ഞാനാലോചിച്ചിട്ടുണ്ട്. ആയിരക്കണക്കിന് വർഷങ്ങൾക്ക് മുമ്പ് ഇന്നത്തെപ്പോലെ പരീക്ഷണ ശാലകളൊന്നും ഉണ്ടായിരുന്നില്ലെന്ന് ഓർക്കണം. മനുഷ്യൻ സാങ്കേതിക തലത്തിൽ ഏറെ വളർന്നിട്ടുണ്ടെങ്കിലും മനുഷ്യനുണ്ടായിരുന്ന സഹജാവബോധം കുറഞ്ഞുവരുന്നുവെന്നാണ് എനിക്ക് തോന്നിയിട്ടുള്ളത്. പ്രകൃതിയിൽനിന്നും മനുഷ്യൻ കൂടുതൽ അകലുന്നതുകൊണ്ടാകാമിത്. മനുഷ്യർക്ക് അക്ഷരങ്ങളുടെയും എഴുത്തിന്റെയും വിദ്യ ആദ്യമായി പഠിപ്പിച്ചു കൊടുത്തപ്പോൾ ഒരു ഗ്രീക്ക് ദേവൻ ആകുലപ്പെടുന്നുണ്ട്. ഇനിയിപ്പോൾ മനുഷ്യർ ഓർമ്മകൾ എഴുതി സൂക്ഷിക്കാൻ തുടങ്ങിയാൽ അവരുടെ ഓർമ്മശക്തി ഉപയോഗിക്കാതെ ഇല്ലാതായി പോകുമല്ലോയെന്നായിരുന്നു ദേവന്റെ ആശങ്ക. ശാസ്ത്രപുരോഗതിയുടെ ഭാഗമായി ഓരോ പുത്തൻ ഉപകരണങ്ങളും വരുമ്പോൾ ഞാനീ ദേവന്റെ കാര്യം ഓർക്കാറുണ്ട്.

പൂ ചൂടാൻ മോഹമുണ്ടായിരുന്നിട്ടും ലാളിച്ചുവളർത്തുന്ന ചെടികളെ പൂനുള്ളിനോവിക്കാൻ ഇഷ്ടപ്പെടാതിരുന്നവളായിരുന്നു ശകുന്തളയെന്ന് കണ്വമഹർഷി ചെടികളെ ഓർമ്മിപ്പിക്കുന്ന രംഗംമാത്രം മതിയല്ലോ അക്കാലത്തെ മനുഷ്യരുടെ പ്രകൃതിസ്നേഹത്തിന്റെ ആഴം അളക്കാൻ. ഈ ഒരു ബോധമാണ് *തൈക്കാവിലെ പുരാണ*ത്തിന്റെ ആത്മാവെന്ന് ഞാൻ വിശ്വസിക്കുന്നു. ഞങ്ങളുടെ നാട്ടിൽ മുനിതുല്യമായ രൂപഭാവ

ത്തോടെയുള്ള ഒരാളായിരുന്നു കെ പി പോൾ. എനിക്കദ്ദേഹവുമായി നല്ല അടുപ്പമായിരുന്നു. ആഴ്ചയിൽ ഒരു ദിവസമെങ്കിലും ഞങ്ങൾ തമ്മിൽ കണ്ടുമുട്ടും. മാനസിക വിഭ്രാന്തിവന്ന് അദ്ദേഹം ബഹളംവയ്ക്കു മ്പോഴും എന്നെക്കണ്ടാൽ ഓടിയടുത്തുവരും. ദാർശനികമായ കാര്യങ്ങൾ സംസാരിക്കും. ഉയർന്ന ഭാഷാപരിജ്ഞാനവും മതദർശനങ്ങളിലും മാർക്സിസത്തിലുമൊക്കെ ആഴത്തിൽ അറിവുള്ളയാളുമായിരുന്നു. മികച്ച ഗ്രന്ഥകാരനായിരുന്നു. വർക്കലയിലെ ശ്രീനാരായണ ഗുരുകുല ത്തിലും ഗാന്ധിജിയുടെ വാർദ്ധയിലെ ആശ്രമത്തിലും പഠിച്ചയാൾ. ഇങ്ങനെ മറ്റൊരാൾ ഞങ്ങളുടെ ഗ്രാമത്തിലുണ്ടായിരുന്നില്ല.

വിനോബാജിയുടെ ഭൂദാൻ പ്രസ്ഥാനത്തിൽ അദ്ദേഹത്തോടൊപ്പം സഞ്ചരിച്ചയാളാണ്. നാട്ടിലെ ഇടത്തരം ഈഴവകുടുംബത്തിൽ ജനിക്കു കയും ക്രിസ്ത്യാനിയായി മതപരിവർത്തനം ചെയ്യുകയും ചെയ്തു. ക്രിസ്തുമതവിശ്വാസിയെ വിവാഹം ചെയ്ത് ആശ്രമതുല്യമായ ജീവി തമാണ് അദ്ദേഹം തുടങ്ങിയത്. ഗാന്ധിജി വിഭാവനം ചെയ്ത ഒരു മാതൃ കാഗ്രാമത്തിനായുള്ള പരിശ്രമത്തിലായിരുന്നു ആ കുടുംബം. നേഴ്സറി വിദ്യാഭ്യാസം സജീവമല്ലാതിരുന്ന അക്കാലത്ത് കുട്ടികൾക്ക് കളിയിലൂടെ പഠനം നടത്തിയിരുന്ന സൗജന്യപള്ളിക്കൂടവും 'റ'ക്കളിയും അദ്ദേഹം കുട്ടികളെ പരിശീലിപ്പിച്ചിരുന്നു. തന്റെ ജീവിതവും സമൂഹവും പ്രതീ ക്ഷിച്ചതുപോലെ മുന്നോട്ടുപോയില്ല. അതാകാം മാനസിക പ്രശ്നങ്ങളി ലേക്ക് അദ്ദേഹത്തെ നയിച്ചത്. എങ്കിലും ഞങ്ങളുടെ നാട്ടിലെ ഏറ്റവും ജ്ഞാനിയായ വ്യക്തികളിലൊരാളായിരുന്നു അദ്ദേഹം. സമൂഹം അദ്ദേ ഹത്തെ ഗൗരവമായി കണ്ടില്ല. അത് അദ്ദേഹത്തിന്റെ കുറ്റമായിരുന്നി ല്ലല്ലോ. സ്വന്തം നാട്ടിൽ ഒരു പ്രവാചകനും മാനിക്കപ്പെടില്ലെന്ന പഴമൊഴി കെ പി പോളിന്റെ കാര്യത്തിലും സംഭവിച്ചു. താടിവളർത്തുന്നതിനെ ക്കുറിച്ചുള്ള അദ്ദേഹത്തിന്റെ വർത്തമാനം ഇങ്ങനെ: "ഉത്തമന് ഊശാ ന്താടി. അധമന് കാടും പടലും."

ചിലന്തിയും പല്ലിയും

കുട്ടികളുടെ മനസ്സും കണ്ണുമാണ് സർഗ്ഗാത്മകതയുടെ അടിസ്ഥാനമെന്നുപോലും എനിക്കു തോന്നാറുണ്ട്. പള്ളിക്കൂടത്തിൽ പഠിച്ചിരുന്നതിൽനിന്ന് വളരെ വ്യത്യസ്തമായ അനുഭവങ്ങളാണ് മദ്രസ (ഓത്തുപള്ളി)യിൽനിന്നു കിട്ടിയിരുന്നത്. ഒരു ഏകാദ്ധ്യാപക വിദ്യാലയമായിരുന്നു ഞങ്ങളുടെ മദ്രസ. അറബിപഠനത്തിനിടയ്ക്ക് നബിമാരുടെ കഥകളൊക്കെ ഉസ്താദ് പറയും. അറബിപഠനത്തേക്കാൾ ഇത്തരം കഥകൾ കേൾക്കാനായിരുന്നു എനിക്കിഷ്ടം. അങ്ങനെ ഒരിക്കൽ കേട്ടകഥയാണ് ചിലന്തിയുടെയും പല്ലിയുടെയും കഥ.

ഇസ്ലാമിന്റെ ആവിർഭാവകാലത്ത് നടന്ന കഥയാണത്. മുഹമ്മദ് നബിയേയും കൂട്ടുകാരെയും ഒരിക്കൽ ശത്രുക്കൾ വേട്ടയാടുകയായിരുന്നു. ശത്രുക്കളുടെ ആക്രമണം ഭയന്ന് നബിയും കൂട്ടുകാരും ഒരുമലഞ്ചെരുവിൽ അഭയം തേടി. തങ്ങളെ ശത്രുക്കൾ പിന്തുടരുന്നുണ്ടെന്ന് അവർക്കറിയാമായിരുന്നു. ഒരഭയത്തിനുവേണ്ടി മലഞ്ചെരുവാകെ അവർ പരതി. അവിടെ സുരക്ഷിതമായ ഒരു ഗുഹ കണ്ടെത്തി. സൗർ എന്ന ഗുഹ. നബിയും കൂട്ടാളികളും ആ ഗുഹയ്ക്കുള്ളിൽ കയറി ഒളിച്ചു. ഇതൊക്കെ ഒരു പാറയിടുക്കിലിരുന്ന് ഒരു ചിലന്തിയും പല്ലിയും കാണുന്നുണ്ടായിരുന്നു. ചിലന്തിക്ക് അവരെ സഹായിക്കണമെന്ന് തോന്നി. ചിലന്തി വേഗത്തിൽ ആ ഗുഹാമുഖം വലനെയ്തു മറച്ചു. ശത്രുക്കൾ നബിയെയും, കൂട്ടുകാരെയും തേടി ആ ഗുഹയുടെ അരുകിലെത്തിയപ്പോൾ പല്ലി ഉറക്കെ ചിലച്ചു. ഗൗളിശാസ്ത്രത്തിൽ അറിവുണ്ടായിരുന്ന ആ കൂട്ടത്തിലെ ഒരാൾ പറഞ്ഞു നബിയും കൂട്ടരും ഇവിടെയെവിടെയെങ്കിലും ഒളിച്ചിട്ടുണ്ടാകണം. പല്ലിയുടെ ശബ്ദത്തിൽനിന്ന് അതാണ് നമ്മൾ മനസ്സിലാക്കേണ്ടത്. എല്ലാവരും ജാഗ്രതയോടെ അവിടം പരിശോ

Manikakkara-18

ധിച്ചു. അവർ ഗുഹാമുഖത്ത് എത്തിയപ്പോൾ അവിടമാകെ ചിലന്തിവല നെയ്തിരിക്കുന്നതുകണ്ടു. ആരെങ്കിലും ഇതിനുള്ളിലേക്ക് കടന്നാൽ ചിലന്തിവലകൾ മുറിഞ്ഞു പോകേണ്ടതാണല്ലോ എന്ന ന്യായത്തിൽ അവർ ഗുഹയ്ക്കുള്ളിൽ കയറിനോക്കിയില്ല. ചിലന്തിയുടെ അവസരോചിതമായ വലനെയ്ത്താണ് നബിയേയും കൂട്ടരെയും ശത്രുക്കളിൽനിന്ന് രക്ഷിച്ചത്. എന്നാൽ പല്ലിയോ. അത് നബിയുടെ ഒളിത്താവളത്തെക്കുറിച്ച് ശത്രുക്കൾക്ക് സൂചന നല്കുകയാണ് ചെയ്തത്. ഇക്കഥ ഉസ്താദ് പറഞ്ഞു കേട്ടതിൽ പിന്നെ മുഹമ്മദ് നബിയെ രക്ഷിച്ച ചിലന്തിയോടൊരു പ്രത്യേക സ്നേഹവും, കുട്ടികൾക്കെല്ലാം ഉണ്ടായിരിക്കണം. അതുപോലെ നബിയെ ശത്രുക്കൾക്കു ചൂണ്ടിക്കാട്ടാൻ ശ്രമിച്ച പല്ലിയോടൊരു വിരോധവും. വീട്ടിൽ ചിലന്തികളെ കാണുമ്പോഴൊക്കെ ഞാനീക്കഥ ഓർക്കാറുണ്ട്. പലജാതി ചിലന്തികൾ വീട്ടിൽ വരാറുണ്ട്. ചെറിയ ചിലന്തിയും, വലിയ എട്ടുകാലികളും. മാറത്ത് വലിയ പപ്പടവട്ടത്തിലുള്ള മുട്ടയിറുക്കിപ്പിടിച്ചാണ് വലിയ ചിലന്തികളുടെ വരവ്. ഇങ്ങനെ മുട്ടയും കൊണ്ട് നടക്കുന്ന ചിലന്തികളെ ആരും കൊല്ലാറില്ല. വലിയ ദോഷം കിട്ടും. ചിലന്തികളെയും പല്ലികളെയുമൊക്കെ ഓടിച്ചുകളയാറേയുള്ളു. പല്ലി ഭക്ഷണപദാർത്ഥങ്ങളിൽ വീണാൽ കൊടും വിഷമാണെന്ന് പറഞ്ഞുകേട്ടിട്ടുണ്ട്. അതുകൊണ്ട് അടുക്കളയിൽ അവയ്ക്ക് സ്ഥാനവുമില്ല. എങ്കിലും അവിടെയും ഇവിടെയുമൊക്കെയതു പമ്മിയിരിപ്പുണ്ടാകും. അടുക്കളയിൽ ഇഷ്ടംപോലെ കാണുന്നത് പാറ്റകളെയാണ്. അവയുടെ ശല്യം അധികരിക്കുന്ന കാലത്ത് അവയെ കൂട്ടക്കുരുതി കഴിക്കാറുണ്ട്. പല്ലികൾ തെക്കേ എറയത്തും മച്ചിലുമാണ് കാണുക. വെളിച്ചത്തിൽ പ്രാണികളെ പിടിക്കാനവ തക്കം പാത്തിരിപ്പുണ്ടാകും. പല്ലിയെ തൊടാൻ ചെന്നാൽ വാലുമുറിച്ചിട്ട് ഓടിക്കളയും. വീടിന്റെ പല ഭാഗത്തും ചിലന്തികൾ വലനെയ്തു കാത്തിരിക്കും. വീട്ടിൽ ചിലന്തിവല അടിക്കുക ഒരു പണിയാണ്. ആണുങ്ങൾ ചിലന്തിവലയടിച്ചാലെ പോകുകയുള്ളൂവെന്നാണ് വിശ്വാസം. ചൂലുകൊണ്ട് കുട്ടിക്കാലത്ത് മച്ചിൽ ചിലന്തിവലയടിക്കുന്നതു ആൺകുട്ടികളാരെങ്കിലുമായിരിക്കും. അവയെ കൊല്ലാതെ തന്നെ വല തൂത്തുകളയുകയാണ് എന്റെ പതിവ്. എന്നാൽ കുട്ടികളെ ഉപദ്രവിക്കുമെന്ന് കരുതി ആരെങ്കിലും ചിലപ്പോ ചിലന്തികളെ കൊല്ലാറുണ്ട്. എന്റെ കുട്ടിക്കാലത്ത് മതിലുകൾ നാട്ടിൽ കാര്യമായുണ്ടായിരുന്നില്ല. പറമ്പുകൾക്ക് അധികവും മൺകയ്യാലകളായിരുന്നു ഉണ്ടായിരുന്നത്. വേലിപോലുമില്ലാത്ത പറമ്പുകളായിരുന്നു അധികവും. ഇപ്പോൾ ജനം ഏറ്റവും കൂടുതൽ പണം ചെലവഴിക്കുന്നത് മതിലുകൾക്കാണ്. ഈ മതിലുകൾക്കായി ചെലവഴിക്കുന്ന പാറയും, മണലും, ഇഷ്ടികയും കൊണ്ട് എത്രയെത്ര വീടുകൾ പണിയാമായിരുന്നു. ഒന്നാലോചിച്ചാൽ മരം വെട്ടുന്നതിനേക്കാൾ പ്രകൃതിക്കു ദോഷമാണ് പാറപൊട്ടിക്കൽ. മരം നട്ടാൽ കാലക്രമേണയതു മരമായി മാറുമല്ലോ. എന്നാൽ പാറയുണ്ടാകണമെങ്കിൽ എത്രയെത്ര സഹസ്രാബ്ദങ്ങൾ വേണ്ടി വരും. പാറകൾ

സൂക്ഷ്മ കാലാവസ്ഥയേയും കാറ്റിനേയുമൊക്കെ സ്വാധീനിക്കുന്നുണ്ട്. അതുകൊണ്ട് മതിലുകളേക്കാൾ വേലിയും കയ്യാലയുമാണുത്തമം.

നാട്ടിൽ കയ്യാലവെട്ടാൻ വിദഗ്ദ്ധരായ തൊഴിലാളികളും ഇടക്കാലത്ത് ഉണ്ടായിരുന്നു. മഴക്കാലത്തിനുമുമ്പായി പറമ്പിലെ കയ്യാലകളൊക്കെ കെട്ടി ഉറപ്പിക്കും. വെള്ളം സംഭരിക്കാനാണ്. മേൽമണ്ണ് ഒലിച്ചു പോകാതിരിക്കാനുമാണ്. കയ്യാല അടിച്ചുറപ്പിക്കാൻ നിലംതല്ലിയുണ്ടായിരുന്നു. കൈപ്പത്തിപോലൊരു ഉപകരണം. ആളുകൾ കയ്യാല ഒതുക്കുന്നതുകാണാൻ എനിക്കു വലിയ ഇഷ്ടമായിരുന്നു. ഞങ്ങളുടെ നാട്ടിൽ കയ്യാല വെട്ടിനും, കിണറുവെട്ടിനും പേരുകേട്ടയാൾ കൊച്ചുകിട്ടൻ താങ്കളായിരുന്നു. കയ്യാലയിൽ കശാൻ കുറ്റികളും മറ്റും നട്ട് ബലപ്പെടുത്തുകയും ചെയ്യും. ഇങ്ങനെ നാട്ടിലെമ്പാടുമുള്ള കയ്യാലകളിൽ ഇഷ്ടം പോലെ ചിലന്തികൾ കൂടുകൂട്ടും. ചെറിയ ചെറിയ പുനത്തിലാണ് ചിലന്തികൾ വല നെയ്യുന്നത്. മഞ്ഞുകാലത്ത് കയ്യാലപോട്ടുകളിലെ ചിലന്തിവലകളിൽ നിറയെ മഞ്ഞുകണങ്ങൾ പറ്റിയിരിക്കുന്നതുകാണാം. നേരിയ വെളിച്ചം വീഴുമ്പോൾ ഈ മഞ്ഞുതുള്ളികൾ വജ്രംപോലെ തിളങ്ങും. നൂറുകണക്കിന് വലകൾ നിറഞ്ഞ കയ്യാലകളിൽ സൂര്യവെട്ടത്തിൽ മഞ്ഞുതുള്ളികൾ തിളങ്ങുന്നത് മനോഹരമായൊരു കാഴ്ചയായിരുന്നു. മരങ്ങളിൽ തൂങ്ങിയാടുന്ന മറ്റൊരു ജാതി ചിലന്തികളുണ്ട്. പല നിറങ്ങളിലുള്ള ചിലന്തികളാണത്. അവറ്റകൾ വലിയ വിരിവലകളാണ് നെയ്യുന്നത്. ശലഭങ്ങളും, പ്രാണികളും വലിയ വിരിവലകളിൽ കുടുങ്ങിക്കിടന്ന് പിടയുന്നത് കാണാം. വലയുടെ ഒത്ത നടുക്ക് ഒരു അറ നെയ്ത് അതിലാണ് ചിലന്തി ഇരപിടിക്കാനായി കാത്തിരിക്കുന്നത്. കയ്യാലപ്പോട്ടിൽ കുഴൽപോലെ വലനെയ്യുന്ന ചിലന്തികളും ഉണ്ട്. നെറ്റിയിൽ കുറി വരച്ച പച്ച നിറത്തിലുള്ള ഒരു ജാതി ചിലന്തികളുണ്ട്. അവയും ആകാശത്ത് വലിയ കെട്ടുവലകൾ നെയ്യാൻ മിടുക്കന്മാരാണ്. വലയുടെ ഒരു ഭാഗത്ത് അവ പതുങ്ങിയിരിക്കും. ഇര വന്ന് വലയിൽ കുടുങ്ങിയാൽ ഒറ്റക്കുതിപ്പിനവിടെയെത്തി അതിനെ കൊന്നുനീരുകുടിക്കും. ശൈവന്മാരെപ്പോലെ നെറ്റിയിൽ ഭസ്മക്കുറി നീട്ടി വരച്ച പച്ചച്ചിലന്തികളെ നിരീക്ഷിക്കുന്നത് എനിക്ക് വലിയ കൗതുകമുള്ള കാര്യമായിരുന്നു.

ക്ഷേത്രത്തിന്റെ നിർമ്മിതിപോലെ തോന്നുന്ന ഒരു ഓടിട്ട കെട്ടിടമായിരുന്നു കാവുംപാട്ടെ മുസ്ലീം പള്ളി. ചന്ദനക്കുടം ഉത്സവം നടത്തുന്നത് ഹിന്ദുക്കളും, മുസ്ലീങ്ങളും ഒരുമിച്ചാണ്. സൂഫി പാരമ്പര്യമുള്ള പള്ളിയാണത്. ചന്ദനക്കുടത്തിന് അമ്പലത്തിലെപ്പോലെ പ്രസാദമായി ചന്ദനം നല്കും. ചന്ദനം നെറ്റിയിൽ ചാർത്തുന്നതിനു മുസ്ലീങ്ങൾക്കും ഒരു ബുദ്ധിമുട്ടും അക്കാലത്ത് തോന്നിയിരുന്നില്ല. ഉത്സവത്തിന് ആവശ്യമായ കൊടിമരം (അടയ്ക്കാമരം) നല്കുന്നത് ഹിന്ദു വീടുകളിൽ നിന്നാവും. നായൻമാരുടെ വീടുകളിൽനിന്നും, ഈഴവരുടെ വീടുകളിൽനിന്നും കൊടിമരം എടുക്കാറുണ്ട്. എന്റെ കുട്ടിക്കാലത്ത് നാട്ടിലെ ഒരു പഴയ നായർ തറവാട്ടിൽ നിന്നായിരുന്നു കൊടിമരം എടുത്തിരുന്നത്. ചന്ദന

ക്കുടത്തിന്റെ ഭാഗമായുള്ള മാലിസ എഴുന്നള്ളത്ത് ഹിന്ദുക്കളുടെയും മുസ്ലീങ്ങളുടെയും വീടുകളിൽ കയറും. ക്രിസ്ത്യാനികൾ നാട്ടിൽ കുറവാണ്. പറയെഴുന്നള്ളത്തുപോലെയാണ് മാലിസ എഴുന്നള്ളത്തും. ആനയൊക്കെയുണ്ടാവും.

വീട്ടുകാർ ആനയ്ക്ക് ഇഷ്ടം പോലെ പഴവും ശർക്കരയുമൊക്കെ കൊടുക്കും. നാട്ടിൽ ആനപ്രേമികളുണ്ടായിരുന്നു. ആനയെ കെട്ടുന്നിടത്ത് അവർ ചുറ്റിപ്പറ്റി നില്ക്കും. എനിക്കും ആനയുടെ ഓരോ ചേഷ്ടകൾ കണ്ടിരിക്കാൻ വലിയ ഇഷ്ടമായിരുന്നു. ഞങ്ങളുടെ തെക്കേപ്പറമ്പിൽ ആനയെ കൊണ്ടുകെട്ടാറുണ്ടായിരുന്നു. കുട്ടിക്കാലത്ത് ആനപ്പുറത്ത് കയറാൻ ചന്ദനക്കുടമാണ് അവസരം ഒരുക്കിയിരുന്നത്. മൂന്നാലഞ്ച് ആനയെങ്കിലും ചന്ദനക്കുടത്തിനുണ്ടാകും. ചിലപ്പോൾ കുട്ടിയാനകളും കാണും. രാവിലെ വീടുകൾ കയറി സംഭാവനകൾ സ്വീകരിക്കാനായി ആനകൾ പലവഴിക്ക് പോകും. ഏതെങ്കിലും ഒരാനപ്പുറത്തു ഞാനുണ്ടാകും. മറ്റൊരാനപ്പുറത്ത് അണ്ണനുണ്ടാകും. വൈദ്യുതിക്കമ്പിയിൽ തല മുട്ടുമോയെന്ന് ഭയന്നാണ് ഞാൻ ഇടവഴിയിലൂടെ ആനപ്പുറത്തിരുന്നത്. പ്രധാന എഴുന്നള്ളത്തിന് (മാലിസ എഴുന്നള്ളത്ത്) ലേലം വിളിച്ചാണ് ആളുകൾ ആനപ്പുറത്തുകയറിയിരുന്നത്. ആനയുടെ ഒന്നാമത്തെ സീറ്റിനാണ് തുക കൂടുതൽ. രണ്ടാമത്തെ സീറ്റിന് അതിൽ കുറയും. ഇങ്ങനെ വാലറ്റംവരെ ആളുകൾ അള്ളിപ്പിടിച്ചിരിക്കും. ക്ഷേത്രങ്ങളിൽ നമ്പൂതിരിമാർക്ക് മാത്രമേ ആനപ്പുറത്ത് കയറാൻ അവസരമുണ്ടായിരുന്നുള്ളൂ. അതിൽനിന്ന് വ്യത്യസ്തമായി കാശ് നല്കി ആർക്കും കയറാമെന്ന രീതിയായിരുന്നു ചന്ദനക്കുടത്തിനുണ്ടായിരുന്നത്. മുസ്ലീങ്ങൾ മാത്രമല്ല ഹിന്ദുക്കളും ആനപ്പുറത്തുണ്ടാകും. ഈ ഒരൈക്യമായിരുന്നു നാടിന്റെ അക്കാലത്തെ പ്രാണൻ. ചെണ്ടമേളവും, പമ്പമേളവും, ബാന്റ് മേളവും ഒക്കെയുണ്ടാവും. നാദസ്വരക്കച്ചേരിയുണ്ടാകും, അമ്മൻകുടയുമുണ്ടാകും. രാത്രി കഥാപ്രസംഗവും ഗാനമേളയും, കരിമരുന്നുപ്രയോഗവും ഉണ്ടാകും. ചന്ദനക്കുടം ദേശീയ മഹോത്സവം എല്ലാവരും ഒരുപോലെ കൊണ്ടാടിയിരുന്നു. അറബികളുടെ ശുഷ്കമായ സാംസ്കാരിക കലാപൈതൃകത്തെ പിൻപറ്റി ഇതൊക്കെ അനിസ്ലാമികമാണന്നൊരു വിശ്വാസം ആളുകൾക്കുണ്ടായതാവാം ചന്ദനക്കുടത്തിന്റെ വേരറ്റു പോകാൻ കാരണം.

എന്തായാലും മുസ്ലീം പള്ളികളോടനുബന്ധിച്ച് കൊണ്ടാടപ്പെട്ടിരുന്ന ചന്ദനക്കുടമഹോത്സവങ്ങളൊക്കെ കുറ്റിയറ്റ് പൊയ്ക്കോണ്ടിരിക്കുകയാണ്. ഒരു ചന്ദനക്കുടക്കാലത്ത് എല്ലാം തികഞ്ഞൊരു കൊമ്പന്റെ പുറത്ത് ഒന്നാമതായി ഞാനിരിക്കുകയാണ്. രാവിലെ വീടുകൾ കയറി ഇറങ്ങുന്ന ചടങ്ങാണ്. എന്റെ തൊട്ടുപിന്നിൽ സൈഫുദ്ദീൻ എന്ന ഉസ്താദുമുണ്ട്. കോങ്കണ്ണുള്ള വെളുത്ത് കിളരം കുറഞ്ഞ ഒരാളാണദ്ദേഹം. ചെണ്ടമേളവുമായി വീടുകൾ കയറി ഇറങ്ങുന്നതിനിടയിൽ ഒരു വീട്ടിൽ നിന്ന് അടുത്ത വീട്ടിലേക്ക് ആന കുറുക്കുവഴിയിലേക്കു കയറുമ്പോൾ അവിടെയൊരു പ്ലാവ് നില്പുണ്ടായിരുന്നു. പ്ലാവിന്റെ കൊമ്പ് പാലം

Manikakkara-18

പോലെ നീണ്ടുകിടന്നിരുന്നു. ആന അതിന്റെ ചുവട്ടിലെത്തിയപ്പോൾ ഒന്നു കുനിഞ്ഞു നിവർന്നു. എന്നാൽ ആനപ്പുറത്തിരിക്കുന്ന ഞങ്ങൾക്ക് അതേപോലെ കുനിഞ്ഞുനിവരാൻ കഴിഞ്ഞില്ല. അങ്ങനെ കഴിയുമായിരുന്നുമില്ല. ആനയുടെ മുമ്പിലിരുന്ന ഞാൻ പ്ലാവിന്റെ കമ്പിൽ തട്ടിയമർന്നു. ആരോയത് തക്കസമയത്ത് കണ്ടു. ആനയെ നിർത്തിയതുകൊണ്ട് രക്ഷപ്പെടുകയായിരുന്നു. ആകെ ഭയന്നുപോയ ഞാൻ അടുത്ത വീട്ടിലെത്തിയപ്പോൾ ആനപ്പുറത്തുനിന്നിറങ്ങുകയും ചെയ്തു. സൈഫുദ്ദീൻ മുസ്ലിയാരും ഭയന്നിരുന്നു. പിന്നെ എന്നെ എപ്പോഴെങ്കിലും കണ്ടാൽ അദ്ദേഹം ഇക്കാര്യം ഓർത്തുപറയുമായിരുന്നു. തൃക്കുന്നപ്പുഴക്കാരനായ അദ്ദേഹം മരണപ്പെട്ടുപോയി.

ഫക്കീറന്മാരും (പാവങ്ങൾ) മുസാഫിർമാരും (യാത്രികർ) വീടുകളിൽ വരുക പതിവാണ്. ഫക്കീറന്മാർ തമ്പടിച്ചിരുന്ന ഫക്കീറുപറമ്പ് അയൽഗ്രാമത്തിലുണ്ടായിരുന്നു. നാട്ടിലെ ഏതെങ്കിലും വീട്ടുകാരാവും അവർക്ക് ഭക്ഷണം നല്കുക. ദാരിദ്ര്യംകൊണ്ടും മറ്റു കാരണങ്ങളാലും ഇങ്ങനെ നാടുചുറ്റുന്നവരെ അതിഥികളായിക്കണ്ട് സല്ക്കരിക്കുന്ന ഒരു ശീലം പൊതുവെ കണ്ടുവരാറുണ്ട്. ഇതിനു ഒരു കാരണം ഇങ്ങനെവരുന്നവരുടെ കൂട്ടത്തിൽ സിദ്ധന്മാരും, മഹാജ്ഞാനികളുമൊക്കെയുണ്ടാവാമെന്നൊരു തോന്നൽക്കൂടിയുണ്ട്. ദൈവം ഭിക്ഷക്കാരന്റെ വേഷത്തിലും വരാമെന്ന സങ്കല്പമാണ് ഏറ്റവും ഉദാത്തമായ വിശ്വാസമെന്ന് എനിക്കു തോന്നിയിട്ടുണ്ട്. മുസാഫിർമാർക്കും, ഫക്കിറന്മാർക്കുമൊക്കെ നല്ല ഭക്ഷണമാണ് വിളമ്പുക. എന്നാൽ എല്ലായ്പ്പോഴും ഇങ്ങനെ ആയികൊള്ളണമെന്നില്ല. ഒരിക്കൽ രാത്രി നമസ്കാരത്തിനുശേഷം അത്തായുടെ കൂടെ ഒരു മുസാഫിർ വീട്ടിൽ വന്നു. എനിക്കന്ന് അഞ്ചോ ആറോ വയസ്സ് കാണും. പള്ളിയിൽ വരുന്ന മുസാഫിർമാർ സ്ഥിരമായി വീട്ടിലാണ് ഉണ്ണാൻ വരാറുള്ളത്. സാധാരണ ആധാരം എഴുതിക്കാൻ വരുന്ന അകന്ന ബന്ധുക്കൾപോലും തലേന്നേ വീട്ടിൽ വന്ന് ഉണ്ട് ഉറങ്ങിയാണ് ആധാരം എഴുതിച്ച് മടങ്ങുക. അതുകൊണ്ട് അതിഥികൾക്കായി ഇത്തിരിച്ചോറ് എപ്പോഴും വീട്ടിൽ കരുതാറുണ്ട്. എന്നാൽ അന്നത്തെ ദിവസം അത്തായ്ക്ക് മാത്രമുള്ള ഭക്ഷണമേയുണ്ടായിരുന്നുള്ളൂ. ഒരു കർക്കിടക മഴക്കാലത്തായിരുന്നു സംഭവം. പുറത്ത് നന്നായി മഴ പെയ്യുന്നത് എനിക്കോർമ്മയുണ്ട്. പെട്ടെന്ന് എത്തിയ അതിഥിയെ സല്ക്കരിക്കാൻ കാര്യമായൊന്നും വീട്ടിലില്ലായിരുന്നു. പെണ്ണുങ്ങൾ ആകെ അങ്കലാപ്പിലായി. ഒടുക്കം ഉള്ള ഭക്ഷണം രണ്ടു പാത്രത്തിലായി വിളമ്പിവച്ചു. എന്നാൽ പ്രതീക്ഷിച്ച വിഭവങ്ങൾ ഇല്ലാത്തതുകൊണ്ടും ഭക്ഷണത്തിലെ കുറവും കണ്ട മുസാഫിർ പിണങ്ങി. എന്തിന് എന്നെ ഇവിടേക്ക് വിളിച്ചുകൊണ്ടുവന്നു. മറ്റെവിടെയെങ്കിലും ഞാൻ പോകുമായിരുന്നുവല്ലോ. അയാൾ ഒരു മര്യാദയുമില്ലാതെ പറഞ്ഞു. വീട്ടുകാർക്കിതിൽപ്പരം ഒരു നാണക്കേട് ഉണ്ടാകാനില്ല. എല്ലാവരും നിശ്ശബ്ദരായി. മുസാഫിർ വാകുലുക്കി കുഴിഞ്ഞ് നീട്ടിത്തുപ്പി കെറുവിച്ച് ഇറങ്ങിപ്പോയി. വർഷങ്ങൾക്കുശേഷം വൃദ്ധനായ ഒരു മുസാ

ഫിർ വീട്ടിൽ വന്നു. ഉച്ചഭക്ഷണം സംതൃപ്തിയോടെ കഴിച്ച് കൈതുടച്ചു കൊണ്ട് പറഞ്ഞു. പണ്ട് ഞാൻ നിങ്ങളോട് ഒരു തെറ്റു ചെയ്തു. അതിന് ക്ഷമചോദിക്കാനായി മാത്രമാണിവിടെ വന്നത്. മുസാഫിറിന്റെ വാക്കുകൾ കേട്ട് എല്ലാവരും അത്ഭുതപ്പെട്ടു. തങ്ങളോട് തെറ്റുചെയ്യാൻ ഇദ്ദേഹത്തെ മുമ്പുകണ്ടതായിപ്പോലും ആരും ഓർക്കുന്നില്ല. മുസാഫിർ പറഞ്ഞു. "ഇരുപത്തിരണ്ട് വർഷം മുമ്പാണ്. ഒരു രാത്രി ഞാനിവിടെ അത്താഴം കഴിക്കാൻ വന്നിരുന്നു. എന്റെ അവിവേകംകൊണ്ട് തന്ന ഭക്ഷണം കഴിക്കാതെ ഞാൻ പിണങ്ങിപ്പോയി. എനിക്ക് പൊറുത്തുതരണം." വീട്ടിലാരും അങ്ങനെയൊരു സംഭവം നടന്ന കാര്യം തന്നെ മറന്നുപോയിരുന്നു. എന്നാൽ ഞാനാക്കാര്യം ഓർത്തെടുത്തു.

തിരുവമ്പലുത്തു തറവാടിന്റെ തകർച്ചയുടെ കഥ ഞാൻ *തൈക്കാവിലെ പുരാണ*ത്തിൽ പറയുന്നുണ്ട്. ഇതിനുപിന്നിൽ നാട്ടിൽ പണ്ടുകേട്ട ഒരു കഥയാണ്. പടിഞ്ഞാറ്റക്കര മൂത്ത തമ്പിയുടെ കുടുംബമാണ് സൂഫിവര്യനായ തൈക്കാ അപ്പയുടെ ചെറുമകനായ സുലൈമാൻ ഖാദിരിയുടെ ശാപത്താൽ നശിച്ചതായി നാട്ടിൽ കഥയുള്ളത്. ചിത്രപ്പണിചെയ്ത പൂമുഖത്തോടുകൂടി വലിയ വീടും ചെങ്കല്ലിൽ തീർത്ത കല്പടവുകളും ഒക്കെയുള്ള ഒരു വലിയ വീട്ടിലായിരുന്നു മൂത്ത തമ്പി കഴിഞ്ഞിരുന്നത്. സുലൈമാൻ ഖാദിരി ഫക്കീറായി അലഞ്ഞുതിരിഞ്ഞ് പടിഞ്ഞാറ്റക്കരയിൽ എത്തി. മൂത്ത തമ്പി വേണ്ട വിധം അദ്ദേഹത്തെ മാനിച്ചില്ല എന്നു മാത്രമല്ല ആക്ഷേപിക്കുകയും ചെയ്തു. ഭക്ഷണം ആവശ്യപ്പെട്ട അദ്ദേഹത്തോട് അദ്ധ്വാനിച്ചുവേണം ആഹാരം കഴിക്കാനെന്നും ഉപദേശിച്ചു. മുറ്റത്തിരുന്ന കൂന്താലിയും, തൂമ്പായും കാട്ടി പറമ്പിൽ പോയി പണിയെടുത്തുവരാൻ ആവശ്യപ്പെടുകയും ചെയ്തു. പണിയെടുത്തു ശീലമുള്ളയാളല്ല താനെന്ന് മുസാഫിർ പറഞ്ഞത് മൂത്ത തമ്പിയെ പ്രകോപിപ്പിച്ചു. നിരാശയോടെ അവിടം വിട്ടു ഇറങ്ങിയ സുലൈമാൻഖാദിരിയുടെ ചുണ്ടിൽനിന്നും ശാപവാക്കായി ഒരു കവിത പിറന്നു. കൊക്കൊരുമ്മിരസിച്ചിരുന്ന രണ്ടിണപ്പക്ഷികളിൽ (ക്രൗഞ്ചപക്ഷി) ഒന്നിനെ അമ്പെയ്തു കൊന്ന കാട്ടാളനെ വാല്മീകി മഹർഷി മനമുരുകി ശപിക്കുന്നതാണല്ലോ ആദ്യകാവ്യമായി കരുതുന്നത്. മാനിഷാദ എന്നു തുടങ്ങുന്ന കവിതയിൽ കാട്ടാളൻ ഇണപ്പക്ഷികളിലൊന്നിനെ കൊന്നതുകൊണ്ട് ഇനി അധികകാലം ജീവിക്കില്ലെന്നു ശപിക്കുന്നു. അതുപോലെ താൻ അപമാനിക്കപ്പട്ടതിലുള്ള വേദനയിൽ അദ്ദേഹം ഇങ്ങനെപ്പാടിപ്പോയത്രെ.

വിനയിപെരുകും
വിളയിൽ തരകൻ കുമാരനും
അവൻമാലും മക്കളും
നശിച്ചുപോക

മുസാഫിറിന്റെ ശാപം അറിഞ്ഞ വിളയിൽ തരകൻ കുടുംബത്തിലെ മറ്റൊരുശാഖ അദ്ദേഹത്തിന് കരിക്കും ഇഷ്ട ഭക്ഷണവുമൊക്കെ ഒരുക്കി നല്കി പ്രീതിപ്പെടുത്തി. തങ്ങളുംവിളയിൽ തരകൻ കുടുംബമാണെന്നും

ശാപം തങ്ങൾക്കും ബാധകമാണെന്ന് അദ്ദേഹത്തെ ഓർമ്മിപ്പിച്ചു. ഉടൻ വന്നു കവിതയിൽ തിരുത്ത്.

മൂത്തതമ്പിയെന്ന മൂഢൻ
അവൻമാലും മക്കളും
നശിച്ചുപോക

അങ്ങനെ ആ കുടുംബത്തിലെ മറ്റ് ശാഖകൾ രക്ഷപ്പെട്ടുവെന്നാണ് കഥ.

ചിതലുകൾ

മണ്ണിലെ കളികളാണ് അക്കാലത്ത് കുട്ടികൾക്ക് പ്രധാനമായുമുള്ളത്. മണ്ണ് കൂനകൂട്ടി അതിൽ ഈർക്കിലി ഒളിപ്പിച്ചുവച്ച് പകുത്തെടുത്ത് പരതിനോക്കി അത് കണ്ടെത്തുന്നതാണ് പൂത്താങ്കിരിക്കളി. ചിരട്ടയിൽ മണ്ണ് നിറച്ച് മണ്ണപ്പം ചുട്ടുകളിക്കുക, മണ്ണ് കൂനകൂട്ടി കൊട്ടാരം പണിയുക, മണ്ണിൽ കുഴികുത്തി പറങ്കിയണ്ടി കളിക്കുക, കുട്ടിയും കോലും കളിക്കുക, വട്ടുകളിക്കുക, കണ്ണാരം പൊത്തിക്കളിക്കുക, കിളിത്തട്ടുകളിക്കുക, കള്ളനും പൊലീസും കളിക്കുക, പാത്തിരിപ്പു കളിക്കുക തുടങ്ങിയെത്രയെത്ര കളികൾ. ഇപ്പോഴത്തെ കുട്ടികൾ ഇതൊക്കെ കളിക്കാറുണ്ടോ എന്തോ. മണ്ണിൽ കിടന്നു മറിയുന്നതുകൊണ്ടാവാം മണ്ണിൽ നടക്കുന്ന കാര്യങ്ങളൊക്കെ കുട്ടികൾ വേഗത്തിൽ അന്നറിഞ്ഞിരുന്നു. കുട്ടികൾ മണ്ണുവാരിക്കളിക്കുന്നതു കൊണ്ടെന്തെങ്കിലും ദോഷമുണ്ടാകുമെന്ന് അന്നാരും വിചാരിച്ചിരുന്നില്ല.

വേട്ടാവളിയൻ എന്നൊരു പറക്കുന്ന തുമ്പി മണ്ണുമാന്തിക്കൊണ്ടുപോയി മനോഹരമായ കൂടുകൾ നിർമ്മിക്കുമായിരുന്നു. പത്തായത്തിലോ, കതകിലോ, മച്ചിലോ എവിടെങ്കിലും മണ്ണ് ഒട്ടിച്ചുവച്ച് പല അറകളായാണവ കൂടുനിർമ്മിക്കുന്നത്. വിറയാർന്ന ഒരു ശബ്ദത്തോടെയാണ് അവറ്റകളുടെ പറക്കൽ. മൺകൂട്ടിനുള്ളിൽ അവയുടെ മുട്ടയുണ്ടാവും. മുട്ട വിരിയുന്നതുവരെ ദേഹത്ത് മഞ്ഞയും തവിട്ടും നിറംപൂശി ഏതാണ്ട് കടന്നലുപോലെയിരിക്കുന്ന ആ തുമ്പി കൂട്ടിനുമുകളിൽ കാവലിരിക്കും. കടന്നലിനെപ്പോലെ ഉപദ്രവകാരിയല്ല. എങ്കിലും അതിന്റെ നോട്ടവും ഭാവവും മൂളലും മുരൾച്ചയുമൊക്കെ കണ്ടാലും കേട്ടാലും ഭയംവരും. അതുകൊണ്ട് വേട്ടാവളിയന്റെ കൂടുകൾ അവ കാവലിരിക്കാത്ത തക്കം നോക്കിമാത്രമേ പരിശോധിക്കാറുള്ളൂ. കട്ടിയുള്ള മൺതോട് പൊട്ടിച്ച്

കുഞ്ഞുങ്ങൾ ചിറകുവച്ച് പറന്നുപോകും. അതിനുശേഷം അത്തരം കൂടുകൾ ശേഖരിച്ച് കുട്ടികൾ കളിക്കും. ചില കാലത്ത് പലപല അറകളുള്ള കൂടുകൾക്കുമുകളിൽ കടന്നൽ കാവലിരിക്കും. അറിയാതെ കുട്ടികൾ ആരെങ്കിലും അവയുടെ കൂട്ടിനരുകിൽ ചെന്നാൽ കടന്നൽ ഓടിച്ചിട്ടു കുത്തും. ഹോ. അരപ്പ് രണ്ട് നാഴിക നില്ക്കും. ചിലപ്പോ നീരുവരും. കുട്ടികൾക്കെല്ലാം കടന്നലുകളെ ഭയങ്കര പേടിയാണ്. ഒരിക്കൽ ഞങ്ങളുടെ എരുത്തിലിന്റെ അടുത്തു കടന്നൽ കൂടുകൂട്ടി. ഒരോണക്കാലമാണ്. വീട്ടിൽ കടുവകളിക്കാർ വന്നു. ദേഹത്ത് തുമ്പവച്ചുകെട്ടി മുഖത്ത് പാളകൊണ്ട് മുഖംമൂടിവരച്ചുള്ള നാടൻ കടുവ. കടുവകളി നടന്നു. ഒടുക്കം വെടിയേറ്റ് കടുവചെന്ന് വീണത് കടന്നൽക്കൂട്ടിൽ. ഹോ. കടുവാസംഘത്തിന്റെ പൊടിപോലും പിന്നെ കാണാനുണ്ടായിരുന്നില്ല. ഇപ്പോ കാട്ടു കടന്നലുകളെ നാട്ടിൽ കണ്ടു തുടങ്ങിയിട്ടുണ്ട്. മരങ്ങളിൽ പന്തു മാതിരിയാണിവയുടെ കൂട്. കൊടും വിഷമുള്ള കടന്നലാണ്. ഞങ്ങളുടെ വീട്ടിനടുത്തുള്ള ഒരു വീടിന്റെ വഴിവക്കിൽ കാട്ടുകടന്നൽ കൂടൊരുക്കി. വീട്ടുകാരൻ സിദ്ദിഖ് കടന്നൽ കൂടിനരുകിൽച്ചെന്നപ്പോൾ അവ ഒന്നും

രണ്ടും ഒത്തു കുത്തി. ഉടൻ ആശുപത്രിയിൽ എത്തിച്ചെങ്കിലും ആളു മരിച്ചു. പറമ്പിൽ ചിലകാലത്ത് മണ്ണ് ഒരുകൂനപോലെ പൊങ്ങിവരും. കണ്ടാലൊരു മൺക്കൊട്ടാരം പോലെയിരിക്കും. പലകൂനകളും ഗോപുരങ്ങളുമൊക്കെയുള്ള മൺകൂനയാണത്. ഇത് ചിതലിന്റെ കൊട്ടാരമാണത്രെ ചിതൽപ്പുറ്റ്. ഇതിൽ സർപ്പങ്ങൾ അടയിരുപ്പുണ്ടെന്ന് ആളുകൾ പറയുമായിരുന്നു. അതുകൊണ്ട് കുട്ടികളൊക്കെ വളരെ ഭയത്തോടെയാണ് ചിതൽപ്പുറ്റിനെ നോക്കിക്കണ്ടിരുന്നത്. ചിതൽപ്പുറ്റിനടുത്തുപോയി കളിക്കാൻ ഞങ്ങളാരും ധൈര്യം കാണിച്ചിരുന്നില്ല. സർപ്പപ്പേടി തന്നെ കാരണം. ഇത്തരത്തിലുള്ള ചിതൽപ്പുറ്റുകൾ കിളച്ച് ഇളക്കിക്കളഞ്ഞാൽ കുഷ്ഠംപോലെയുള്ള മാരകരോഗങ്ങൾ ഉണ്ടാകുമെന്നും കേട്ടിരുന്നു.

സർപ്പകോപം കൊണ്ടാണത്രെ ആളുകൾക്ക് കുഷ്ഠം വരുന്നത്. ആളുകൾക്ക് ത്വക്ക് രോഗം വരാതിരിക്കാനും വീട്ടിൽ പാമ്പുകളുടെ ശല്യം ഉണ്ടാകാതിരിക്കാനും വെട്ടിക്കോട്ടെ നമ്പൂതിരിമാരുടെ കാവിലേക്ക് നേർച്ചകൊടുക്കും. നാനാജാതിക്കാരും കൊടുക്കും. ആയില്യത്തിന് നൂറും പാലും ഒക്കെ കഴിച്ചുള്ള വലിയ ഉത്സവമാണവിടെ. ആളുകളുടെ വലിയ കൂട്ടം തെക്കേറോഡിലൂടെ പോകുന്നതുകാണാം. ആമ്പലുകൾ വിളഞ്ഞു കിടന്നിരുന്ന പാടത്തോട് ചേർന്നാണ് വെട്ടിക്കോട്ട് കാവ്. ആമ്പൽപ്പൂവ് പറിച്ചും കമ്പളിനാരങ്ങ വാങ്ങിയുമാണ് ആളുകൾ വെട്ടിക്കോട്ടെ ഉത്സവം കണ്ട് മടങ്ങിയിരുന്നത്. കാൽനടയായാണ് അന്നൊക്കെ യാത്ര. വലിയ ചിതൽപ്പുറ്റുകൾക്കുള്ളിൽ എന്താണെന്നൊന്നും പോയിനോക്കാനുള്ള ധൈര്യമില്ലാത്തതുകൊണ്ട് അതിനുള്ളിലെന്താണെന്ന് ഞങ്ങൾക്കൊരറിവും ഉണ്ടായിരുന്നില്ല. എന്നാൽ വീടിനെ ചുറ്റിപ്പറ്റി ചെറിയ ഉറുമ്പിൻ കൂടുകളും ചിതൽക്കൂടുകളും ഉണ്ടായിരുന്നു. നിലത്ത് ചെറിയ കുഴിയിലാണവയുള്ളത്. വേനൽമഴ പൊട്ടിവീഴുന്ന കാലത്ത് ഈയലുകൾ കൂട്ടമായി ആകാശത്തേക്ക് പറന്നുയരും. അപ്പോഴെവിടെനിന്നെന്നറിയില്ല ഒരുകൂട്ടം കാക്കകളും, ഞർക്കീലുകളും, കാക്കത്തമ്പുരാട്ടിയും മറ്റ് പല ജാതി പക്ഷികളും അവയെ റാഞ്ചിത്തിന്നാനായി ആകാശം മുഴുവൻ നിറയും. മിക്കപ്പോഴും സന്ധ്യാനേരത്താണ് ഈയലുകൾ പൊട്ടിവരുന്നത്. തലങ്ങും വിലങ്ങും പക്ഷികൾ ഈയൽക്കൊയ്ത്ത് നടത്തുന്നത് കൗതുകപൂർവ്വം ഞാൻ നോക്കിനില്ക്കും.

മണ്ണിനുള്ളിൽ എത്രയോ നാൾ ധ്യാനത്തിലിരുന്നു ചിറകുമുളച്ച ഈയലുകൾ വാനിൽ ഒന്നുയർന്ന് പറന്ന് രസിക്കാനായി ശ്രമിക്കുമ്പോഴേക്കും അവയെ റാഞ്ചിത്തിന്നുന്ന കാക്കകളോടെനിക്ക് വലിയ ദേഷ്യമായിരുന്നു. പക്ഷേ, ഒരു കല്ലെടുത്തെറിഞ്ഞ് ഓടിക്കാൻ പോന്ന തരത്തിലല്ല കാക്കകളുടെ സ്ഥാനം. നൂറുകണക്കിന് കാക്കകളാണ് ആരവത്തോടെ ഈയലുകളെ റാഞ്ചിത്തിന്നുന്നത്. വീട്ടിൽ വൈദ്യുതി വിളക്കുകൾ തെളിയുമ്പോഴും നിലവിളക്ക് കത്തിക്കുമ്പോഴും ഈയൽക്കൂട്ടങ്ങൾ അവിടേക്ക് കൂട്ടത്തോടെ വന്നുകയറും. വിളക്കിനുചുറ്റും പാറിപ്പറക്കും. ഒന്നും രണ്ടുമല്ല ആയിരക്കണക്കിനുണ്ടാകും. കുട്ടികളുടെയും മുതിർന്ന

വരുടെയും ദേഹത്ത് വന്നിരിക്കും. ഈയലുകൾ വന്നുനുരയ്ക്കുമ്പോൾ വിളക്കണച്ച് വീട്ടിനുള്ളിൽ ഇരുട്ടാക്കും. അവയ്ക്കായി പുറത്തെ ലൈറ്റി ട്ടുകൊടുക്കും. അപ്പോഴവറ്റകൾ അവിടെ ചുറ്റിപ്പറക്കും. കുറെയെണ്ണത്തെ വീട്ടിൽക്കഴിയുന്ന പല്ലികൾ അകത്താക്കും. പല്ലികളുടെ ഉശിരൊന്നു കാണണം. ചറപറ ചറപറാന്നവയെ പല്ലികൾ പിടിച്ചുതിന്നും. നേരംവെ ളുക്കുമ്പോൾ ഒരുകുന ഈയലിന്റെ ചിറകുകൾ മുറിക്കുള്ളിൽക്കാണും. അവ തൂത്തുകൂട്ടിക്കൊണ്ട് ദൂരെക്കളയും. ഈയലുകൾ ചിറകുപൊഴി ച്ചാണത്രെ ചിതലുകളാകുന്നത്. മഴക്കാലത്ത് വീട്ടിൽ ചിതലുകളുടെ ശല്യം കൂടും. പുസ്തകകെട്ടുകളും തടിയും തുടങ്ങി കണ്ണിൽക്കണ്ടതൊ ക്കെയവർ തിന്നുനശിപ്പിക്കും. എന്തുതിന്നാലും മതിവരാത്ത ഒരു ജീവി യാണ് ചിതലുകളെന്ന് തോന്നിയിട്ടുണ്ട്. ചിതലുകളെ തട്ടിക്കുടഞ്ഞ് മുറി വൃത്തിയാക്കുന്നത് അക്കാലത്തൊക്കെ ഒരു സാധാരണകാര്യമായിരുന്നു. ഉത്തരം വൃത്തിയാക്കുമ്പോഴും ചിതൽമണ്ണുകൾ ധാരാളം പൊഴിഞ്ഞു വീഴും.

ചിതൽപ്പുറ്റുകൾ പോലെ വലുപ്പമുള്ളതല്ലെങ്കിലും അവയുടെ മിനി യേച്ചർ രൂപമാണ് മണ്ണാങ്കട്ടകൾക്കുള്ളത്. അയ്യംനിറയെ മണ്ണാങ്കട്ടകളു ണ്ടാകും. മണ്ണാങ്കട്ടയ്ക്ക് കുരീല് എന്നും നാട്ടിൽ വിളിപ്പേരുണ്ട്. നൂലൻ വിരയും തടിയൻ വിരയുമൊക്കെ തിന്നുതൂറുന്നതാണ് കുരീലുകൾ. മണ്ണിനെ ഈർപ്പമുള്ളതും വളക്കൂറുള്ളതുമാക്കുന്നത് ഈ കുരീലുകൾ ആണത്രെ. മണ്ണാങ്കട്ടകളെന്ന കുരീലുകൾ ഉണങ്ങിയാൽ അതുനുള്ളി പ്പെറുക്കി കുട്ടികൾ കളിക്കും. പലരൂപത്തിലുള്ള മണ്ണാങ്കട്ടകൾ നിരത്തി വച്ചാണ് കളി. നാടും നഗരവും ഇത്തരം മണ്ണാങ്കട്ടകൾ കൊണ്ടുനിർ മ്മിക്കും – വഴികളും തോടുകളും ഒക്കെയുള്ള ഗ്രാമങ്ങളും നഗരങ്ങളും. രാസവളപ്രയോഗങ്ങൾമൂലം മണ്ണ് മരിച്ചതിനാലാവാം ഇപ്പോ മണ്ണാങ്കട്ട കളെയൊന്നും കാണാത്തത്. തോട്ടിലും കുളത്തിലും പുഞ്ചയിലുമൊക്കെ വെള്ളം നിറയുമ്പോൾ ഊത്തയെ പിടിക്കാൻ തോർത്തുമായി ഒരുസംഘം കുട്ടികൾ ഇറങ്ങും. അല്പം മുതിർന്നവർ ചൂണ്ടയിടും. ചൂണ്ടയ്ക്ക് ഇര കോർക്കുന്നത് വിരകളെയാണ്. അന്നൊക്കെ പറമ്പിൽ ഒന്നുമാന്തിയാൽ ഇഷ്ടംപോലെ വിരകളെ കിട്ടുമായിരുന്നു. ഇപ്പോൾ വിരകളില്ലാത്ത മണ്ണാ ണെവിടെയും. തോട്ടിൽ മീനുകളും വരാതെയായിട്ടുണ്ട്. മണ്ണാങ്കട്ടയും കരിയിലയും കൂടി കാശിക്കുപോയ കഥകൾ കുട്ടികൾ ഉച്ചത്തിൽ പറ ഞ്ഞുചിരിക്കും. മണ്ണാങ്കട്ടയും കരിയിലയും കൂടി പണ്ട് കാശിക്കുപോയി. അപ്പോൾ മഴവന്നു. കാറ്റുവന്നു. മഴയത്ത് മണ്ണാങ്കട്ട ഒലിച്ചുപോയി. കാറ്റത്ത് കരിയില പറന്നുപോയി. എന്നിട്ടെല്ലാവരും കൂടി ഉറക്കെ ചിരിക്കും. ഇങ്ങനെ സ്വയം ഉണ്ടാക്കികളിയായിരുന്നുവല്ലോ കുട്ടികൾക്ക് പ്രധാനവിനോദം. കുട്ടികളുടെ ഭാവനയെ വളർത്താൻ അവരെ സ്വത ന്ത്രമായി സ്വപ്നം കാണാനും ഭാവനാപൂർണ്ണമായി കളിക്കാനും അവ സരം ഉണ്ടാക്കുന്നതാണ് നല്ലത്. കുട്ടികൾ സ്വയം അഭിനയിച്ചുകളിക്കാ റുണ്ടല്ലോ. അവരുടെ മാനസികവും ശാരീരികവുമായ വളർച്ചയ്ക്ക് ഇതാ

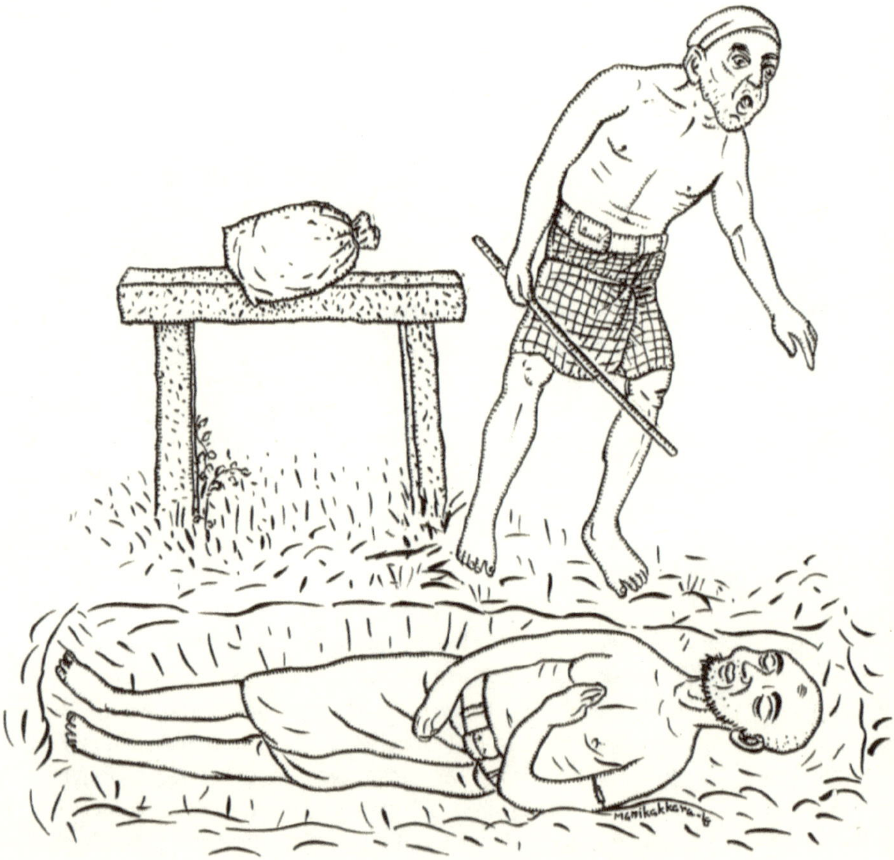

വശ്യമാണ്. മുതിർന്നവരെപ്പോലെ അഭിനയിച്ച് ചോറും കറിയും വച്ചുകളിക്കുന്നത് അക്കാലത്തൊക്കെ സർവ്വസാധാരണമായിരുന്നു. ഇപ്പോൾ പള്ളിക്കൂടം അടച്ച് മദ്ധ്യവേനൽ അവധിവരുമ്പോൾ ഓരോ പുതിയ സൂത്രങ്ങൾ പ്രയോഗിച്ച് അവരുടെ ബാല്യം പലരും തട്ടിപ്പറിക്കുകയാണ്. അവധിക്കാലത്ത് കുട്ടികളെ അവരുടെ പാട്ടിനു വിടുന്നതാണ് ഏറ്റവും നല്ലതെന്ന് എനിക്ക് തോന്നാറുണ്ട്.

മദ്രസയിൽ അക്കാലത്ത് എസ് എസ് സാഹിബ് എന്നൊരു മുസ്ലിയാരും മോദീൻകാക്കയെന്നൊരു ആളുമാണ് ഉണ്ടായിരുന്നത്. മോദീൻ കാക്ക എവിടന്നോ ചുറ്റിത്തിരിഞ്ഞു നാട്ടിലെത്തിയ ആളാണ്. പിന്നീട് പള്ളിക്കാര്യവുമായി ഇവിടെ കൂടുകയായിരുന്നു. ശാഫി (കർമ്മശാസ്ത്രം) പിൻപറ്റുന്നയാളായതുകൊണ്ടാണ് ഇക്കാ എന്നുവിളിക്കുന്നത്. ഹനഫി പാരമ്പര്യമുള്ള റാവുത്തരന്മാർ അണ്ണൻ എന്നാണ് വിളിക്കുക. കേരളത്തിൽ ശാഫികളാണ് കൂടുതൽ. ലോകത്തും ഇന്ത്യയിലും ഹനഫികളും. പേർഷ്യൻ പാരമ്പര്യമാണ് ഹനഫികൾക്കുള്ളത്. അറബി പാരമ്പര്യമാണ് ശാഫികൾക്ക്. ബാങ്ക് വിളിയും മറ്റും മോദീൻ കാക്കയാണ് ചെയ്യുന്നത്. നിസ്കാരത്തിന് നേതൃത്വം നല്കുന്നതും വെള്ളിയാഴ്ച പ്രസംഗവും (ഖുത്തുബ) യൊക്കെ നിർവ്വഹിക്കുന്നത് എസ് എസ് സാഹിബ് മുസ്ലിയാരും. മദ്രസയിൽ കുട്ടികളെ പഠിപ്പിക്കുന്നത് ഇദ്ദേഹം തന്നെ. ഇവർക്ക് തുച്ഛമായ ശമ്പളമേയുള്ളു. ആഹാരം ഓരോവീടുകളിൽ ചെന്നുകഴിക്കണം. മുപ്പതുദിവസം മുപ്പത് വീട്. മൂന്നുനേരവും നല്ല ഭക്ഷണം കിട്ടുമെന്ന നേട്ടമേയുള്ളു. പിന്നെ വല്ല ചടങ്ങുകൾക്കും ലഭിക്കുന്ന കൈമടക്കാണ് ഒരു വരുമാനം. പലപ്രായത്തിലുള്ള കുട്ടികളെല്ലാവരും മദ്രസയിൽ ഒന്നിച്ചിരുന്നാണ് പഠിക്കുന്നത്. *ഖുറാൻ* ഓതാൻ പഠിപ്പിക്കുന്നു. അത്രയേയുള്ളു. ആദ്യ കായിത (ബാലപാഠം) ത്തിൽ തുടങ്ങും. അലിഫ്, ബ, ത തുടങ്ങിയ അക്ഷരങ്ങൾ. പിന്നെ കുട്ടിവായിക്കും. ജുസുവിലേക്ക് കടക്കും. അർത്ഥം പറഞ്ഞ് പഠിപ്പിക്കാനുള്ള ശേഷിയൊന്നും അവർക്കുണ്ടാകില്ല. അതിനുള്ള അവസരവുമില്ല. മദ്രസാവിദ്യാഭ്യാസംകൊണ്ട് അറബി ഭാഷ വായിക്കാൻ പഠിക്കാം. നബിമാരുടെ കുറെ കഥകളും കേൾക്കാം. എന്നാൽ ഇക്കാലത്ത് മദ്രസാവിദ്യാഭ്യാസം കൂടുതൽ ശാസ്ത്രീയമായിട്ടുണ്ടെന്ന് വേണം മനസ്സിലാക്കാൻ.

എസ് എസ് സാഹിബ്ബ് മുസ്ലിയാരുമൊക്കെ ലബ്ബമാരാണ്. മുസ്ലീങ്ങളിലെ ഒരു വിഭാഗമാണിവർ. റാവുത്തരന്മാർക്ക് അറബി വിദ്യാഭ്യാസം നല്കുന്നതിനും പള്ളിക്കാര്യങ്ങൾ നോക്കാനുമായി അഞ്ചാറു കുടുംബങ്ങൾ ഉണ്ട്. ഇക്കൂട്ടർക്ക് നമ്പൂതിരിമാരെപ്പോലെ മന്ത്രവാദമൊക്കെ ചെയ്യാനറിയാം. ഹോമവും മറ്റും നടത്തിക്കാണാറുണ്ട്. ഇസ്ലാമിൽ ഇതൊക്കെയുണ്ടോ ഇല്ലയോ എന്നെനിക്കറിയില്ല. മന്ത്രവാദം എന്നത് ഒരുതരത്തിലുള്ള ചികിത്സാ രീതിതന്നെ. അറബിയിൽ എഴുതപ്പെട്ട ഇതു സംബന്ധിച്ചുള്ള ചില ഗ്രന്ഥങ്ങൾ അവരുടെ പക്കൽ ഞാൻ കണ്ടിട്ടുമുണ്ട്. ലോകത്തിന്റെ പലഭാഗത്തിലുള്ള ക്ഷുദ്ര വിദ്യകൾ നിലനില്ക്കുന്നുണ്ട്.

ഇസ്ലാം മതം മന്ത്രവാദവും ക്ഷുദ്രവിദ്യയുമൊക്കെ നിരോധിച്ചിട്ടുണ്ട്. ആഭിചാരത്തെക്കുറിച്ച് *മുഖദ്ദിമയിൽ* ഖൽദൂൺ വിശദമായി പഠിച്ചെഴുതിയിട്ടുണ്ട്. ഇന്ത്യയിൽ ആഭിചാര ക്രിയകൾ സംബന്ധിച്ച് ഗ്രന്ഥങ്ങൾ ഉള്ളതും അദ്ദേഹം ചൂണ്ടിക്കാട്ടിയിട്ടുണ്ട്. ചില ആഫ്രിക്കൻ രാജ്യങ്ങളിൽ 'പിളർപ്പന്മാർ' എന്നു വിളിക്കപ്പെടുന്ന ക്ഷുദ്ര മന്ത്രവാദികളുണ്ട്. ഇവർ ഒരാടിന്റെ നേർക്ക് വിരൽ ചൂണ്ടിയാൽ ആട് വയർ പിളർന്ന് മരിച്ചു വീഴുമത്രെ. ഖൽദൂൺ ഇക്കൂട്ടരുടെ വിദ്യ നേരിൽ കണ്ടതായും എഴുതിയിട്ടുണ്ട്. എസ് എസ് സാഹിബ്ബ് മുസ്ലിയാർ രോഗശമനത്തിനായുള്ള മന്ത്രവാദങ്ങളാണ് ചെയ്തിരിക്കുന്നത്. ആഭിചാരം ചെയ്തിരുന്നില്ല. ആറടി ഉയരവും നല്ല മുഴക്കമുള്ള ശബ്ദവുമുള്ളയാളായിരുന്നു എസ് എസ് സാഹിബ്ബ് ഉസ്താദ്. എന്നോട് ഒരു പ്രത്യേക വാത്സല്യമുണ്ടായിരുന്നു. നുയമ്പ് കാലത്ത് പള്ളിയിൽ മൗലൂദ് പാരായണം ഉണ്ടാകും. (നബിയെക്കുറിച്ചുള്ള പുകഴ്ത്തൽ കീർത്തനം). അതുകഴിഞ്ഞാൽ എല്ലാവർക്കും പഴമോ മധുരമോ നല്കും. ചിലപ്പോൾ കുറച്ചുപഴമേയുണ്ടാകൂ. കുട്ടികൾക്ക് പഴം മുറിച്ചുനല്കും. എനിക്ക് ബാക്കിയുള്ള മൂന്നാലുപഴം തരും. നുയമ്പിലെ ഇരുപത്തിയേഴാംരാവ് വളരെ പ്രധാനപ്പെട്ടതാണ്. സർവ്വ ഐശ്വര്യവും ഭൂമിയിലേക്ക് വർഷിക്കുന്ന നാളാണതെന്നാണ് കരുതുന്നത്. മുപ്പത് നുയമ്പ് ദിനത്തിൽ ഏതോ ഒരു ദിനമാണ് 'ലൈലത്തുൽ കതിർ' എന്നു വിശേഷപ്പെട്ട സമയം. വിദഗ്ദ്ധർ കണക്കുകൂട്ടി ഇരുപത്തിയേഴാം രാവെന്ന് മനസ്സിലാക്കിവച്ചിരിക്കുകയാണ്. അന്ന് നന്മവിതറുന്ന ഒരപ്പൂപ്പൻ എല്ലാ ഗ്രാമത്തിലും പള്ളികളിലും അദൃശ്യനായി വരും. പായസം വച്ചും നെയ്യപ്പം ചുട്ടുമാണ് അദ്ദേഹത്തെ വരവേല്ക്കുന്നത്. നുയമ്പുമുറിക്കുമുമ്പായി പായസവും നെയ്യപ്പവും പള്ളിയിലും കൊടുത്തയക്കാറുണ്ട്. എന്നാൽ ഇപ്പോൾ ഈ ആചാരം നിന്നുപോയി. മദ്രസയോട് ചേർന്നായിരുന്നു അത്തിത്ത അശനിശാറാവുത്തരുടെ കബർ (ശവക്കല്ലറ). ചില കാലത്ത് അത്തിത്തായുടെ ഖബറിലേക്ക് ഉറുമ്പുകളുടെ ജാഥ പോകുന്നതുകാണാം. ശവക്കല്ലറയ്ക്കുള്ളിൽ അത്തിത്തായെ ഉറുമ്പുകൾ കടിക്കാതെ കാക്കണേയെന്ന് ഞാൻ ഉള്ളുരുകി പ്രാർത്ഥിച്ചിട്ടുണ്ട്. കബറിനുള്ളിൽ മുങ്കർ, നക്കിർ എന്നീ മലക്കുകൾ മരിച്ചവരോട് ചോദ്യം ചോദിക്കാനെത്തുമെന്നൊക്കെ മദ്രസയിൽ നിന്നാണ് മനസ്സിലാക്കിയത്. റത്തീബ്, അത്തീബ് എന്ന പേരുകാരായ രണ്ടുമലക്കുകൾ മനുഷ്യരുടെ ഇരുതോളുകളിലും ഇരുന്ന് നമ്മൾ ചെയ്യുന്ന നന്മയും തിന്മയും അപ്പപ്പോൾ രേഖപ്പെടുത്തുന്നുണ്ടെന്നും ഉസ്താദാണ് പറഞ്ഞുതന്നത്. മരണാനന്തര ജീവിതത്തെക്കുറിച്ച് പറഞ്ഞുകേട്ട ഒരു തമാശക്കഥ ഇങ്ങനെ: ഒരാൾ നാട്ടിലെത്തിയ സിദ്ധനോട് താനെപ്പോഴാണ് മരിക്കുന്നതെന്ന് ചോദിച്ച് പിറകെക്കൂടി. അയാളുടെ ശല്യം സഹിക്കവയ്യാതായപ്പോൾ സിദ്ധൻ വെറുതെ പറഞ്ഞു. നിന്റെ ചന്തി നനയുമ്പോൾ നീ മരിക്കും. അതിൽ പിന്നെ ചന്തിനനയാതെ അയാൾ സൂക്ഷിച്ചുകൊണ്ടിരുന്നു. എന്നാൽ ഒരിക്കൽ കച്ചവടം കഴിഞ്ഞ് ഒരു തോടുമുറിച്ച് കടക്കു

ന്നതിനിടയിൽ അയാൾ കാൽത്തെറ്റി വെള്ളത്തിൽവീണു. ചന്തിയും നനഞ്ഞു.

ചന്തി നനഞ്ഞസ്ഥിതിക്ക് താൻ മരിച്ചുപോയിട്ടുണ്ടാകാമെന്ന് അയാൾ കരുതി. വഴിവക്കിൽ കണ്ട ഒരു ശവക്കല്ലറയിൽ അയാൾ മരിച്ചതുപോലെ കിടന്നു. മുങ്കറിന്റെയും നക്കീറിന്റെ വരവിനായി കാതോർത്തുകിടന്നു. അതുവഴി വന്ന ഒരു ചുമട്ടുകാരൻ തന്റെ ചുമട് അവിടെ ഇറക്കിവച്ചു വിശ്രമിച്ചു. കുറെക്കഴിഞ്ഞ് അയാൾ ഒറ്റയ്ക്ക് ചുമട് ഉയർത്താൻ ശ്രമിച്ചപ്പോൾ സാധിച്ചില്ല. ഒരു സഹായത്തിനായി ചുറ്റും നോക്കി. ആരെയും കണ്ടില്ല. അപ്പോഴാണ് കബറിനരുകിൽ ഒരാൾ കിടക്കുന്നത് കണ്ടത്. എണീറ്റ് വന്ന് തന്റെ ചുമടൊന്ന് പൊക്കിത്തരാൻ അയാൾ ആവശ്യപ്പെട്ടു. എന്നാൽ അയാൾ താൻ മരിച്ചുകിടക്കുകയാണെന്നും തനിക്കതിനാവില്ലെന്നും പറഞ്ഞു. ഇതുകേട്ട് ദേഷ്യംതോന്നിയ ചുമട്ടുകാരൻ തന്റെ കൈയിലുണ്ടായിരുന്ന വടികൊണ്ട് അയാളെ തല്ലി. വേദനകൊണ്ട് ചാടി എണീറ്റ അയാൾ ചുമട് പൊക്കികൊടുത്തിട്ട് മുന്നോട്ടുനടന്നു. ഒരു പള്ളിക്കരികിൽ ചെന്നപ്പോൾ ഒരു മുസ്ലിയാർ കബറിലെ ജീവിതത്തെക്കുറിച്ച് പ്രസംഗിക്കുന്നതാണ് കേട്ടത്. മുങ്കർ, നക്കിർ എന്ന രണ്ടുമലക്കുകള് വരുമെന്നുമൊക്കെ കേട്ടപ്പോൾ കുപിതനായ ആ മനുഷ്യൻ ഇതൊക്കെ പച്ചക്കള്ളമാണെന്നും ഒരു ചുമടുമായി ഒരാൾ വന്ന് നിലത്തുവച്ചശേഷം നമ്മളോടത് പൊക്കികൊടുക്കാൻ പറയുക മാത്രമേ ചെയ്യുകയുള്ളുവെന്ന് വിളിച്ചുപറഞ്ഞു. പള്ളിയിൽ കൂടിയവർ അയാളെ അത്ഭുതത്തോടെ നോക്കിയപ്പോൾ പറഞ്ഞു. നമ്മൾ ചുമട് പൊക്കിക്കൊടുത്തില്ലെങ്കിൽ കൈയിൽ ഇരിക്കുന്ന വടികൊണ്ട് ഒന്നുരണ്ടടി അടിക്കും. അത്രയേയുള്ളു. അല്ലാതെ ഒരു മലക്കും ചോദ്യം ചോദിക്കാനായി വരില്ലെന്നും അയാൾ തറപ്പിച്ചുപറഞ്ഞുവെന്നാണ് കഥ.

മദ്രസയിലെ കുട്ടികളെ അറബി പഠിപ്പിച്ചുകൊണ്ടിരിക്കുമ്പോഴായിരിക്കും ഏതെങ്കിലും കുടുംബം ബാധയൊഴിപ്പിക്കാനായി വരുന്നത്. ദൂരെ ദിക്കുകളിലെ ഹിന്ദുകുടുംബങ്ങളാവും മിക്കപ്പോഴും വരുക. ക്ഷേത്രപൂജാരി പറഞ്ഞുവിട്ടതാണെന്നൊക്കെ പറയും. നാലാംവേദക്കാർക്കേ ഈ ബാധയൊഴിപ്പിക്കാനാവുവെന്ന് അവർ പറഞ്ഞുകേട്ടിട്ടുണ്ട്. ഉസ്താദ് പഠനം നിർത്തി മദ്രസയുടെ ഒരു മൂലയിൽ മാന്ത്രിക വേലകൾ തുടങ്ങും. ഒരു പൊതിച്ച തേങ്ങാപ്പുറത്ത് വരുന്ന ആളെയിരുത്തും. ഓരോന്നുരുവിട്ടത് കറക്കിക്കും. ഒരു ചന്ദനത്തിരി കത്തിച്ച് കൈയിൽപിടിച്ചിട്ടുണ്ടാവും. കാര്യങ്ങൾ അയാളിൽനിന്ന് മനസ്സിലാക്കിയെടുക്കാനാണ് തേങ്ങാപ്പുറത്തുള്ള മാന്ത്രികം. ഹോമത്തിന് നീണ്ട കുറിപ്പടി എഴുതിക്കൊടുക്കും. ചന്ദനമുട്ടി ഇത്ര, കർപ്പൂരം തുടങ്ങി ഒരു നീണ്ട ലിസ്റ്റുണ്ടാകും. ചിലപ്പോൾ ചരട് ജപിച്ച് ഊതികെട്ടി ഏണിലും കൈയിലും ധരിക്കാൻ കൊടുക്കും. ഏലസിൽ അറബി അക്ഷരങ്ങൾ എന്തൊക്കെയോ എഴുതി നിറച്ചുകൊടുക്കും. രോഗികൾക്ക് വെള്ളപിഞ്ഞാണത്തിൽ പ്രത്യേക മരുന്ന് മഷികൊണ്ട് അറബി അക്ഷരങ്ങൾ എഴുതി കഴുകി കുടിക്കാൻ

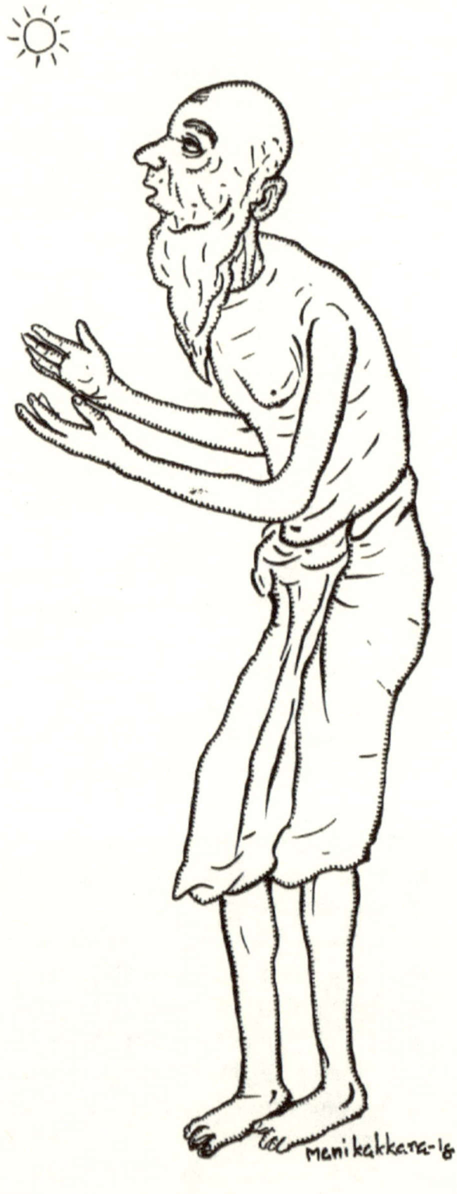
Manikakkara-18

കൊടുക്കും. ഇങ്ങനെ എന്തെല്ലാംതരം മാന്ത്രികവേലകളാണന്നോ ഉസ്താദ് ചെയ്തിരുന്നത്. കുട്ടിക്കാലത്ത് ഇതൊക്കെ നോക്കിക്കാണുന്നത് രസകരമായ അനുഭവമായിരുന്നു. ഇതൊക്കെ കാണാൻ കുട്ടികളുടെ ശല്യം വർദ്ധിക്കുമ്പോൾ മദ്രസയ്ക്ക് അന്ന് അവധികൊടുക്കും. കോഴിമുട്ടയിൽ എന്തൊക്കെയോ ജപിച്ചു കൊടുക്കുന്നതും കാണാം. ഉസ്താദിന്റെ അവസാനകാലത്ത് അദ്ദേഹം തളർന്ന് കിടപ്പായിരുന്നു. കുറെക്കാലം അങ്ങനെ കിടന്ന് മരിച്ചു.

മുസാഫിർമാരും ഫക്കീറന്മാരും നാടുചുറ്റി മതബോധനം നടത്തുന്ന 'തബലീഗ്' കാരുമൊക്കെ പള്ളിയിൽ വന്നുംപോയുമിരിക്കും. ഇവരൊക്കെ തമ്മിൽ തമ്മിൽ കഥകൾ പറയും. നാട്ടുകാര്യങ്ങളും മതകാര്യങ്ങളും പറയും. ഇത്തരക്കാർ പറയുന്നകഥകൾ കേൾക്കാൻ എനിക്ക് വലിയ ഇഷ്ടമായിരുന്നു. പലതരത്തിലുള്ള അത്ഭുതകഥകളാണവർ പറയുന്നത്. 'തബലീഗ്' കാർ വന്നാൽ പള്ളിമുറ്റത്ത് ഭക്ഷണമൊക്കെ പാചകം ചെയ്ത് കഴിച്ച് മൂന്നാലുദിവസമെങ്കിലും കഴിഞ്ഞേ പോകൂ. എട്ടും പത്തും പേരടങ്ങുന്ന ഒരുസംഘമായാണവരുടെ വരവ്. ഇവർക്ക് അമീർ (നേതാവ്) ഉണ്ടാകും. മൂന്നുപേർ യാത്രപോയാൽ അതിലൊരാൾ അമീർ ആയിരിക്കണമെന്നാണ് ഇസ്ലാമിക രീതി. അമീർ ഒരു സ്റ്റൂളിന്റെ പുറത്തിരുന്നാണ് സംസാരിക്കുക. വിചിത്രമായ കാര്യങ്ങളും ഇവരുടെ സംസാരങ്ങളിലുണ്ടാകും.

നാടായ നാട്ടിലൊക്കെ വച്ചും ഉണ്ടും ഇങ്ങനെ കറങ്ങിനടക്കുന്ന ഇക്കൂട്ടർക്ക് ഒരുപാടുകഥകൾ പറയാനുണ്ടാകുക സ്വാഭാവികമാണല്ലോ. അല്ലാഹുവിനെക്കുറിച്ചും മരണാനന്തര ജീവിതത്തെക്കുറിച്ചുമൊക്കെയാണിവരുടെ ചർച്ചകൾ ഏറെയും. നീണ്ടതാടിയും മുട്ടിനുതാഴെ മാത്രം ഇറക്കമുള്ള മുണ്ടും നീളമുള്ള ജുബ്ബയുമൊക്കെ ധരിച്ച് നാടുചുറ്റി നടക്കുന്ന ഇവരെക്കുറിച്ച് പല തെറ്റിദ്ധാരണകളും ഇക്കാലത്തുണ്ട്. തീവ്രവാദികളാകാമെന്നാണൊരു പേടി. നാടും പേരുമൊന്നുമറിയാത്തതുകൊണ്ട് ഇത്തരത്തിലുള്ള യാത്രികർക്ക് പള്ളികളിൽ അഭയം കൊടുക്കാൻ ഇപ്പോൾ മടിക്കാറുണ്ട്. എത്തരക്കാരാണെന്ന് തിരിച്ചറിയാൻ ഒരു വഴിയുമില്ലല്ലോ. ഇവരുടെ സമ്മേളനങ്ങൾക്ക് പ്രത്യേക പരസ്യങ്ങളോ ഒന്നും ഉണ്ടാകില്ല. എന്തിന്, ഫോട്ടോ എടുക്കാൻപോലും താല്പര്യമില്ലാത്തകൂട്ടരാണ്. അതുകൊണ്ടുതന്നെ ഇന്റലിജൻസ് വിഭാഗങ്ങളുമൊക്കെ ഇവർക്ക് പിന്നാലെ കൂടാറുണ്ട്. ഇങ്ങനെ ഇവരുടെ സമ്മേളനത്തിൽ പങ്കെടുത്ത ഒരു ഇന്റലിജൻസ് ഓഫീസറുടെ അനുഭവം പറഞ്ഞുകേട്ടു. രണ്ടുമൂന്നു ദിവസം ഇവരുടെ പ്രഭാഷണം ശ്രദ്ധിച്ചിട്ടും അവരാരും ഭൂമിയെക്കുറിച്ച് ഒരക്ഷരം പോലും മിണ്ടിയില്ലത്രെ. സ്വർഗ്ഗവും നരകവുമൊക്കെയാണവരുടെ സംഭാഷണം നിറയെ. ഇവരുടെ പിന്നാലെ കൂടുന്നതുകൊണ്ട് സമയനഷ്ടമല്ലാതെ മറ്റൊന്നുമില്ലെന്ന് അദ്ദേഹത്തിന് ബോദ്ധ്യപ്പെട്ടു. എന്തായാലും സൂഫിപാരമ്പര്യത്തിന്റെ എന്തൊക്കെയോ അംശങ്ങൾ ഇക്കൂട്ടർക്കുള്ളതായി എനിക്ക് തോന്നിയിട്ടുണ്ട്. എല്ലാവർക്കു

മല്ല, ആത്മാർത്ഥതയോടെ പ്രവർത്തിക്കുന്നവർക്ക്. 'സൂഫി' എന്ന പേരിൽ ഒരദ്ധ്യായം *തൈക്കാവിലെ പുരാണ*ത്തിലുണ്ട്. കാട്ടിൽ വെയിൽ കാഞ്ഞു നില്ക്കുന്ന സൂഫിയോട് മിരാണൻ റാവുത്തരണ്ണൻ ചോദിക്കുന്നു.

"അണ്ണൻ എന്തെ ചെയ്യുകയാക്കും"

"വെയിൽ തിന്നുന്നു" വൃദ്ധന്റെ മറുപടി. ഇതുകേട്ട് മീരാണൻ റാവുത്തരണ്ണൻ അത്ഭുതപ്പെടുന്നു. സൂര്യനിൽനിന്നു മാത്രമല്ല. നഗ്നപാദത്തിലൂടെ മണ്ണിൽനിന്നും ധാരാളം കുടിക്കാനും ഉണ്ണാനുമുണ്ടെന്നും മീരാണൻ റാവുത്തരണ്ണൻ അദ്ദേഹത്തിൽനിന്ന് മനസ്സിലാക്കുന്നുണ്ട്. സൂര്യനമസ്കാരത്തെക്കുറിച്ച് നമുക്കറിയാം. ഭാരതീയ ഋഷിപാരമ്പര്യം നമുക്ക് സമ്മാനിച്ച മഹത്തായൊരു ജ്ഞാനമാണത്. ഇതേക്കുറിച്ച് ഞാൻ കൂടുതൽ മനസ്സിലാക്കിയത് കായംകുളം റെയിൽവേ സ്റ്റേഷനിലേക്ക് പോകുന്നവഴി ഒരു മുസ്ലീം പള്ളിയുണ്ട്. ആലപ്പുഴയിൽ മാധ്യമപ്രവർത്തനം നടത്തുമ്പോൾ രാവിലെ കായംകുളം റെയിൽവേ സ്റ്റേഷനിലെത്തി പാസഞ്ചർ ട്രെയിനിന് ആലപ്പുഴയ്ക്ക് പോകുക പതിവായിരുന്നു. മിക്ക ദിവസവും ഈ പള്ളിക്കു മുമ്പിൽ നീണ്ടതാടിയുള്ള ഒരു വൃദ്ധൻ സൂര്യനെ നോക്കി വെയിൽകാണുന്നത് കാണാമായിരുന്നു. ഒറ്റമുണ്ടുമാത്രമേ അദ്ദേഹം ധരിക്കാറുണ്ടായിരുന്നുള്ളൂ. കൈയിലൊരു തസ്ബ മണി ഈശ്വരസ്തുതി ജപിച്ചുകൊണ്ടിരുന്നു. നല്ല ചുറുചുറുക്കുള്ളയാളാണ്. പത്ത് തൊണ്ണൂറു വയസ്സെങ്കിലും കാണണം. ഒരു ദിവസം ഞാനദ്ദേഹത്തോടൊപ്പം പറ്റിക്കൂടി കാര്യങ്ങൾ സംസാരിച്ചിരുന്നു. സൂര്യനിൽനിന്ന് നമുക്ക് ധാരാളം തിന്നാനും കുടിക്കാനുമുണ്ടെന്ന് അദ്ദേഹമാണ് എനിക്കു പറഞ്ഞുതന്നത്. ചെടികളിലെ ഇലകളാണ് സാധാരണ സൂര്യപ്രകാശം തിന്ന് ജീവിക്കുന്നത്. അവരാണ് സൂര്യന്റെ ഊർജ്ജത്തെ പഴങ്ങളാക്കി മാറ്റിത്തരുന്നത്. ഒരു മുതിർന്ന മരം ഒരു വർഷം 20 കിലോഗ്രാം കാർബൺ ഡൈ ഓക്സൈഡ് അകത്താക്കും. 14 കിലോഗ്രാം ഓക്സിജൻ പുറത്തു വിടുകയും ചെയ്യും. ഒരു മനുഷ്യൻ ഒരു വർഷം എത്ര ഓക്സിജൻ ശ്വസിക്കും. എത്ര കാർബൺ ഡൈ ഓക്സൈഡ് പുറത്തു വിടും. വല്ല കണക്കും ഉണ്ടോന്ന് എനിക്കറിയില്ല. ഉണ്ടാകുമായിരിക്കും. മനുഷ്യർക്ക് നേരിട്ടും സൂര്യനിൽനിന്ന് ഊർജ്ജം ഒരു പരിധിവരെ സ്വീകരിക്കാനാവും. കണ്ണുവിടർത്തി കണ്ണിലൂടെയും ത്വക്കിലൂടെയും സൂര്യന്റെ പ്രകാശത്തെ തിന്നുകയും കുടിക്കുകയും ചെയ്യാം. ചെരിപ്പിടാതെ നല്ല വളമണ്ണിലൂടെ നടന്നാൽ കാല്പാദത്തിലൂടെ മണ്ണിൽനിന്നും ആഹരിക്കാമെന്നും അദ്ദേഹം പറഞ്ഞുതന്നു.

ഹോമിയോ ഡോക്ടറും ആലപ്പുഴയിലെ തൊഴിലാളി നേതാവുകൂടിയായിരുന്ന ഈ റാവുത്തർ മുഴുവൻസമയ പ്രാർത്ഥനയും ധ്യാനവുമൊക്കെയായി പള്ളിയിൽ കഴിയുകയായിരുന്നു. ഞങ്ങൾ സംസാരിച്ച് വളരെ സുഹൃത്തുക്കളായതുകൊണ്ടാകാം ഒരു ചിത്രം എടുക്കാൻ എന്നെ അനുവദിച്ചു. ഞാനദ്ദേഹത്തെക്കുറിച്ച് ഒരു ഫീച്ചർ സൗദിയിൽനിന്ന് പ്രസിദ്ധീകരിക്കുന്ന *മലയാളം ന്യൂസിൽ* എഴുതുകയുമുണ്ടായി. ഗാന്ധിയൻ

ആശയങ്ങളിൽ ആകൃഷ്ടനായി എം പി മന്മഥൻ, ജി കുമാരപിള്ള തുടങ്ങിയവരോടൊപ്പം പ്രവർത്തിക്കുന്ന കാലത്തും ഇത്തരത്തിൽ പ്രകൃതിയോടിണങ്ങി വ്യത്യസ്തമായി ജീവിക്കുന്ന പലരെയും കണ്ടുമുട്ടിയിട്ടുണ്ട്. ഇവരുടെ വർത്തമാനങ്ങളും നോവലിലുണ്ട്. ഹിന്ദു ആശ്രമങ്ങളിൽ രാപ്പാർക്കുന്ന ചില വേളകളിലും ആത്മീയമായി ഉണർവ്വുള്ള വലിയ മനുഷ്യരുമായി ഇടപഴകിയിട്ടുണ്ട്.

ഒരിക്കൽ തിരുവനന്തപുരത്തെ ഗാന്ധിഭവനിൽ വന്നുതാമസിക്കുമ്പോൾ അതിരാവിലെ സുന്ദരനായൊരു വൃദ്ധനുചുറ്റും ആളുകൾ കൂടിയിരിക്കുന്നതുകണ്ടു. ഞാനും അവർക്കൊപ്പം കൂടി. ജിദു കൃഷ്ണമൂർത്തിയെപ്പോലെ തോന്നിക്കുന്ന സുമുഖനായൊരു വൃദ്ധൻ. സുവർണ്ണ നിറമുള്ള ഒരു കോട്ടും ഉടുപ്പിന് മുകളിൽ അദ്ദേഹം ധരിച്ചിരുന്നു. മൂത്രം കുടി ചികിത്സയെക്കുറിച്ചാണ് രാവിലെ സംസാരം. അതിരാവിലത്തെ മൂത്രം ഒഴിവാക്കി രണ്ടാമതായി ഒഴിക്കുന്ന മൂത്രം കുടിക്കുന്നതാണ് ആരോഗ്യത്തിന് ഉത്തമമെന്നാണ് അദ്ദേഹം സംസാരിച്ചുകൊണ്ടിരുന്നത്. മൂത്രചികിത്സയുടെ വിവിധ ഗുണങ്ങളെക്കുറിച്ച് അദ്ദേഹം ഏതാണ്ട് ഒരു മണിക്കൂറുകളോളം സംസാരിക്കുകയുണ്ടായി. നമ്മുടെ പ്രധാന മന്ത്രിയായിരുന്ന മൊറാർജി ദേശായിയും മൂത്ര ചികിത്സയിൽ വിശ്വാസമുള്ളയാളായിരുന്നുവെന്ന് പറഞ്ഞുകേട്ടിട്ടുണ്ട്. ഗാന്ധിഭവന്റെ മുമ്പിലുണ്ടായിരുന്ന മഞ്ചാടിമരത്തിൽനിന്ന് പൊഴിഞ്ഞുവീണുകിടന്ന മഞ്ചാടിക്കുരു ഒരു കൊച്ചുകുട്ടിയുടെ കൗതുകത്തോടെ വൃദ്ധനായ ആ മനുഷ്യൻ നുള്ളിപ്പെറുക്കി ശേഖരിക്കുന്നതുകണ്ടു. ഞാനും അദ്ദേഹത്തോടൊപ്പം മഞ്ചാടിക്കുരു പെറുക്കി നടന്നു. മനുഷ്യർ വാർദ്ധക്യത്തിൽ കുട്ടികളായി മാറുമെന്നത് എത്ര ശരിയാണെന്ന് ഓർമ്മിപ്പിക്കുംവിധം നിഷ്കളങ്കമായൊരു വ്യക്തിയായിരുന്നു അദ്ദേഹം. എപ്പോഴും പ്രസന്ന മുഖഭാവത്തിലേ അദ്ദേഹത്തെ കാണാമായിരുന്നുള്ളൂ.

സ്വന്തം അപ്പൂപ്പനെപ്പോലെ ഞാൻ സ്നേഹിച്ചിരുന്നയാളായിരുന്നു, *ദർശനം* മാസികയുടെ എഡിറ്ററും കഞ്ഞിക്കുഴിയിൽ മനുഷ്യരുടെ ഒരുമയ്ക്കായി പ്രവർത്തിച്ചിരുന്നയാളുമായ ഡി പങ്കജാക്ഷക്കുറുപ്പ്. അദ്ദേഹത്തിന് എന്നോടു വലിയ വാത്സല്യമായിരുന്നു. ഞാൻ കഞ്ഞിക്കുഴിയിലേക്കും അദ്ദേഹം എന്റെ വീട്ടിലേക്കും വരുമായിരുന്നു. ഹിന്ദുമതത്തിൽ വർദ്ധിച്ചുവരുന്ന വർഗ്ഗീയതയിൽ അദ്ദേഹം അസ്വസ്ഥനായിരുന്നു. ആശ്രമമഠാധിപതികളുമായി ഇക്കാര്യങ്ങൾ സംസാരിക്കാൻ പോകുമ്പോൾ എന്നെയും ഒപ്പം കൂട്ടും. ഭാരതീയ ദർശനത്തിൽ ഒരാൾ ഉറച്ചുനില്ക്കുമ്പോൾ ലോകത്തെ ഒന്നായിക്കണ്ടുള്ള ദർശനത്തിൽ പങ്കജാക്ഷക്കുറുപ്പ് ചേട്ടൻ ഉറച്ചുനില്ക്കും. ഇരുവരും തമ്മിലുള്ള തർക്കം ഞാൻ ശ്രദ്ധയോടെ കേട്ടിരിക്കും. ശ്രീരാമകൃഷ്ണാശ്രമത്തിന്റെ മഠാധിപതിയായിരുന്ന ആഗമാനന്ദ സ്വാമി ഒരിക്കൽ കേരളത്തിൽ വന്നപ്പോൾ പങ്കജാക്ഷക്കുറുപ്പ് ചേട്ടനും ഞാനും പിന്നെ ഒന്നുരണ്ടാളും കൂടിയുണ്ടാവണം, അദ്ദേഹത്തെ കാണാൻപോയി. ഞങ്ങൾക്കായി ഒരു ചെറുപ്രഭാഷണം

അഗമാനന്ദസ്വാമികൾ നടത്തുകയുണ്ടായി. വീട്ടുമുറ്റത്തുവരുന്ന കാക്കകൾപോലും രണ്ടുജാതികളാണെന്നും (Species) എന്നാൽ ലോകത്തെവിടെയുമുള്ള മനുഷ്യർ ഒറ്റ ജാതിയാണെന്നും പറഞ്ഞുതന്നത് അദ്ദേഹമാണ്. ബലിക്കാക്കകളും പേനകാക്കകളും തമ്മിൽ ഇണചേരില്ല. എന്നാൽ ലോകത്തെവിടെയുമുള്ള മനുഷ്യർക്ക് ഒന്നിച്ചുജീവിക്കാൻ ഒരു പ്രയാസവുമില്ല. ഭാഷാപരവും സാംസ്കാരികവുമായ എന്തെങ്കിലും തരത്തിലുള്ള ഭിന്നതകൾ തോന്നാമെങ്കിലും അതിനെയൊക്കെ അതിജീവിച്ച് ഒരുമിക്കാനുള്ളശേഷി മനുഷ്യനുണ്ടെന്നർത്ഥം. എങ്കിലും മനുഷ്യനുണ്ടാക്കിയ ജാതിയുടെയും മതത്തിന്റെയും വേലികെട്ടുകൾ മനുഷ്യരെ ഒരുമിപ്പിക്കുന്നില്ല. ഭാരതത്തിൽ 80000 ത്തോളം ജാതികളിലായി മനുഷ്യൻ വേർതിരിക്കപ്പെട്ടിരിക്കുന്നു. ജാതി വിട്ടുള്ള വിവാഹം സാധാരണവുമല്ല. ഇതുകൊണ്ടാവാം നാരായണഗുരുവിനെയും കബീറിനെയും ഗുരുനാനാക്കിനെയും പോലുള്ള മഹാത്മാക്കൾ ജാതിക്കും മതത്തിനുമതീതമായി മനുഷ്യരെ ഒരുമിപ്പിക്കാൻ ശ്രമിച്ചത്. കായംകുളത്തെ ശ്രീരാമകൃഷ്ണാശ്രമത്തിലും ഞാൻ കൂടെ കൂടെ അക്കാലത്ത് പോകുമായിരുന്നു. വിമോചന ദൈവശാസ്ത്രവുമായി ബന്ധപ്പെട്ട് മേഘാലയ ഗവർണറുമൊക്കെയായിരുന്ന ഡോ. എം എം തോമസിന്റെ നേതൃത്വത്തിൽ കോട്ടയത്തും മറ്റും നടന്നിരുന്ന കൂട്ടായ്മകളിലും പോകാറുണ്ടായിരുന്നു.

പശു

പള്ളിക്കൂടം വിട്ടുവന്നാൽ അക്കാലത്തൊക്കെ കുട്ടികളുടെ പ്രധാന പണി അയ്യത്തോട്ടിറങ്ങി പോച്ച (പുല്ല്) പറിക്കലാണ്. മിക്ക വീടുകളിലും പശുക്കൾ ഉണ്ടാകും. അവയെ കുളിപ്പിക്കലും കാടി തിളപ്പിക്കലുമൊക്കെയായി മുതിർന്നവർക്ക് ഇഷ്ടംപോലെ പണിവേറെയുണ്ട്. പശുക്കൾക്കുള്ള പോച്ച പറിക്കൽ കുട്ടികളുടെ ചുമതലയിലാവും. പറമ്പിലി

റങ്ങി പോച്ചപറിക്കുന്നത് കുട്ടികൾക്ക് ഇഷ്ടമുള്ള പണിയാണ്. മഞ്ഞു കാലത്തും മഴക്കാലത്തുമൊക്കെ പടപ്പൻപോച്ചകളുടെ പവിഴവേരുകളിൽ വെള്ളം ഖനീഭവിച്ചുകിടക്കും. ഏതാണ്ട് ഐസുമാതിരി. നല്ല വഴുവഴുപ്പും തണുപ്പുമാണതിന്. കുട്ടികളതിറുത്ത് കണ്ണെഴുതും. കണ്ണിന് നല്ല തണു പ്പുകിട്ടും.

എല്ലാവരുമായി മത്സരിച്ചാണ് പോച്ചപറിക്കൽ. പടപ്പൻപോച്ചകളും താറാവ് പോച്ചയും തുമ്പയും തുടങ്ങി പുരയിടം നിറയെ പോച്ചകിടക്കു കയാണ്. കൂട്ടത്തിൽ വള്ളിച്ചൊറിയണവും കാണും. അതിലൊന്ന് തൊട്ടാൽ ചൊറിച്ചിലോട് ചൊറിച്ചിലായിരിക്കും. ഞങ്ങൾ പിള്ളേരെല്ലാ വരും കൂടി പോച്ചപറിച്ച് കിഴക്കേ മുറ്റത്തുകൊണ്ടുവന്ന് കൂട്ടിവയ്ക്കും. ഓരോരുത്തരുടെയും പങ്ക് പ്രത്യേകം പ്രത്യേകമായാണ് വയ്ക്കുന്നത്. പോച്ചയുടെ അളവ് നോക്കി അത്തിത്ത (അപ്പൂപ്പൻ) കാശുതരും. അഞ്ചു പൈസ മുതൽ ഇരുപത്തിയഞ്ച് പൈസവരെയാണ് കൂലി. കുട്ടികളെ സ്വാശ്രയം പഠിപ്പിക്കാനാവണം ഇങ്ങനെ ചെയ്തിരുന്നത്. സ്വന്തമായി അദ്ധ്വാനിച്ചുണ്ടാക്കുന്ന ഈ നാണയത്തുട്ടുകൾ കുട്ടികൾക്കിഷ്ടംപോലെ ചെലവഴിക്കാം. നാരങ്ങാമുട്ടായി, ഗ്യാസ് മുട്ടായി, പത്തുപൈസ വലിപ്പ ത്തിലുള്ള ഭരണിബിസ്കറ്റ്, ഐസ് ഇതിലേതെങ്കിലും വാങ്ങികഴിക്കാ നാവും ഈ തുക ചെലവഴിക്കുക.

അപ്പച്ചിമാരുടെ മക്കളൊക്കെ പന്തളം എൻ എസ് എസ് കോളേ ജിൽ പഠിക്കുന്ന മുതിർന്നവരാണ്. അവർക്ക് പോച്ചപറിക്കേണ്ടിവരില്ല. അല്ലാതെ തന്നെ ദിവസവും ഒരു ചെറിയ സംഖ്യ വഴിച്ചെലവിനായി കിട്ടും. മൂക്കൻ കെ സി ടി എന്നൊരു ബസും രാജാറാം എന്നൊരു ബസു മാണ് പന്തളത്തേക്ക് പോകുന്നത്. മൂക്കൻ കെ സി ടി എന്നാൽ മുൻവശം ജീപ്പുപോലെ കൂർത്ത ബസാണ്. കൂടെ കൂടെ ബസ് നിർത്തി ബോണറ്റ് പൊക്കി വെള്ളം ഒഴിച്ചും ഇരച്ചും കിതച്ചുമൊക്കെയാണ് യാത്ര. വണ്ടി യുടെ ഇരപ്പ് പാറയിൽ കേൾക്കുമ്പോൾ കോളേജ് കുമാരിമാരും കുമാര ന്മാരും പുസ്തകവും എടുത്തോണ്ട് ഓടും. ചിലപ്പോൾ പൊതിച്ചോറു ശരിയായിട്ടുണ്ടാവില്ല. അവർക്ക് പിന്നാലെ പൊതിച്ചോറുമായി മറ്റുള്ള വർ ഓടും.

വീട്ടിൽ പശുക്കൾ ഉള്ളതുകൊണ്ട് കച്ചിയുണക്കലും തുറുവിടീലും തുറുവിൽനിന്ന് കച്ചിവലിക്കലും കാടിതിളപ്പിക്കലും തുടങ്ങി ഒരുപാട് പണി എപ്പോഴും കാണും. വീട്ടിൽ രോഹിണി, വിലാസിനി തുടങ്ങി പല പേരുകളിലുള്ള പശുക്കൾ ഉണ്ടായിരുന്നു. ഒരിക്കൽ പശുക്കുട്ടികളിലൊ ന്നിനെ കുടുംബപണിയാളരായ കൊച്ചുകുഞ്ഞിനും ഭാരതിക്കും കൊടു ത്തു. അവരതിനെ വടക്ക് പുഞ്ചപ്പാടത്ത് കൊണ്ട് ചെന്ന് വളർത്തി. ചേർപ്പി ക്കാൻ (ഇണചേർക്കാൻ) പരുവമായപ്പോൾ അതിനെ റോഡിലുള്ള മൃഗാ ശുപത്രിയിലേക്ക് കൊണ്ടുവന്നു. പണ്ടൊക്കെ മൂരികാളകളെ വളർത്തി യാണ് പശുക്കളെ ചേർപ്പിച്ചിരുന്നത്. പലവീടുകളിലും ഒത്തപൊക്കവും ശൗര്യവുമുള്ള നാടൻ മൂരികളെ ഇതിനായി വളർത്തിയിരുന്നു. അതവ

രുടെ ജീവിതമാർഗ്ഗവുമായിരുന്നു. ഇത്തരം കുടുംബങ്ങളെ കൂടാതെ പണ്ടാരങ്ങൾ ഓച്ചിറക്കാളകളുമായി വീടുനിരങ്ങും. ലക്ഷണമൊത്ത ഓച്ചിറക്കാളകളും പശുക്കൾക്ക് നിറവയർ സമ്മാനിച്ചിരുന്നു. എന്നാൽ ഇങ്ങനെ നാടൻമൂരികളുമായി പശുക്കൾ സ്വാഭാവികമായി ഇണചേരുന്നത് സർക്കാർ വിലക്കി. നാടൻ പശുക്കൾക്ക് പാലുകുറവാണ് പോലും.

മൃഗാശുപത്രിയിൽ പശുക്കളെക്കൊണ്ടുചെന്ന് കുത്തിവച്ച് സങ്കരയിനം പശുക്കളെ ഉണ്ടാക്കണം. നാടൻ മൂരികളെ വളർത്തുന്നത് ഒരു കുറ്റമായി മാറി. മൃഗാശുപത്രിയിലെ ഓഫീസർമാർ നാട്ടിലിറങ്ങി നാടൻ മൂരികളുടെ വരിയുടച്ചു. (വന്ധീകരിച്ചു). ഈ കൊടുംക്രൂരത ചെയ്യാനായി മൃഗാശുപത്രിയിലെ ഓഫീസർമാർ നാട്ടിലിറങ്ങി നടക്കുന്നത് കണ്ടിട്ടുണ്ട്. ആളുകൾക്കവരെ ഭയമായിരുന്നു. അതുകൊണ്ടാവാം മൂരികൾ വളരെവേഗം നാട്ടിൽ നിന്നപ്രത്യക്ഷമായി. പശുക്കളെയും ഉന്തിതള്ളി ആളുകൾ ഞങ്ങളുടെ വീട്ടുവഴിയിലൂടെ മൃഗാശുപത്രിയിലേക്ക് പോകുന്നതു പതിവായി. ഇങ്ങനെ കൊച്ചുകുഞ്ഞ് മൃഗാശുപത്രിയിലേക്ക് കൊണ്ടുപോയ പശു ഞങ്ങളുടെ വീട്ടുവഴിയിൽ എത്തിയപ്പോൾ ഒറ്റ നില്പ്. എന്നിട്ട് എരുത്തിലിലേക്ക് നോക്കി അമറാൻ തുടങ്ങി. പശുവിന്റെ നിലയ്ക്കാത്ത അമറൽക്കേട്ട് ചെന്നുനോക്കുമ്പോൾ പണ്ട് വീട്ടിൽനിന്ന് കൊണ്ടുപോയ കിടാവ് വളർന്ന് പശുവായതാണ്. അതിന്റെ അമ്മപ്പശു ഞങ്ങളുടെ എരുത്തിലിലുണ്ടായിരുന്നു. അതും തന്റെ കുഞ്ഞിന്റെ കരച്ചിൽക്കേട്ട് കിടന്ന് കയറുപൊട്ടിക്കാൻ തുടങ്ങി. പശുത്തള്ളയും പശുക്കുഞ്ഞും തമ്മിലുള്ള ആത്മബന്ധത്തിന്റെ തീവ്രതകണ്ട് എന്റെ കണ്ണ് നിറഞ്ഞുപോയി. മനുഷ്യരെപ്പോലെ തന്നെയാണല്ലോ ഇവരുമെന്ന് ഞാനോർത്തു. പശുക്കിടാവിനെ തള്ളയുടെ അരികിൽ കൊണ്ടുവന്ന് നിർത്തി തീറ്റയൊക്കെ നല്കി സമാധാനിപ്പിച്ചു. തള്ളപ്പശു തന്റെ കുഞ്ഞിനെ നാക്കുകൊണ്ട് നക്കി വാത്സല്യം പ്രകടിപ്പിച്ചു. അമ്മയെ കാണാതിരുന്നതിലുള്ള പരിഭവം കൊണ്ടാവാം മോളുപശു കാല് ഇളക്കി ഇളക്കി നിന്നു. കുറച്ചുകഴിഞ്ഞ് മോളുപശുവിനെ കുത്തിവയ്പ്പിക്കാനായി ഒരുവിധം പിടിച്ചുവലിച്ചാണവിടെനിന്ന് കൊണ്ടുപോയത്. തള്ള കണ്ണീർവാത്ത് കരയുന്നുണ്ടായിരുന്നു. ഇതെന്റെ മനസ്സിനെ വല്ലാതെ ഉലച്ചു.

പശു ചെനനിറഞ്ഞുനിന്നാൽ പിന്നെ വീട്ടിലാർക്കും ഉറക്കമുണ്ടാവില്ല. അതിനെ ശുശ്രൂഷിക്കലാണ് മുഖ്യപണി. പശു ഇന്നു പെറും നാളെ പെറുമെന്നുനോക്കിയിരിക്കും. ചിലപ്പോ രാത്രി എരുത്തിലിൽ അനക്കം കേൾക്കുമ്പോൾ അമ്മയും അത്തായും പാനീസ് വിളക്കും കത്തിച്ച് അവിടെപ്പോയിരിക്കുന്നതു കാണാം. ചെന നിറഞ്ഞുനില്ക്കുന്ന പശുവിനോട് അമ്മ ഓരോന്നു പറയും. തലയിൽ തൊട്ടുതടവും. ആശ്വസിപ്പിക്കും. അന്ന് പശു രാത്രിയിൽ പ്രസവിക്കുമെന്നുതോന്നിയാൽ അവരവിടെ കുത്തിയിരിക്കും. കൂട്ടിന് പണിക്കാരാരെങ്കിലും ഉണ്ടാകും. പശുപ്രസവിച്ചാൽ പിന്നെ വീട്ടിലൊരു മേളമാണ്. കാളിയോ, തേവിയോ പറമ്പിൽപോയി

കുമ്പളങ്ങ പറിച്ചോണ്ടുവന്ന് തിരുങ്ങും. മുറ്റത്ത് അടുപ്പ് കൂട്ടി കഞ്ഞിവയ്ക്കും. പ്രസവശുശ്രൂഷയ്ക്കുള്ള പുറപ്പാട്. ഇഷ്ടംപോലെ കഞ്ഞികുടിക്കാൻ കൊടുക്കും. പശുവിന്റെ മാച്ച് പിറക്കാനുള്ള കാത്തിരിപ്പാണ് കാത്തിരിപ്പ്. മാച്ച് വീണില്ലെങ്കിൽ എല്ലാവർക്കും ആധിയാണ്. പശുവിനത് ദോഷമാണത്രെ. മാച്ച് പിറന്നില്ലെങ്കിൽ മാട്ടുവൈദ്യനെ വിളിക്കും. മാട്ടുവൈദ്യൻ വന്ന് ചില ഒറ്റമൂലിയൊക്കെ പ്രയോഗിക്കും. അപ്പോൾ മാച്ച് വീഴും.

പശുക്കുട്ടിയുടെ കാലാണ് പിറക്കുന്നതെങ്കിലും മാട്ടുവൈദ്യന്റെ തുണതേടും. മാട്ടുവൈദ്യൻ വന്ന് കുട്ടിയെ പിടിച്ച് വലിച്ചുപുറത്തിടും. മാട്ട് വൈദ്യൻ ഇതൊക്കെ ചെയ്തിരുന്നത് ഒരു ധർമ്മമായിട്ടായിരുന്നു. വളരെ നിർബ്ബന്ധിച്ചാൽ സ്നേഹംകൊണ്ട് ചില ഉപഹാരങ്ങൾ സ്വീകരിച്ചാലായി. മൃഗാശുപത്രിയിലങ്ങനെയല്ല. എന്തിനും ഏതിനും കാശുകൊടുക്കണം. ഓരോ കുത്തിവയ്പിനും കാശ് കൊടുക്കണം. പലതവണ കുത്തിവച്ചാലേ ചെന പിടിക്കുകയുള്ളുതാനും. പശു മാച്ച് ഇട്ടാൽ എല്ലാവർക്കും ഒരാശ്വാസമാണ്. കൊച്ചുകുഞ്ഞോ പടിഞ്ഞാറ്റയിലെ സുകുമാരനോ ആരെങ്കിലും അയ്യത്തുപോയി ഒരു അടയ്ക്കാമരത്തിന്റെ ചുവട്ടിൽനിന്ന് തണുങ്ങുകൊണ്ടുവരും. അതിലെ പാള അറുത്ത് തൊട്ടിപോലെ തെങ്ങിലെ വഴുതകൊണ്ട് തയ്യിച്ചെടുക്കും. അതിനൊരു തൂക്കുകയർ കെട്ടും. മാച്ച് അതിൽ നിറച്ച് പാലമരത്തിൽ കൊണ്ടുകെട്ടും. മാച്ചിന്റെ പാളകൾ തൂങ്ങിയാടുന്ന പാലമരം ആളുകളെ പേടിപ്പിച്ചുകൊണ്ട് ചില്ലകൾ വിരിച്ചുനിന്നിരുന്നു. ഏഴിലംപാലയാണ് യക്ഷികൾ ചേക്കയിരിക്കുന്ന പാലമരമെന്നാണ് വിശ്വാസം. ഏഴിലംപാലപ്പൂമണം നാടാകെ പരക്കും. അപ്പോഴാണത്രെ യക്ഷികൾ പാലച്ചുവട്ടിൽ വരുന്നത്. പാമ്പുകളും വിഷജന്തുക്കളും പാലച്ചുവട്ടിലുണ്ടാകും. അതുകൊണ്ട് മാച്ച് പാളകൾ തൂങ്ങിയാടുന്ന പാലച്ചുവട്ടിലേക്ക് കുട്ടികൾക്ക് പോകാനനുവാദം ഉണ്ടായിരുന്നില്ല. അമ്മപ്പശുവിന്റെ വയറ്റിൽനിന്ന് പിറന്നുവീഴുന്ന കിടാവ് തത്തിപിടഞ്ഞെണീറ്റ് അതിന്റെ അകിടിനരുകിലേക്ക് പോകുന്നത് കാണാം. പാലുറിഞ്ചി കുടിക്കാനാണ്. അമ്മപ്പശുവിന്റെ മുലഞെട്ടിനുള്ളിൽ പാലുണ്ടെന്ന് ആരാണ് ഈ കിടാവുകൾക്ക് പറഞ്ഞുകൊടുത്തത്. അത്ഭുതമാണ് പ്രകൃതിയിലെ കാര്യങ്ങൾ.

ഒരാഴ്ചക്കാലമെങ്കിലും കിടാവുകളെ കെട്ടിയിടാറില്ല. അതിങ്ങനെ പറമ്പിൽ തുള്ളിച്ചാടി നടക്കും. കുട്ടികൾക്കപ്പോഴാണ് രസം. എല്ലാവരും കിടാവിന്റെ പിന്നാലെയായിരിക്കും. ഒരു പുതിയ കളികൂട്ടുകിട്ടിയ സന്തോഷമാവും എല്ലാവർക്കും. എന്നാൽ വളരെവേഗം തുണിചുറ്റിയ കൊച്ചം കയർ കിടാവിന്റെ കഴുത്തിൽ വീഴും. അതോടെയാണ് കറവ തുടങ്ങുന്നത്. ആദ്യമായി കറന്നെടുക്കുന്ന പാൽ പറമ്പിലെ പാലുള്ള മരങ്ങൾക്കാണ്. പാലുമൊന്തയിൽ പാലുംതൂക്കി പറമ്പിലെ ഓമയുടെയും മാവിന്റെയും കൊച്ചുപാലയുടെയും ഒക്കെ ചുവട്ടിൽ കൊണ്ടുപോയി പാലിറ്റിച്ചുകൊടുക്കും. പാലുചുരത്താത്ത കൊന്നത്തെങ്ങ് പാലുകൊതി

യോടെ തുറിച്ചുനോക്കുന്നതായി എനിക്ക് തോന്നും. ഞാനിത്തിരി പാൽ അതിന്റെ ചുവട്ടിലും ഒഴിച്ചുകൊടുക്കും. പിന്നെ കറന്നെടുക്കുന്ന പാൽ തൈക്കാവിലേക്കാണ്. ഹിന്ദു സമുദായത്തിലുള്ളവരും പശുവിന്റെ പാലുമായി തൈക്കാവിലെത്തും. കാവുംപാട്ട് പള്ളിയെ എല്ലാവർക്കും വിശ്വാസമാണ്. ഇതിന് ജാതിഭേദമില്ല. നാട്ടിലെവിടെ പശുപെറ്റാലും ഒരുകുടം പാൽ തൈക്കാവിലെത്തും. പശുവിന് സമൃദ്ധമായി പാൽ കിട്ടാനും അതിന്റെ സുരക്ഷയ്ക്കുമായാണിങ്ങനെ ചെയ്യുന്നത്. അക്കാലത്തൊക്കെ കർഷകകുടുംബങ്ങൾക്കായിരുന്നു നാട്ടിൽ മാന്യത. നെൽകൃഷി ഒരാഢ്യത്വത്തിന്റെ ചിഹ്നംകൂടിയായിരുന്നു. എത്ര പറക്കണ്ടത്തിൽ കൃഷിയുണ്ട്, വീട്ടിൽ എത്രപശുവുണ്ട്, തുറുവുണ്ട് എന്നൊക്കെ നോക്കിയായിരുന്നു ഒരു കുടുംബത്തിന്റെ ആസ്തി നിശ്ചയിച്ചിരുന്നത്. കല്യാണ ദല്ലാളന്മാർ ഇതാണ് നോക്കിയിരുന്നതും. ഇന്നതൊക്കെ തലകീഴ് മറിഞ്ഞുപോയി. പശുവും നെൽകൃഷിയുമൊക്കെയുള്ള വീട്ടിലേക്ക് തന്റെ മകളെ കെട്ടിച്ചയക്കാൻ അച്ഛനമ്മമാർ ഒന്നറയ്ക്കുന്ന സ്ഥിതിവരെയെത്തിയിട്ടുണ്ട്.

ഓണക്കാലം വരാനായി കുട്ടികൾ കാത്തിരിക്കും. മുറ്റത്ത് സുവർണ്ണ നിറവും കറുപ്പുനിറവുമുള്ള ഓണപ്പക്കികൾ തിരുവാതിര കളിക്കാനെത്തിയാലറിയാം ഓണം അടുത്തെന്ന്. പവിഴവാലുള്ള തുലാതുമ്പികളും ഇക്കാലത്ത് നാട്ടിൽ പാറിനടക്കും. ഓണത്തുമ്പികളെപ്പോലെ ഇക്കൂട്ടർക്ക് ചിറകിൽ നിറമുണ്ടാവില്ല. തുലാത്തുമ്പികൾ ഇടവപ്പാതി കാറ്റിനൊപ്പം ആഫ്രിക്കയിൽനിന്ന് നാട്ടിൽ വിരുന്നിനെത്തുന്നവരാണത്രെ. ആഫ്രിക്കയിൽനിന്ന് പുറപ്പെട്ട തുമ്പിയുടെ മൂന്നാമത്തെയോ നാലാമത്തെയോ തലമുറയാവും നമ്മുടെ വീട്ടുമുറ്റത്ത് എത്തുക. അവയൊക്കെ തുലാക്കാറ്റിനൊപ്പം മടങ്ങുകയും ചെയ്യും. ഓർക്കുമ്പോൾ അത്ഭുതം തോന്നുന്നു. പ്രകൃതിയിൽ എന്തെന്തു വിസ്മയങ്ങളാണ് അരങ്ങേറുന്നത്. നമ്മുടെ മുറ്റത്ത് ഓണം കളിക്കാൻ വരുന്ന തുലാത്തുമ്പികൾ ആഫ്രിക്കാരാണന്നെങ്ങനെ വിശ്വസിക്കും? ഓണത്തിന് പത്തുദിവസം പള്ളിക്കൂടമില്ല. ആരും ഓണക്കാലത്ത് പഠിക്കണമെന്ന് വാശിപിടിക്കില്ല. അത്തം ഉദിച്ചാലന്നുമുതൽ കുട്ടികൾക്ക് ഇഷ്ടംപോലെ കളിക്കാം. ഒന്നാം ഓണത്തിനു തന്നെ കപ്പമാവിൽ വലിയ ഊഞ്ഞാലുവീഴും. വീട്ടുമുറ്റത്ത് ഓണക്കളി തുടങ്ങും. അയൽവീട്ടുകാരെല്ലാം എന്റെ വീട്ടിലാണ് ഒത്തുകൂടുക. ജാതിമത വ്യത്യാസമൊന്നുമില്ല. കുക്കുടുകളി, അശുകുശിയെ പെണ്ണുണ്ടോ കളി, തുമ്പിതുള്ളൽ, പശുവും പുലിയും കളി, പന്തുകളി തുടങ്ങിയവയായിരുന്നു ഓണക്കാല കളികൾ. മുതിർന്നവരും കളിയിൽ ഏർപ്പെടും. ഓണനിലാവിൽ പറമ്പിൽ പന്തുകളിയുണ്ടാവും. ഓണദിവസങ്ങളിൽ പറക്കോട്ടുകാരും തട്ടേക്കാരുമൊക്കെയായി വാശിയേറിയ കാൽപ്പന്തുമത്സരക്കളി സത്രത്തിന്റെ അയ്യത്തു നടക്കും.

പുരാതനകാലത്ത് തന്നെ സത്രമുണ്ടായിരുന്ന ഗ്രാമമായിരുന്നു ഞങ്ങളുടേത്. സബ് രജിസ്റ്റർ ഓഫീസും പൊലീസ് ഔട്ട്പോസ്റ്റും ഉണ്ടാ

Manikakkara-18

യിരുന്നു. പിന്നീടെപ്പോഴോ സത്രം ഇല്ലാതായി. ഒരു പൊളിഞ്ഞ കിണറും സത്രത്തിന്റെ ഓർമ്മയ്ക്കായുള്ള വഴിവിളക്കുംമാത്രം അവശേഷിച്ചു. വഴി വിളക്ക് ഒടിഞ്ഞ് ഓടയിൽ ചെളിപൂണ്ട് കിടന്നു. സ്വാതന്ത്ര്യത്തിന്റെ അൻപതാം വാർഷികത്തിന് എനിക്കതെടുത്ത് പുനഃസ്ഥാപിക്കണമെന്നു തോന്നി. പൊലീസ് സ്റ്റേഷന്റെ മുമ്പിലത് പുനഃസ്ഥാപിച്ചു കത്തിച്ചുവച്ചു. ഇപ്പോഴത് പഞ്ചായത്ത് ഓഫീസിന്റെ മുമ്പിലുണ്ട്. സത്രപ്പറമ്പിൽ നൂറു കണക്കിനാളുകൾ പന്തുകളികാണാൻ ഒത്തുകൂടും. തുകൽ ഉറയിൽ ചകിരികയറ്റി നിറച്ച് തുന്നിയുണ്ടാക്കുന്ന പന്താണ് ഉപയോഗിക്കുന്നത്. ഒറ്റ, ഇരട്ട, ചൊരു, കാലാംകീഴ്, ഉരുട്ടി, ഗയിം എന്നിങ്ങനെയാണ് നാടൻ പന്തുകളിയുടെ രീതി. എന്തൊരാവേശവും ആരവവുമാണെന്നോ പന്തു കളി നടക്കുമ്പോൾ. ഓണാട്ടുകരയിലെ അമ്പലപ്പറമ്പുകളിലും തറപ്പുര യിടങ്ങളിലും ചന്തകളിലുമൊക്കെ പന്തുകളിയുടെ മേളമായിരിക്കും. നാലോണത്തിനും വീട്ടിൽ ഇലയിട്ട് ഊണുണ്ടാകും. ഓണത്തിന് വിരുന്നു കാരുവരും. മലബാറിലൊക്കെ ഓണക്കാലത്ത് മത്സ്യവും മാംസവു മൊക്കെ നിർബ്ബന്ധമാണെന്ന് കേട്ടിട്ടുണ്ട്. എന്നാൽ മത്സ്യം ദിവസവും നിർബ്ബന്ധമുള്ള എന്റെ വീട്ടിൽ ഓണക്കാലത്ത് നാലുദിവസവും സസ്യ ഭക്ഷണം മാത്രമാവും ഉണ്ടാവുക. കൊച്ചുകുഞ്ഞും ഭാരതിയും മുറതെ റ്റാതെ അവിലും കുലയുമൊക്കെ വീട്ടിൽ കൊണ്ടുതരാറുമുണ്ട്. പകരം കാശും വീട്ടുസാധനങ്ങളുമൊക്കെ കൊടുക്കും.

ഓണക്കാലത്ത് വീട്ടിൽ നെറ്റ്കെട്ടി മുതിർന്നവർ ബാൾബാറ്റ്മിന്റൺ കളിച്ചിരുന്നു. എന്നാൽ ഇത്തരം കളികൾ അപൂർവ്വവീടുകളിലേ അന്ന് ഉണ്ടായിരുന്നുള്ളൂ. ഒന്നാദ്യകേറുന്ന രീതി അക്കാലത്തൊരു പതിവായി രുന്നു. എല്ലാ മലയാളമാസവും ഒന്നാംതീയതിയാണ് വീടുകളിൽ ഒന്നാ ദ്യകേറുക. അയലത്തെ വീടുകളിൽ ഒന്നാദ്യകേറുന്നത് ഞാനായിരിക്കും. ഭാസ്കരപിള്ള ചേട്ടന്റെ വീട്ടിൽ, കുഞ്ഞിയമ്മസാറിന്റെ വീട്ടിൽ, ബാലൻ പിള്ള ചേട്ടന്റെ വീട്ടിലുമൊക്കെ ഒന്നാദ്യകേറണം. ചന്ദ്രമതി ചേച്ചിയും കുഞ്ഞിയമ്മ സാറുമൊക്കെ ഒന്നാദ്യകേറാൻ ചെല്ലുമ്പോൾ മധുരം തരും. ഓണാട്ടുകരയിൽ എള്ളുകൃഷി വ്യാപകമായിരുന്നു. അതുകൊണ്ട് എള്ളുണ്ട ഒരു പ്രധാന പലഹാരമായിരുന്നു. ചായ തരും. വീട്ടിനുള്ളിലെ മുറിയിൽ കണ്ണടച്ചിരിക്കുന്ന കുഞ്ഞിയമ്മസാറിന്റെ മുമ്പിലേക്ക് ചെന്നു നില്ക്കണം. കണികാണുന്നത് എന്നെയാവണമെന്ന് ആ അമ്മയ്ക്ക് നിർബ്ബന്ധമുണ്ടായിരുന്നു. എത്ര സ്നേഹാർദ്രമായിരുന്നു അന്നത്തെ കുടുംബബന്ധങ്ങളെന്ന് ഓർത്തുപോകുന്നു. ജാതിയും മതവുമൊന്നും ലവലേശംപോലും ആരെയും തൊട്ടുതീണ്ടിയിരുന്നില്ല. നാട്ടിന്റെ ആത്മാവ് ജനങ്ങൾ തമ്മിലുള്ള ഈ സാഹോദര്യബന്ധമാണെന്ന് എനിക്ക് തോന്നുന്നു. വർഗ്ഗീയതയുടെ വിഷബീജം പുരളാത്ത ഒരു ഗ്രാമാന്തരീ ക്ഷമാണ് അന്നൊക്കെയുണ്ടായിരുന്നത്. ഓണാട്ടുകര കാർഷികസമൃദ്ധ മായൊരിടമായിരുന്നു. കൃഷിയൊഴിഞ്ഞ ഒരുനേരവും ഉണ്ടാവില്ല. ഇരുപ്പൂ കൃഷി കഴിഞ്ഞാൽ മുതിരയും എള്ളുംവിതയ്ക്കും. കരവിത്തിടും.

ചേനയും കാച്ചിലും ഇഞ്ചിയും മഞ്ഞളും വെറ്റിലക്കൊടികളും പറമ്പിലുണ്ടാകും. മരങ്ങളായ മരങ്ങളിലൊക്കെ കുരുമുളകുകൾ വളർത്തിയിരുന്നു. കുരുമുളക് പറിച്ച് ചവുട്ടിക്കിട്ടുന്ന കൊന്ത് വഴിനീളെ കൊണ്ടുവിതറാറുണ്ടായിരുന്നു. കുരുമുളക് മനുഷ്യരുടെ സമ്പദ് സ്ഥിതിയെ നിർണ്ണായകമായി സ്വാധീനിച്ച കാലത്തെ ഒരാചാരമായിരിക്കണം ഇത്. നാട്ടുരാജ്യങ്ങളിലെ വാണിജ്യമന്ത്രിയെ മുളക് മടിശീലക്കാരൻ എന്നായിരുന്നല്ലോ വിളിച്ചിരുന്നത്. വട്ടിയിലും കൊട്ടയിലുമൊക്കെ മുളക് കൊന്ത് നിറച്ച് കുട്ടികളാണ് ചെമ്മൺപാതകളിൽ കൊണ്ടുവിതറുന്നത്. എരിഞ്ഞ മണമായിരിക്കും അപ്പോൾ നാടുമുഴുവൻ. കുരുമുളക് പറിച്ചുവെന്ന് കച്ചവടക്കാരും നാട്ടുകാരും അറിയാൻ വേണ്ടിയാവണം ഈ കൊന്ത പാതകളിൽ വിതറുന്നതെന്നാണ് എനിക്ക് തോന്നുന്നത്. കുരുമുളക് അറബികൾക്കും മറ്റും വില്ക്കുന്ന വീട്ടുകാരെ പോർച്ചുഗീസുകാർ ക്രൂരമായി കൊലപ്പെടുത്തുകപോലും ചെയ്തിരുന്ന ഒരു കാലമുണ്ടായിരുന്നു. അതൊക്കെ പിന്നെ വായിച്ചു മനസ്സിലാക്കിയതാണ്.

യൂറോപ്യർ ജീവൻപണയംവച്ച് കടൽകടന്ന് കുരുമുളകിനായി ഇവിടെ വന്നത് അവരുടെ ഭക്ഷണവിഭവങ്ങൾക്ക് എരിവുപകരാൻ വേണ്ടി മാത്രമായിരുന്നോ. അതിനത്രകണ്ട് കഷ്ടത സഹിക്കേണ്ട ഒരുകാര്യവുമില്ല. മഞ്ഞുപൊഴിയുന്ന യൂറോപ്പിൽ മാംസം കേടുകൂടാതെ സൂക്ഷിക്കാൻ ഇഷ്ടംപോലെ കുരുമുളക് പൊടിയവർക്ക് ആവശ്യമായിരുന്നു. അവർക്ക് ജീവിക്കണമെങ്കിൽ കുരുമുളക് ആവശ്യമായിരുന്നു. അതുകൊണ്ടാണ് രാജ്യം വെട്ടിപ്പിടിച്ചും മനുഷ്യരെ കൊന്നും അവർ കുരുമുളക് കൈക്കലാക്കിയിരുന്നത്. *കുരുമുളകിന്റെ വീട്* എന്ന പേരിൽ ഒരു നോവൽ എഴുതുന്നതിനായി ഈ വിഷയത്തിൽ കൂടുതൽ പഠിച്ചപ്പോഴാണ് കുരുമുളക് കൊന്തിന്റെ വിതറലിന്റെ പിന്നിലെ രഹസ്യമെനിക്ക് മനസ്സിലായത്. പശ്ചിമഘട്ടം കടന്ന് തേങ്ങാപട്ടണത്തും മറ്റും കുരുമുളക് കൊണ്ടുപോയി അറബികൾക്ക് വിറ്റതിന്റെ പേരിൽ മുസ്ലീങ്ങളെയും തമിഴ് ബ്രാഹ്മണരെയും പോർച്ചുഗീസുകാർ ക്രൂരമായി കൊലപ്പെടുത്തുകയുണ്ടായിട്ടുണ്ട്. ഇങ്ങനെ കച്ചവടം നടത്തുന്ന ഒരു ബ്രാഹ്മണന്റെ തല വെട്ടിക്കൊടുത്താൽ അൻപത് രൂപവരെ അവർ ഇനാം പ്രഖ്യാപിച്ചിരുന്നു. ബ്രാഹ്മണരെ കൊല്ലുന്നത് പാപമാണെന്ന് ആളുകൾ വിശ്വസിച്ചിരുന്നതുകൊണ്ടാണ് പോർച്ചുഗീസുകാർ നാട്ടുകാർക്ക് പണം വാഗ്ദാനം ചെയ്തത്.

മുസ്ലീം ജനവിഭാഗങ്ങളായ സേട്ട്, പഠാണികൾ, റാവുത്തരന്മാർ തുടങ്ങിയവർ 'ഹനഫി' (പേർഷ്യൻ പാരമ്പര്യമുള്ള അബുഹനീഫയുടെ ഇസ്ലാമിക വ്യാഖ്യാനത്തിനനുസരിച്ച്) ജീവിക്കുന്നവരാണ്. ഇവരൊക്കെ ഉത്തരേന്ത്യയിൽ നിന്നുവന്നവരുമാണ്. പകുതി മുസ്ലീങ്ങളും പകുതി ഹിന്ദുക്കളുമെന്ന് റാവുത്തരന്മാരെ അമീർഖുസ്രു വിശേഷിപ്പിച്ചിട്ടുണ്ട്.

ഹിന്ദിയുടെയും ഉറുദുവിന്റെയും പിതാവായി കരുതുന്ന കവി അമീർ ഖുസ്രു സ്വയം വിശേഷിപ്പിച്ചിരുന്നത് താനൊരു ഹിന്ദുൽമാൻ ആണെ

ന്നാണ്. ഹിന്ദുസ്ഥാനിലെ മുസൽമാൻ. ഇതുപോലെ തദ്ദേശ സംസ്കൃതിയുടെയും ഇസ്ലാമിക ദർശനത്തിന്റെയും സമന്വയമാണ് *തൈക്കാവി*ലെ *പുരാണ*ത്തിലുള്ളത്. അയ്യപ്പന്റെയും വാവരുടെയും പാരമ്പര്യമാണിത്. പാണ്ഡ്യരാജ്യത്ത് നിന്ന് പന്തളം, പൂഞ്ഞാർ രാജകുടുംബങ്ങൾക്കൊപ്പം എത്തിയ കുതിരപ്പടയാളികളുടെ പിന്മുറക്കാരാണ് കേരളത്തിലെ തെക്കൻജില്ലകളിലെ റാവുത്തരന്മാർ. മാർത്താണ്ഡവർമ്മയുടെ സൈന്യത്തിലും ഇക്കൂട്ടർ ധാരാളമായുണ്ടായിരുന്നു. പിതൃസ്ഥാനത്ത് തുർക്കികളും മാതൃസ്ഥാനത്ത് തദ്ദേശീയരും ഉൾപ്പെട്ട ജനവിഭാഗമെന്നും റാവുത്തരന്മാരെ വിശേഷിപ്പിക്കാമെന്ന് തോന്നുന്നു. കോഴിക്കോട്ടെ കുറ്റിച്ചിറ ഭാഗത്തു കോയമാരുടെ കൊട്ടാര സദൃശമായ പുരാതന ഭവനങ്ങളുണ്ട്. നൂറുകണക്കിന് മുറികളുള്ള വീടുകൾ. കൂട്ടുകുടുംബമായാണ് മുസ്ലീങ്ങളിവിടെ കഴിയുന്നത്. മരുമക്കത്തായ സമ്പ്രദായമാണ്. അറബികൾ നായർ സ്ത്രീകളെ വിവാഹം കഴിച്ചുണ്ടായ സമൂഹമാണിത്. മാധ്യമ പ്രവർത്തകനായ രവീന്ദ്രൻ നായർക്കൊപ്പം ഞാനിവിടെ ചുറ്റി കറങ്ങി കണ്ടപ്പോൾ നാട്ടുകാരിലൊരാൾ പറഞ്ഞത് ഞങ്ങളൊക്കെ നായന്മാരുടെ പെങ്ങന്മാരുടെ മക്കളെന്നാണ്. മുച്ചുന്തിപള്ളിയും, ജം അത്ത് പള്ളിയും, മിസ്കാൽ പള്ളിയുമൊക്കെ പഴമയുടെ തിടം വച്ചു നില്ക്കുന്ന പുരാതന പള്ളികളാണ്. രജപുത്രപാരമ്പര്യവും റാവുത്തരന്മാർക്കുണ്ട്. ഇസ്ലാം മതം സ്വീകരിച്ച രജപുത്രർ പാണ്ഡ്യ രാജാക്കന്മാരുടെ സൈനികരായി എത്തിയതോടെയാണ് റാവുത്തരന്മാർ എന്ന വിഭാഗമുണ്ടാകാനിടയായതെന്ന് പറയപ്പെടുന്നു. അത്ത എന്ന തുർക്കി വാക്കിന്റെ അർത്ഥം അച്ഛനെന്നാണ്. റാവുത്തർമാർ അച്ഛനെ അത്തയെന്നും മാതാവിനെ അമ്മയെന്നുമാണ് വിളിക്കുന്നത്. ജ്യേഷ്ഠൻ അണ്ണനാണ്. ചേച്ചിയെ അക്ക. അമ്മാവനെ മാമ. അമ്മാവിയെ മാമി. പിതാവിന്റെ ജ്യേഷ്ഠനെ പെരിയത്ത. പിതാവിന്റെ അനുജനെ കൊച്ചത്ത. അത്തായുടെ അത്ത (അപ്പൂപ്പൻ)യെ അത്തിത്ത. അത്തായുടെ അമ്മ അത്തമ്മ. അത്തിത്തായുടെ അത്ത നന്നാ. അമ്മായുടെ അമ്മ അമ്മച്ചിയമ്മ. അമ്മായുടെ അത്ത അമ്മച്ചിയത്ത. അത്തിത്തായുടെ അമ്മ നന്നി. ഇങ്ങനെപോകുന്നു വിളിപ്പേരുകൾ.

തവളകൾ

കണ്ടത്തിൽ വെള്ളം കെട്ടിക്കിടക്കുന്ന കാലത്ത് ആയിരക്കണക്കിന് തവളകൾ വരും. ആകാശത്ത് അടുത്ത മഴയ്ക്കായി കാർമേഘം ഉരുണ്ടു കൂടുമ്പോൾ നാടാകെ കൂരാപ്പ് (ഇരുൾ) വീഴും. കാർമേഘങ്ങളുടെ വിട വിലൂടെ വെള്ളിവെളിച്ചം ഭൂമിയെ ഒളിഞ്ഞു നോക്കുന്നുണ്ടാകും. അപ്പോ ഴാണ് തവളകളുടെ കൂട്ടക്കരച്ചിൽ മുഴങ്ങുക. ഇടതടവില്ലാതെ തവള കൾ കരയാൻ തുടങ്ങും. താളത്തിൽ മുറുകിയും അയഞ്ഞുമാണവയുടെ തൊള്ളതുറക്കൽ. കടൽ ഇരമ്പും പോലെ നാടാകെ തവളയുടെ കൂട്ട ക്കരച്ചിലിൽ മുഴങ്ങും. ഒരുതരം തകിലുകൊട്ടാണിത്. കർണ്ണകഠോരമെ ന്നൊന്നും നമുക്കാ ശബ്ദത്തെ വിളിക്കാനാവില്ല. തവളശബ്ദം താളാ ത്മകമാണെന്നാണ് എനിക്കു തോന്നിയിട്ടുള്ളത്. ഞങ്ങൾക്ക് കോത കുളത്ത് വയൽ കൃഷിയുള്ള കാലമാണ്. അവിടെ മഞ്ഞയും, പച്ചയും നിറമുള്ള ഈ തവളകളുടെ കൂട്ടക്കരച്ചിൽ കാര്യമായി കേട്ടിരുന്നു. ചില ഗോത്രവിഭാഗങ്ങളുടെ ചിലമ്പിച്ച സംഗീതം കേൾക്കുമ്പോഴുണ്ടാകുന്ന ഭയാനകമായൊരു അനുഭവമാണ് നമുക്ക് തവളകളുടെ കൂട്ടക്കരച്ചിൽ കേൾക്കുമ്പോൾ തോന്നുക.

കോതകുളത്തെ തവളക്കൂട്ടത്തെ കണ്ട് നാട്ടിൽ ഇത്രമാത്രം തവള കൾ ഉണ്ടല്ലോയെന്നോർത്ത് അത്ഭുതപ്പെട്ടിട്ടുണ്ട്. തവളകൾ പെരുകുന്ന കാലത്താവണം അവയെപ്പിടിക്കാൻ ആളുകൾ ഇറങ്ങുക. വിസ്തൃത മായ കരിങ്ങാലിപ്പുഞ്ചയിൽ എണ്ണിയാലൊടുങ്ങാത്ത പച്ചത്തവളകളും മാക്രികളും, ചെറുതവളകളുമൊക്കെ കഴിയുന്നുണ്ട്. പച്ചത്തവളകളോ ടാണ് തവളപിടിത്തക്കാർക്ക് കമ്പം. വൈകുന്നേരങ്ങളിൽ കുട്ടയും, വടിയും പെട്രോൾ മാക്സും ടോർച്ചുമൊക്കെയായി തവള പിടുത്തകാ രുടെ സംഘം വയലേലകളിലേക്ക് നീങ്ങുന്നതു കാണാം. തവള

MANIKAKATA-'18

ക്കാലുപൊരിച്ചത് കള്ള് ഷാപ്പുകളിലെ ഒരു പ്രധാന ഭക്ഷണവിഭവമാണ് പോലും. സായിപ്പൻമാർക്ക് തവളക്കാല് ഇഷ്ടഭോജ്യവസ്തുവാണെന്നും ആരൊക്കെയോ പറഞ്ഞുകേട്ടു. എന്നാൽ ഒരിക്കൽപ്പോലും തവളക്കാല് ഒന്നു പരീക്ഷിക്കാൻ വീട്ടിലാരും മുതിർന്നിട്ടില്ല. മുസ്ലീങ്ങൾക്ക് തവള ക്കാല് ഹറാമാണോ(നിഷിദ്ധം), ഹലാലാണോ(അനുവദിക്കപ്പെട്ടത്) എന്ന് ആർക്കും ഒരുതിട്ടവും ഉണ്ടായിരുന്നില്ല. മീനുകളിൽ ചെകിളയുള്ള മീനു കളേ വീട്ടിൽ കഴിച്ചിരുന്നുള്ളൂ. ചെകിളയില്ലാത്ത മീനുകൾ അനുവദനീ യമല്ല. തിരണ്ടി, സ്രാവ് തുടങ്ങിയ മീനുകൾ കഴിക്കാറില്ല. എന്നാൽ പുഞ്ച യിൽനിന്നു കിട്ടുന്ന വരാലും, മുശി, കാരി, കോലാമീൻ, കരിമീൻ തുട ങ്ങിയവ വാങ്ങുക പതിവായിരുന്നു. നെൽപ്പാടങ്ങളിൽ കീടങ്ങൾ പെരു കാതെ കാത്തിരുന്നത് ഈ തവളക്കൂട്ടങ്ങളായിരുന്നുവെന്ന് പിന്നീട് എനിക്ക് മനസ്സിലായി. പ്രകൃതിയിൽ യഥാർത്ഥത്തിൽ കീടമെന്നൊന്നില്ല. അനിയന്ത്രിതമായി പെരുകുന്ന ജീവികളെ കീടമെന്ന് വിളിക്കുകയാണ്. കീടങ്ങളെ നശിപ്പിക്കാൻ കീടനാശിനി ഉപയോഗിച്ചതാണ് കൂടുതൽ കുഴ പ്പമായത്. ഒന്ന് മറ്റൊന്നിനെ ആഹരിച്ചുള്ള പ്രകൃതിയുടെ ജൈവസന്തു ലന നഷ്ടം കീടനാശിനികളുടെ വരവോടെ പൂർണ്ണമായി. നൂറുകണ ക്കിന് കിലോ കീടനാശിനിക്ക് നശിപ്പിക്കാൻ കഴിയാത്തത്ര കീടങ്ങളെ ഒരു തവളയുടെ ജീവിതകാലം കൊണ്ടവ തിന്നു തീർക്കുന്നുണ്ട്. ഇങ്ങനെ നോക്കിയാൽ മനുഷ്യരുടെ വിവേകമില്ലാത്ത തവളപിടുത്തം പോലെയുള്ള അതിക്രമങ്ങളാണ് പ്രകൃതി വിനാശത്തിലേക്ക് നയിച്ച തെന്ന് മനസ്സിലാക്കാവുന്നതേയുള്ളൂ. ചിലകാലത്ത് ചൊറിയൻ തവള കൾ വീട്ടിൽ കയറിയിരിക്കും. ഉണ്ടക്കണ്ണും ദേഹം മുഴുവൻ വിഷദ്രാ വകം ഒലിപ്പിച്ചുള്ള ഒരു തരം കുട്ടൻ മാക്രിയാണിത്. ഇവയെ കണ്ടാൽ തന്നെ ആളുകളൊന്നറയ്ക്കും. ആരെങ്കിലും അബദ്ധത്തിലവയുടെ മേലൊന്ന് തൊട്ടാൽ കൈചൊറിയും. വലിയ വാ തുറന്ന് അവ കരയു ന്നത് കേട്ടാൽ പാറപ്പുറത്ത് ചെരട്ടയുരയ്ക്കുന്ന പറപറാ ശബ്ദമാണ് ഓർമ്മവരുക. കുട്ടൻമാക്രിയെന്നാണിവയെ എല്ലാവരും വിളിച്ചിരുന്നത്. കുട്ടൻമാക്രി വീട്ടിൽ കയറിവരുന്നത് ദോഷമാണത്രെ. അതുകൊണ്ടവയെ എത്രയും വേഗം പിടിച്ച് ദൂരെക്കൊണ്ടുകളയും. അമ്മയാണ് ഇതിനുത്സാ ഹിക്കുക.. വീടിന്റെ മുക്കിലും, മൂലയിലും പമ്മിയിരിക്കുന്ന കുട്ടൻ മാക്രിയെ പിടിക്കാൻ ഞങ്ങൾ അതിന്റെ പിന്നാലെ കൂടും. രണ്ടുവലിയ കണ്ണൻ ചിരട്ടകളാണിതിനുവേണ്ടത്. രണ്ടുകൈയിലും ഓരോ ചിരട്ടകൾ എടുക്കും. തവളപിടുത്തകാരെ കാണുമ്പോൾ അവറ്റകൾ കാലുപറി ച്ചോടും. വടികൊണ്ടോ മറ്റോ അവയെ തടഞ്ഞുപിടിച്ചു ചിരട്ടകമഴ്ത്തും. അടുത്ത ചിരട്ട അടിയിലൂടെ ഒരു തായത്തിൽ കടത്തി തവളയെ ചിര ട്ടയ്ക്കുള്ളിലാക്കും. പിന്നെ ഒരൊറ്റയോട്ടമാണ്. വളരെ ദൂരെയെവിടെയെ ങ്കിലും കൊണ്ടുകളയും. കനാൽ വന്നതിൽ പിന്നെ ദൂരെ കനാലിൽ കൊണ്ടുചെന്നാണ് കളയുക. എന്നാൽ അത്ഭുതമെന്ന് പറയട്ടെ നമ്മൾ വീട്ടിൽ തിരികെ വന്ന് കുറച്ചു കഴിയുമ്പോൾ തവളയും തിരികെയെത്തും.

വീണ്ടും അവയെ പിടിക്കാനുള്ള ഓട്ടമാണ്. ഇതൊരു കള്ളനും പൊലീസും കളിയാണ്. ഇങ്ങനെ കളിച്ചുതളരുമ്പോൾ തവളയ്ക്കുമേൽ ഉപ്പുവെള്ള പ്രയോഗം നടത്തും. ഉപ്പുവെള്ളം ദേഹത്തുവീണാൽ പിന്നെ തവളകൾ അവിടെ നില്ക്കില്ല. ഓടടാ ഓട്ടമായിരിക്കും. തവളയെ കമ്പു കൊണ്ട് ഒന്നു കുത്താൻ ഭാവിച്ചാലത് ചത്തതുപോലെ കാലുവിരിച്ച് പള്ള വീർപ്പിച്ച് ഒരു കിടപ്പാണ്. ഒരു റബർ പന്തുമാതിരിയായിരിക്കും. തട്ടിയാലും, മുട്ടിയാലുമൊന്നും അതിന്റെ ദേഹത്ത് ഏല്ക്കില്ല. തവള ചത്തുവെന്നു കരുതി നമ്മൾ മുന്നോട്ടു നടക്കുമ്പോൾ അത് ഒറ്റക്കുതിപ്പിന് എണീറ്റ് ഒരു ചാട്ടമാണ്.

ചന്ദ്രഗ്രഹണവും സൂര്യഗ്രഹണവും ഒക്കെ വരുന്നത് അക്കാലത്ത് നാട്ടിൽ വലിയൊരു സംഭവമായിരുന്നു. ക്ഷേത്രങ്ങളിലും പള്ളികളിലും പ്രത്യേക പ്രാർത്ഥനകൾ നടക്കും. ഭൂമിക്കുമേൽ എന്തോ അത്യാപത്തു വരുന്നുവെന്ന ഭാവമായിരിക്കും എല്ലാവർക്കും. സൂര്യഗ്രഹണത്തിനും ചന്ദ്രഗ്രഹണത്തിനും ആഹാരങ്ങളൊന്നും കഴിക്കാതെ എല്ലാവരും ശ്വാസം അടക്കിപ്പിടിച്ചിരിക്കും. സൂര്യനെയും, ചന്ദ്രനെയും നോക്കുകയോ, പുറത്തിറങ്ങുകയോ ഒന്നും ചെയ്യില്ല. എല്ലാവർക്കും ഭയങ്കര പേടിയായിരിക്കും. സൂര്യനെ നോക്കി പലരുടെയും കണ്ണു നഷ്ടപ്പെട്ടുപോയതായി ആളുകൾ കഥപറഞ്ഞിരിക്കും, ചന്ദ്രഗ്രഹണത്തിനും, സൂര്യഗ്രഹണത്തിനും ആളുകൾ കൂട്ടംകൂടി മടലും വടിയുംമൊക്കെ എടുത്ത് നിലത്തടിച്ച് ചന്ദ്രനെയും സൂര്യനെയും രക്ഷപ്പെടുത്താൻ ശ്രമം നടത്തും. വിടു പാമ്പേയെന്ന് ചിലർ അലറുന്നുണ്ടാകും. ആകാശത്തേക്കാൾ വലിപ്പമുള്ള രാഹു എന്ന ഒരു പെരുമ്പാമ്പ് ചന്ദ്രനെ വിഴുങ്ങുകയാണെന്നാണ് എല്ലാവരും ധരിച്ചുവച്ചിരുന്നത്. ഈ പാമ്പിനെ ഓടിക്കാനാണത്രെ മടലും, കമ്പും കൊണ്ട് ആളുകൾ നിലത്ത് അടിച്ചവയെ പേടിപ്പിക്കുന്നത്. കുട്ടിക്കാലത്ത് ഇങ്ങനെ ചന്ദ്രനെ രക്ഷിക്കാനായി മടലടിശബ്ദം, കേൾക്കുമ്പോൾ കുട്ടികൾ ഭയപ്പാടോടെ വീട്ടിനുള്ളിലൊളിക്കും. മടലടിക്ക് ജാതിയും, മതവുമൊന്നും ഒരു വേർതിരിവായിരുന്നില്ല. ചന്ദ്രൻ എല്ലാവരുടേതുമാണല്ലോ. അതിനൊരാപത്തുവരുമ്പോൾ ഒറ്റക്കെട്ടായി നില്ക്കണമെന്ന സംഘബോധം ആളുകൾക്കന്നൊക്കെയുണ്ടായിരുന്നു. ചന്ദ്രഗ്രഹണത്തെയും, സൂര്യഗ്രഹണത്തെയും സംബന്ധിച്ച് പത്രമാധ്യമങ്ങളിലൂടെയും മറ്റും ജനങ്ങൾ കൂടുതൽ മനസ്സിലാക്കിയതോടെയാവണം ഇത്തരം അസംബന്ധങ്ങൾ ഇല്ലാതായത്.

ആകാശത്ത് ധൂമകേതുക്കൾ വരുന്ന കാലത്തും ആളുകൾ ഭയപ്പാടിലായിരിക്കും. ധൂമകേതു വന്ന് ഭൂമിയിൽ ഇടിച്ച് എല്ലാം തകർന്നു തരിപ്പണമായിപ്പോകുമെന്ന ഭീതിയിലാവും നാട്ടുകാർരെല്ലാം. നമ്മൊളൊക്കെ വസിക്കുന്നത് ആകാശത്ത് തൂങ്ങിനിന്ന് കറങ്ങുന്ന ഒരത്ഭുതഗോളത്തിലാണെന്ന ബോധം ഇത്തരം സന്ദർഭങ്ങളിലാണ് എല്ലാവരിലും ഉണ്ടാകുന്നത്. മാനത്തുനോക്കി നടക്കുന്ന പീരുക്കണ്ണനണ്ണനെപ്പോലെയുള്ളവരെ ഞാൻ കണ്ടിട്ടുണ്ട്. പ്രപഞ്ചത്തിൽ നടക്കുന്ന ഇത്തരം പ്രതിഭാസ

mani kakkara-16

ങ്ങളെക്കുറിച്ച് അവരോരോ കഥകൾ പറഞ്ഞുകൊണ്ടിരിക്കും. മുസ്ലീങ്ങൾക്ക് അഞ്ചുനേരം നിസ്കാരം നിർബ്ബന്ധമാണ്. നിസ്കാരത്തിന് 'ഖിബില' (മെക്കയുടെ ദിശ) തിരിച്ചറിയേണ്ടതുണ്ട്. ദിക്കറിഞ്ഞാലെ പടിഞ്ഞാറ് വടക്കേദിശയേതെന്ന് മനസ്സിലാക്കാനാവുകയുള്ളൂ. അതുകൊണ്ട് യാത്രാവേളകളിലും മറ്റും ദിക്കറിയുന്നവരും സമയം അറിയുന്നവരുമായ ആളുകൾക്ക് ഒരു പ്രത്യേകമാന്യത ലഭിച്ചിരുന്നു. ഉദയവും, അസ്തമയവുമൊക്കെ കൃത്യമായി ഗണിച്ചാണ് അഞ്ചുനേരത്തിനുള്ള നിസ്കാര സമയം കണിശതയോടെ നിശ്ചയിക്കുന്നത്. ബാങ്ക് വിളിക്കാനൊരു സമയം, നിസ്കാരത്തിന് മറ്റൊരു സമയം ഇതിൽ അണുകിട മാറ്റം വരില്ല. അതുകൊണ്ട് സമയത്തെക്കുറിച്ചും പ്രകൃതി പ്രതിഭാസങ്ങളെക്കുറിച്ചുമൊക്കെ പഠിക്കേണ്ടത് നിസ്കാരത്തിന് ആവശ്യമായി വരും. നാടുകൾ മാറുന്തോറും നിസ്കാരദിശയും, സമയക്രമവും മാറും. അതുകൊണ്ട് ഭൂമിശാസ്ത്രത്തെക്കുറിച്ച് അറിവുണ്ടാകണം. നിസ്കാര സമയത്തിൽ ഓരോ ദിവസവും നിമിഷങ്ങളുടെ വ്യത്യാസം ഉദയത്തിന്റെയും, അസ്തമയത്തിന്റെയും മാറ്റങ്ങൾക്കനുസരിച്ച് മാറിക്കൊണ്ടിരിക്കും. മാസപ്പിറ കാണുന്നത് വലിയൊരു സംഭവം തന്നെയായിരുന്നു. പ്രത്യേകിച്ച് നോമ്പു കുറിക്കാനും, ചെറിയ പെരുന്നാളും, വലിയ പെരുന്നാളും നിശ്ചയിക്കാനും പിറ കാണണം. ചന്ദ്രമാസത്തെ അധികരിച്ചാണ് മുസ്ലീങ്ങളുടെ എല്ലാ കാര്യങ്ങളും ക്രമപ്പെടുത്തിയിരിക്കുന്നത്. അതുകൊണ്ട് തന്നെ ചന്ദ്രനിലേക്കൊരു നോട്ടം മുസ്ലീങ്ങൾക്കെപ്പോഴും ഉണ്ടാകും. ഇതൊരു ആരാധനാഭാവമല്ല. കാലഗണനയ്ക്കായാണ്. ചന്ദ്രക്കലയും നക്ഷത്രവും മുസ്ലീം സമുദായത്തിന്റെ ഒരു അടയാളമായി കരുതപ്പെടുന്നതുകൊണ്ട് ഒരു പ്രത്യേക മമത ചന്ദ്രനോടും നക്ഷത്രത്തോടുമൊക്കെയുണ്ടുതാനും. മാനത്തുനോക്കി നടക്കുന്ന പീരുക്കണ്ണനെപ്പോലെയുള്ളവരാണ് നൊയമ്പിന് സമയമായി എന്ന് കണ്ടെത്തുന്നത്. ചെറിയ പെരുനാൾ ദിനം, വലിയ പെരുനാൾ ദിനം തുടങ്ങിയ വിശേഷപ്പെട്ട ദിവസങ്ങൾ എന്നായിരിക്കണമെന്നുമൊക്കെ നിശ്ചയിക്കുന്നത് ഇവർ തന്നെ. മിക്കപ്പോഴും നമ്മളെ ചുറ്റിപ്പറ്റിക്കഴിയുന്നവരും ഒപ്പം യാത്രികരും മതബോധമുള്ളവരുമായിരിക്കും ഇത്തരക്കാർ.

പള്ളിഭരണക്കാരും നാട്ടുകാരും മാനത്തുനോക്കി നടക്കുന്ന പീരുക്കണ്ണനണ്ണന്മാരോടാവും എന്തിനും ഏതിനും ഒരഭിപ്രായം തേടുന്നത്. ഭൂമിയിലും പ്രപഞ്ചത്തിലും നടക്കുന്ന സർവ്വമാനകാര്യങ്ങളെക്കുറിച്ചും ഇവർക്ക് വിവരമുണ്ടെന്നാണ് എല്ലാവരും കരുതുന്നത്. ഓരോനാട്ടിലും മാനത്തുനോക്കി നടക്കുന്ന പീരുക്കണ്ണനണ്ണന്മാരുള്ളതുകൊണ്ട് ആ നാട്ടുകാർ അദ്ദേഹത്തെ വിശ്വാസം അർപ്പിച്ചാണ് പെരുനാളുകളും മറ്റും നിശ്ചയിക്കുക. അതുകൊണ്ടുതന്നെ ഇത്തരക്കാരുടെ വാക്കുകൾ വിശ്വസിച്ച് ഒരു പ്രദേശത്തുതന്നെ പെരുന്നാളുകൾ വിവിധ ഗ്രാമങ്ങളിൽ പലദിവസങ്ങളിലായി കൊണ്ടാടപ്പെടുകയും പതിവായിരുന്നു. ആളുകൾക്കിതൊരു അസൗകര്യമായതോടെ മതപണ്ഡിതന്മാർ സംഘടിച്ച് ഇക്കാര്യ

Manikakkara-18

ങ്ങളിൽ പൊതുവായ അറിയിപ്പുകൾ നല്കാൻ തുടങ്ങിയിട്ടുണ്ട്. എങ്കിലും കേരളത്തിൽ തന്നെ പെരുനാളുകൾ രണ്ടുദിവസങ്ങളിലായി ആഘോഷിക്കുന്ന പതിവ് ഇപ്പോഴും പൂർണ്ണമായി മാറിയെന്നു പറയാറായിട്ടില്ല. ശാസ്ത്രം ഏറെ പുരോഗമിച്ച ഇക്കാലത്ത് ചന്ദ്രന്റെയും സൂര്യന്റെയുമൊക്കെ ഉദിപ്പിനെച്ചൊല്ലി തർക്കിക്കേണ്ട യാതൊരു കാര്യവുമില്ല. അലിമണിക് ഫാനിനെപ്പോലുള്ളവർ കൃത്യതയോടെയുള്ള ഹിജ്‌റ കലണ്ടർ തയ്യാറാക്കിയിട്ടുണ്ട്. നിരവധി ഭാഷകൾ അറിയാവുന്നയാളാണദ്ദേഹം. ചില ജാതി മത്സ്യങ്ങൾക്ക് അദ്ദേഹത്തിന്റെ പേര് നല്കിയിട്ടുണ്ട്. തമിഴ്നാട്ടിലെ വള്ളിയൂരിൽ 'ഡുനത്തിങ്ങ് ഫാം' എന്ന പേരിൽ പ്രകൃതി കൃഷിയുമായി കഴിയുന്ന കാലത്ത് ഞാനദ്ദേഹവുമായി അടുത്തിടപഴകിയിട്ടുണ്ട്. 'അലിമണിക്ഫാൻ എ മാൻ ഓഫ് മില്യൻസ്' എന്ന പേരിൽ അദ്ദേഹത്തെക്കുറിച്ചൊരു ഡോക്യുമെന്ററിയും ഞാനെടുത്തു. അലിമണിക് ഫാനിനെപ്പോലുള്ളവരുടെ വാക്കുകൾ ആരും ശ്രവിക്കാത്തതാണ് പെരുന്നാളും മറ്റും പല ദിവസങ്ങളിലായി കൊണ്ടാടാൻ ഇടവരുന്നത്. നാടായ നാട്ടിലൊക്കെ അലഞ്ഞുതിരിയുന്ന മാനത്തുനോക്കി നടക്കുന്ന പീരുക്കണ്ണനണ്ണന്മാർ കുട്ടിക്കാലത്ത് എനിക്കൊരത്ഭുതം തന്നെയായിരുന്നു. ഇത്തരക്കാരുടെ സംസാരം മിക്കപ്പോഴും ആകാശത്തുനടക്കുന്ന അത്ഭുതങ്ങളെക്കുറിച്ചായിരിക്കും. ഭൂമി എങ്ങനെ ആകാശത്ത് തൂങ്ങിപ്പിടിച്ചുനില്ക്കുന്നുവെന്ന അറിവും മാനത്തുനോക്കി നടക്കുന്ന പീരുക്കണ്ണനണ്ണനാണ് എനിക്ക് പറഞ്ഞുതന്നത്.

ഭൂമി കീഴ്പോട്ടു വീഴാതിരിക്കാൻ പടച്ചതമ്പുരാൻ ഒരു മലക്കിനെ (മാലാഖ) ഭൂമിയുടെ അടിഭാഗത്തേക്ക് അയച്ചു. ആ മലക്ക് ഭൂമിയെ തന്റെ തലയിലും ചുമലിലുമായി താങ്ങിനിർത്തിയിരിക്കുകയാണ്. സൂര്യന്റെ ഉദിപ്പും അസ്തമയവും ആ മലക്കിന്റെ കരങ്ങൾക്കുള്ളിലാണ് നടക്കുന്നത്. ആ മലക്ക് ഒരു കാളയുടെ പുറത്താണിരിക്കുന്നത്. കാള ഒരു കല്ലിന്റെ മുകളിൽ. കല്ല് ഒരു മീനിന്റെ മുകളിൽ. മീൻ അനങ്ങാതിരിക്കാൻ ഒരു ജീവി അതിന്റെ മൂക്കിൻതുമ്പിൽ കാവലിരിക്കുകയാണ്. മീൻ ഒന്നനങ്ങാൻ ഭാവിച്ചാൽ ഈ ജീവി അതിന്റെ മൂക്കിനുള്ളിൽ കയറും. അത് ഭയന്നിട്ട് മീൻ അനങ്ങാതെ ഈ ഭാരമെല്ലാം താങ്ങിപ്പിടിച്ചു കിടക്കുകയാണത്രെ! ഇത്തരം കഥകൾകേട്ട് ഞാൻ ഭയപ്പെടും. ഈ ഭൂമിയെങ്ങാനും നിലംപൊത്തുമോയെന്നായിരുന്നു എന്റെ ഭയം.

ചെണ്ട

അക്കാലത്ത് എന്തിനും, ഏതിനും ചെണ്ടകൊട്ടൊരു അവിഭാജ്യ ഘടകമായിരുന്നു. കല്യാണത്തിനും, മാർക്ക കല്യാണത്തിനും പറയെഴുന്നള്ളിപ്പിനും കെട്ടുകാളമൂട്ടിലും, കാവിലും പള്ളിയിലും ചെണ്ടകൊട്ടുവേണം. മൈക്രോഫോണൊന്നും കാര്യമായി പ്രചരിക്കാത്ത കാലമായതുകൊണ്ടു കൂടിയാവാം ചെണ്ടകൊട്ടിന് വലിയ പ്രാധാന്യം വന്നത്. കേരളത്തിൽ പൊതുവെ വാദ്യങ്ങൾക്കാണ് വലിയ പ്രചാരം ലഭിച്ചത്. സംഗീതത്തിനല്ല, ചെണ്ടയാണ് കേരളത്തിന്റെ തനത് മേളമെന്ന് പറയാം. ചെണ്ടകൊട്ടുകേൾക്കുമ്പോഴേ കുട്ടികൾ അവിടേക്ക് വച്ചു പിടിക്കും. എന്തെങ്കിലും സന്തോഷിക്കാനുള്ള വകയവിടെയുണ്ടാകുമെന്നുറപ്പ്. സിനിമാ കൊട്ടകയിൽ സിനിമ മാറിയെന്ന അറിയിപ്പും ചെണ്ടകൊട്ടോടെയാണ് അറിയിച്ചിരുന്നത്. ചെണ്ടക്കാർ കൊട്ടി മുമ്പേനടക്കും. പിന്നാലെ ഒരു കൈവണ്ടിയിൽ സിനിമാ പോസ്റ്റർ ഒട്ടിച്ച് വലിച്ചുകൊണ്ടുപോകും. പിന്നീടതൊക്കെ കാളവണ്ടിയിലായി. പിന്നെയെത്രയോകാലം കഴിഞ്ഞാണ് കാറുമൊക്കെ വരുന്നത്. തന്റെ കുട്ടിക്കാലത്ത് കാളവണ്ടിയും കാറും സിനിമാ പ്രചാരണത്തിനായി ഉപയോഗിച്ചിരുന്നു. ചെണ്ടകൊട്ട് ആശാന്മാരെ എല്ലാവരും ബഹുമാനിച്ചിരുന്നു. മാരാന്മാരും പറയന്മാരുമായിരുന്നു പ്രധാനമായും ചെണ്ടക്കാർ. എന്നാൽ മുസ്ലീങ്ങളും ചെണ്ടകൊട്ടുകാരായുണ്ടായിരുന്നു. വെട്ടിയാർഭാഗത്തെ പ്രശസ്തനായ ചെണ്ടക്കാരനായിരുന്നു നല്ലകണ്ണ് റാവുത്തർ. അവിടത്തെ ക്ഷേത്രങ്ങളിലെ ഉത്സവങ്ങളിലും അദ്ദേഹത്തിന് അവസരം ലഭിച്ചശേഷമേ മാരാർമാർക്കു പോലും ലഭിച്ചിരുന്നുള്ളൂ.

ചെണ്ടമേളത്തോടൊപ്പം ചില വേലത്തരങ്ങളും അവർ പ്രകടിപ്പിച്ചതാവാം ഇതിനു കാരണം. കൈപ്പത്തിയിൽ മുട്ടയും നാരങ്ങയുമൊക്കെ

വെച്ച് ചെണ്ടകൊട്ടും. നാരങ്ങയും മുട്ടയും ഉരുണ്ടു വീഴാതെ ചെണ്ട കൊട്ടാനുള്ള വൈഭവം ആളുകളെ അത്ഭുതപ്പെടുത്തിയിരുന്നു. നൂറനാട് പ്രദേശത്തെ പ്രശസ്ത ചെണ്ടക്കാരായിരുന്നു പിച്ചമുഹമ്മദ് തരകൻ, കൊട്ടുകാരൻ ഇസ്മയിൽ ആശാൻ തുടങ്ങിയവർ. പെരുമനമാരാന്മാരും വളരെ പ്രശസ്തരായിരുന്നു. ഇവരിൽനിന്നാണ് പലരും ചെണ്ടകൊട്ട് അഭ്യസിച്ചിരുന്നത്. നമ്പൂതിരിവിഭാഗത്തിലെ വാരണാശി സഹോദരന്മാരും പേരുകേട്ട ചെണ്ടക്കാർ തന്നെ. ഹിന്ദുസ്ഥാനിസംഗീതത്തിൽ മുസ്ലീം വിഭാഗത്തിൽനിന്നുള്ളവരാണ് മഹാഭൂരിപക്ഷവും. എന്നാൽ കർണ്ണാടക സംഗീതത്തിൽനിന്ന് മുസ്ലീങ്ങൾ ഏതാണ്ട് അകന്നു തന്നെ കഴിയുകയാണെന്നു പറയാം. നാഗസ്വരത്തിൽ ഒരു ചിന്ന മൗലാന ഉണ്ടാകാമെന്നു മാത്രം. ഇതിനു ഒരു പ്രധാനകാരണം ത്യാഗരാജ സ്വാമികളുടെയും സ്വാതിതിരുനാളിന്റെയും മറ്റു കീർത്തനങ്ങളിൽ മിക്കതും ദേവസ്തുതികളാണെന്നതാണ്. ഭഗവാന്മാരായ രാമനും, കൃഷ്ണനുമൊക്കെയുള്ള സ്തുതിയായും, പ്രാർത്ഥനയായുമൊക്കെയാണ് കീർത്തനങ്ങൾ രചിക്കപ്പെട്ടിരിക്കുന്നത്. മുസ്ലീങ്ങളെ സംബന്ധിച്ച് ഏകദൈവവിശ്വാസം അവരുടെ അടിസ്ഥാനശീലമാണ്. പരബ്രഹ്മ സങ്കല്പമാണത്. ഇതിനനുസരണമായ കീർത്തനങ്ങൾ കർണ്ണാട്ടിക് സംഗീതത്തിൽ വളരെ വിരളവുമാണ്. കേരളമുസ്ലീങ്ങളും മറ്റും പിന്തുടരുന്ന 'ശാഫി' മുസ്ലീം പാരമ്പര്യം കലാപ്രവർത്തനങ്ങളെ അത്രകണ്ട് പരിപോഷിപ്പിക്കുന്നത് അല്ല താനും. മാപ്പിളകലാസംഗീതത്തെ മറക്കുന്നില്ല. ഇത് പേർഷ്യൻ പാരമ്പര്യം വഴി മലബാറിനു ലഭിച്ചതാണ്. അറബി പാരമ്പ്യത്തിൽനിന്നല്ല. എന്തായാലും തമിഴ്നാട്ടിൽ 'ഹനഫി' പാരമ്പര്യക്കാരുടെയും മറ്റും ഇടയിൽ കർണ്ണാട്ടിക് പാരമ്പര്യത്തിൽ എഴുതപ്പെട്ട ധാരാളം കീർത്തനങ്ങളുണ്ട്. തക്കല

പീർമുഹമ്മദ് ഔലിയ ഇത്തരത്തിൽ ധാരാളം കീർത്തനങ്ങൾ രചന നടത്തിയ സൂഫി കവി കൂടിയായിരുന്നു. ആ ഔലിയായുടെ പേരിലാണ് 'പീർമേട്' (പീരുമേട്) എന്ന സ്ഥലം കുമിളിക്കടുത്ത് ഉണ്ടായത്. പീർമുഹമ്മദ് ഔലിയ ധ്യാനത്തിലിരുന്ന ഒരു ഇടം കാട്ടിനുള്ളിലിപ്പോഴും സംരക്ഷിച്ചിട്ടുണ്ട്. അവിടെയൊരിക്കൽ ഞാൻ പോയിട്ടുണ്ട്. അവിടെയിരുന്നാൽ മേഘങ്ങൾ മലയിടുക്കിലൂടെ ഒഴുകി നീങ്ങുന്നത് കാണാം. ചുറ്റിലും മഞ്ഞിന്റെ ആവരണം കൂടിയുണ്ടെങ്കിൽ നമ്മൾ ദേവലോകത്തോ മറ്റോ ആണെന്നൊരു തോന്നലുണ്ടാകും. അഭൗമമായൊരു അനുഭൂതിയാണിവിടം നമുക്കു സമ്മാനിക്കുന്നത്. കർണ്ണാട്ടിക് സംഗീത പാരമ്പര്യം ആവശ്യമായ മാറ്റത്തോടെ മുസ്ലീങ്ങൾക്കും പിന്തുടരാവുന്നതാണ്.

ചെണ്ടകൊട്ടിലെ
തകിട
കിടത
ധിമികിടത
കിടത തരികിടത
തത്തിതിളകിട
ത്തികിളകിട്
ധും ധുമസല്ലല്ലാഹ്

എന്നാക്കിയാൽ തന്നെ മുസ്ലീങ്ങൾക്കത് സ്വീകരിക്കാനാവും. ഞാനൊരു ദിവസം ഏഴംകുളത്തെ ചിന്നമ്മായുടെ (കുഞ്ഞമ്മ) വീട്ടിൽ പോയി. അവിടെ പ്രായം ചെന്ന ഒരു മനുഷ്യനെ കണ്ടു. വൃത്തിയുള്ള വസ്ത്രം ധരിച്ച് നരച്ചതാടിയുള്ള വെളുത്ത സുന്ദരനായൊരു മനുഷ്യൻ. ജ്ഞാനിയാണെന്ന് ഒറ്റ നോട്ടത്തിൽ തന്നെയറിയാം. ബുദ്ധിമാന്മാരുടെ മുഖമായിരുന്നു അദ്ദേഹത്തിന്റേത്. ഞാൻ അദ്ദേഹവുമായി വേഗത്തിൽ പരിചയത്തിലായി. പഴയകാര്യങ്ങൾ ഓരോന്നും ചോദിച്ചു മനസ്സിലാക്കാൻ തുടങ്ങി. പെട്ടെന്ന് സംഗീതജ്ഞനെപ്പോലെ അദ്ദേഹം ഒരു പാട്ടു പാടി.

സസസരിസരി സകിജനു കിണപമ
സരിസസരിസരി സകിതരും ഇരുതലം
ആരെത്തെളിവരെ സാരഗുണം അബു
നേരം അണയവതിൻ കാരം കതിർ മികിം
ഓലികളിൽ അതിപതിതിരുപൊരുൾ മുഹയദീൻ
സസസരികം....

ഇതു ഞാൻ മുമ്പൊരിക്കലും കേട്ടിരുന്നില്ല. അപ്പോൾ തന്നെ ഞാനൊരു പേപ്പറിലത് കുറിച്ചെടുത്തു. കൂടുതൽ കാര്യങ്ങൾ അദ്ദേഹത്തിൽനിന്ന് ചോദിച്ചറിയാനായില്ല. തിരക്കിട്ടന്നദ്ദേഹത്തിന് പുറത്തേക്ക് പോകേണ്ടതുണ്ടായിരുന്നു. പിന്നീട് എപ്പോഴെങ്കിലും പറഞ്ഞുതാരാമെന്ന് പറഞ്ഞെങ്കിലും ജീവിതത്തിൽ പിന്നീടൊരിക്കലും അദ്ദേഹത്തെ കാണാനായില്ല. എനിക്കതൊരു വലിയ നഷ്ടമായിപ്പോയി. ഒരുപക്ഷേ, സംഗീതം

ഉൾപ്പെടെ പലവിഷയങ്ങളിലും നല്ല അറിവുള്ളയാളായിരുന്നു അദ്ദേഹം.

ഈ പാട്ടിന്റെ ഉറവിടത്തെക്കുറിച്ച് അന്വേഷിച്ചെങ്കിലും മനസ്സിലാക്കാനായില്ല. തമിഴ്നാട്ടിലെ സൂഫികീർത്തനങ്ങളിൽ ഒന്നാവാനാണ് സാദ്ധ്യത. അതുപോലെ അതിക്കാട്ടുകുളങ്ങരയിൽ ചുറ്റിക്കറങ്ങി പഴമക്കാരുമായി സംസാരിച്ചിരുന്ന വേളയിൽ പ്രായംചെന്ന ഒരു അമ്മച്ചി (അമ്മൂമ്മ) പറഞ്ഞുതന്നതാണ് താരാട്ട് പാട്ട്. പഴയകാലത്ത് ഈ താരാട്ട് പാട്ട് പാടിയായിരുന്നുവത്രെ അമ്മമാർ കുട്ടികളെ ഉറക്കിയിരുന്നത്.

രാരീരം രാരീരം രാരാരോ
രാരീരം രാരീരം രാരാരോ
എൻ കണ്ണാനെ കണ്ണുറങ്ക്
എൻ കനകമണി നീയുറങ്ക്
പട്ടാലെ തൊട്ടിൽക്കെട്ടി
എൻ പാലകനെ ഇട്ടാട്ടി....

നൂറ്റാണ്ടുകൾ പഴക്കമുള്ള പാട്ടാണിത്. അക്കാലത്തെ വിജ്ഞാന സദസ്സും സംഗീത സദസ്സുമൊക്കെയായിരുന്നു *സീറാപാരായണം*. ഉമർ പുലവർ എഴുതിയ കാവ്യമാണിത്. 1642 ൽ എഴുതപ്പെട്ട ഈ മഹാകാവ്യം മുഹമ്മദ് നബിയുടെ ജീവിതം ആസ്പദമാക്കിയുള്ളതാണ്. ചെന്തമിഴും പേർഷ്യനും അറബിയും മലയാളവുമൊക്കെ ഒഴുകിപ്പരക്കുന്ന കാവ്യം മൂന്നു ഖണ്ഡങ്ങളിലായി 5027 വരികളുണ്ട്. സന്ധ്യകഴിയുമ്പോൾ നാട്ടിലെ ഏതെങ്കിലും പ്രധാന വീടുകളുടെ മുറ്റത്ത് സാഹിത്യപ്രേമികളും സംഗീതപ്രേമികളും ഒത്തുകൂടും. *സീറാപുരാണം* അവതരിപ്പിക്കും. കവിതയും കഥയുമൊക്കെയായി രാവേറെ ചെല്ലുവോളം ആളുകൾ അങ്ങനെ രസിച്ചിരിക്കും. വീട്ടുകാർ അവർക്കാവശ്യമായ ഭക്ഷണവും വെള്ളവുമൊക്കെ നല്കും. *തിരുക്കുറ*ലും ഹിന്ദു പുരാണങ്ങളുമൊക്കെ ഈ സദസ്സുകളിൽ അവതരിപ്പിച്ചിരുന്നു. സ്ത്രീകളും പുരുഷന്മാരും ഇടകലർന്നിരുന്നാണിതൊക്കെ ആസ്വദിച്ചിരുന്നതും. തമിഴിലെ ക്ലാസിക് സാഹിത്യകഥകളൊക്കെ തനിക്ക് പറഞ്ഞുതന്നത് തന്റെ അമ്മയായിരുന്നുവെന്ന് എം എം സാഹിബ് ഒരിക്കലെന്നോട് പറയുകയുണ്ടായി. സ്ത്രീകളൊക്കെ കൂടുതൽ സ്വാതന്ത്ര്യം അനുഭവിക്കുന്നവരാണ്. അവരുടെ പഠിപ്പും അക്കാലത്ത് കാര്യമായി ആരും തടഞ്ഞിരുന്നില്ല.

സീറാപാരായണം പോലെയുള്ള സദസ്സുകളൊക്കെ ഇല്ലാതായിട്ട് വർഷങ്ങൾ കുറെയായി. തമിഴ്ഭാഷയ്ക്കും അറബി ഭാഷയ്ക്കും ആളുകളുടെയിടയിൽ പ്രാമുഖ്യം ഉണ്ടായിരുന്ന കാലത്താണ് ഇതൊക്കെ നിലനിന്നിരുന്നത്. മലയാള ഭാഷയും വിദ്യാഭ്യാസവും പ്രചാരം നേടിയതോടെ ഇത്തരം സദസ്സുകളും അന്യം നിന്നുവെന്നുവേണം മനസ്സിലാക്കാൻ. ആധുനിക വിദ്യാഭ്യാസം വന്നതോടെ ജീവിതരീതിയിലും കാഴ്ചപ്പാടുകളിലും വമ്പിച്ച മാറ്റം വന്നുവല്ലോ. തമിഴ് വായിക്കാനറിയുന്നവർ തന്നെ ഏതാണ്ട് ഇല്ലാതാവുകയും ചെയ്തു. നമ്മുടെ നാട് കഥകളുടെ ഒരത്ഭുത പ്രപഞ്ചമാണ്. ഇവിടുത്തെ ഓരോ തുണ്ടുഭൂമിയെക്കുറിച്ചും അത്ഭുതക

രമായ കഥകളാണ് നിലനില്ക്കുന്നത്. മിത്തും ഐതിഹ്യവും ചരിത്രവും ഒക്കെ കൂടിക്കുഴഞ്ഞ കാല്പനിക സുന്ദരമായൊരു ഭൂമികയാണിത്. എന്റെ നാടിന്റെ സ്ഥിതി മാത്രമല്ല. ഏതൊരു ഗ്രാമത്തെക്കുറിച്ചും ഒരു നൂറുപുസ്തകമെങ്കിലും എഴുതാനുള്ള വകകൾ കാണും. എന്റെ നാടുമായി ബന്ധപ്പെട്ട വളരെ ചെറിയൊരു അംശം മാത്രമേ എനിക്കെഴുതാനായിട്ടുള്ളൂ. വലിയൊരു ശതമാനവും എഴുതപ്പെടാതെ കിടക്കുകയാണ്. ഓരോ മനുഷ്യജന്മവും ഓരോ ഇതിഹാസമാണെന്നു പറയാം. മറയില്ലാതെ അവരുമായൊക്കെ സംസാരിക്കാനായാൽ തന്നെ വലിയൊരു പാഠപുസ്തകമാവും നമുക്ക് മുന്നിൽ തുറന്നുകിട്ടുക.

സങ്കല്പ കഥാപാത്രങ്ങളെ വെല്ലുന്ന പച്ചമനുഷ്യരെയാണ് നമുക്കിവിടെ കാണാനാവുക. പുരാണങ്ങളിൽനിന്നും ഇതിഹാസങ്ങളിൽനിന്നും നമ്മുടെ മുമ്പിലേക്ക് ഇറങ്ങിവന്ന മനുഷ്യരാണോ ഇവരെന്ന് ചിലപ്പോൾ തോന്നിപ്പോകും. നമുക്കുചുറ്റും ജീവിക്കുന്ന മനുഷ്യരെ നിഷ്കളങ്കമായി നോക്കിയാൽ തന്നെ കഥകളുടെ ഒരു സാഗരം നമുക്ക് മുമ്പിൽ അലതല്ലുന്നത് കാണാനാവുമെന്നാണെന്റെ അനുഭവം. അതൊക്കെ എഴുതി ഫലിപ്പിക്കുകയെന്നത് മാത്രമാണ് കഥാകാരൻ നേരിടുന്ന വെല്ലുവിളി. ഒരായിരം കഥകളുമായി എഴുതാനിരുന്നാൽ വളരെകുറച്ചുമാത്രമേ എഴുതാൻ കഴിയുകയുള്ളൂ. എഴുതിയതിൽ എത്രയോ അധികമാണ് മനസ്സിൽ എഴുതിക്കൊണ്ടിരിക്കുന്ന കഥകൾ. നമ്മൾ അനുഭവിക്കുന്ന ഭാവപ്രപഞ്ചം ഒന്നാകെ വാക്കുകളിലൂടെ പ്രതിഫലിപ്പിക്കാനാവുകയുമില്ല.

എഴുത്തുകാരന്റെ ഭാവതീവ്രാനുഭൂതിയുടെ കുറെഭാഗം മാത്രമേ വായനക്കാർക്ക് പകർന്നുകിട്ടുകയുള്ളൂ. അതുകൊണ്ട് നോവലിൽ ഉള്ളതിനേക്കാൾ ശക്തമായത് ജീവിതത്തിലാണുള്ളത്. അതുനേരിട്ടനുഭവിക്കാനാണ് നിങ്ങളിൽ ഓരോരുത്തരും ശ്രമിക്കേണ്ടതെന്നാണ് എന്റെ പക്ഷം. പ്രകൃതിയും ജീവിതരീതികളും മാറുന്നതിനനുസരിച്ച് അനുഭൂതികളിലും മാറ്റങ്ങൾ സംഭവിച്ചുകൊണ്ടിരിക്കും. എന്റെ കുട്ടിക്കാലത്തെ മായിക പ്രകൃതിയോ അന്തരീക്ഷമോ ഇന്നില്ല. ജൈവവൈവിദ്ധ്യത്തിന്റെ ഒലിച്ചുപോക്ക് സംസ്കാരത്തിന്റെകൂടി നഷ്ടമാണ്. അനുഭൂതി നഷ്ടമാണ്. എന്തെന്തുകാട്ടുപഴങ്ങളാണ് കുട്ടികൾക്കായി ഉണ്ടായിരുന്നത്. കാവുകളിലും കുറ്റിക്കാടുകളിലും നിറയെ പൂക്കളും പഴങ്ങളുമായിരുന്നു. ചൂരൽപ്പഴവും മുള്ളിപ്പഴവും ചുടലപ്പഴവും പൂച്ചക്കൊട്ടക്കായും തെറ്റിപ്പഴവും കുളമാങ്ങയും ഞാവലും ആഞ്ഞിലിക്ക തുടങ്ങീയെത്രയെത്ര പഴങ്ങൾ. നാട്ടിൽ റബർ വന്നതോടെയാണ് അതിലേറെയും നശിച്ചത്. നാടുമുഴുവൻ നിറഞ്ഞുകിടന്ന ഉപ്പനച്ചം പോലുമില്ലാതെയായി. അതോടെ കാക്കാത്തി പൂക്കളും കണികാണാനില്ല. മുക്കുറ്റിയും തുമ്പയും ഓണപ്പൂവും വിടരാത്ത നാടായി നമ്മുടെ നാടുകൾ മാറിക്കഴിഞ്ഞു. ദേഹത്ത് മുഴുവൻ തുമ്പകെട്ടിയാണ് ഓണക്കാലത്ത് കടുവയെ കെട്ടിയിരുന്നത്. പറമ്പുമുഴുവൻ പടർന്നുകിടന്നിരുന്ന കൊച്ചുതുമ്പകൾ എവിടെപ്പോയൊളിച്ചു? തൈക്കാവിലെ ഗ്രാമീണ ചാരുത ഞാനിപ്പോഴും എന്റെ നാട്ടിൽ

തേടികൊണ്ടിരിക്കുകയാണ്. എവിടെയെങ്കിലും ഒരു കാട്ടുതെറ്റി പൂത്തു നില്ക്കുന്നതുകണ്ടാൽ എന്റെ മനസ്സിൽ ആഹ്ലാദം അലതല്ലും. നാട്ടിടവഴിയിൽ ഒറ്റപ്പെട്ടുനില്ക്കുന്ന ഉപ്പനച്ചത്തിൽ ഒരു കാക്കാത്തിപൂവുമൊട്ടിടുമ്പോൾ ഞാനവിടെ ഓടിയെത്തും. കേരളത്തിൽ ആണ്ടു മുഴുവൻ നീണ്ടു നില്ക്കുന്ന വസന്തകാലമാണുള്ളത്. ചിങ്ങത്തെ വസന്ത കാലമെന്ന് പറയാനാകുമോ? ഓണത്തിന് ധാരാളം ജാതി പൂക്കൾ വിടർന്നുവെന്നത് ശരി തന്നെ. വൃശ്ചികം, ധനു മാസത്തിൽ മാവുൾപ്പെടെ എന്തെല്ലാം മരങ്ങളാണ് പൂത്തുലയുന്നത്? മഞ്ഞണിഞ്ഞ വൃശ്ചികത്തിൽ പാരിജാതം പൂക്കുമ്പോൾ എന്തൊരു ഹൃദ്യമായ മണമാണ് ചുറ്റും പരക്കുന്നത്. പച്ചനിറത്തിലുള്ള കുറെ ചുരുണ്ട ഇലകൾ പോലെയാണിവയുടെ പൂവിതളുകൾ. രാത്രികളെ സുഗന്ധപൂരിതമാക്കുന്ന ഗന്ധർവ്വ സാമീപ്യമുള്ള വൃക്ഷമാണിത്. ഞങ്ങളുടെ ഞാവൽത്തറയിൽ പാരിജാതം വളർന്നു നില്പുണ്ട്. പടിഞ്ഞാറെ മുറ്റത്തുമുണ്ടൊരണ്ണം. പൂക്കാലമാകുമ്പോൾ വീടും പരിസരവും സുഖകരമായൊരു നറുമണം കൊണ്ടു പൊതിയും. നേരിയ മഞ്ഞിന്റെ കുളിർ കൂടിചൊരിയുന്ന കാലത്താണവ പൂക്കുന്നതെന്നത് അവയുടെ മാറ്റ് കൂട്ടുന്നു. ഓണക്കാലത്ത് ഓണപ്പക്കികൾ വീട്ടുമുറ്റത്ത് വരണേന്ന് പ്രാർത്ഥിച്ചിരിക്കും.

കാലത്ത് പൂവൻകോഴിയുടെ കൊക്കരിക്കലിനായി കാതോർക്കും. മിക്കപ്പോഴും ഇപ്പോൾ നിരാശയാവും ഫലം. ഇതായിരുന്നില്ല എന്റെ കുട്ടിക്കാലത്തെ സ്ഥിതി. അന്ന് എല്ലാ വീട്ടിലും കോഴികൾ ഉണ്ടായിരുന്നു. നേരംവെളുക്കുമ്പോൾ പൂവൻകോഴിയുടെ ഉച്ചത്തിലുള്ള കൊക്കരിക്കൽ ഇടതടവില്ലാതെ ഓരോ വീടുകളിൽനിന്നും മുഴങ്ങും. ഗ്രാമങ്ങളുടെ സ്വന്തം ശബ്ദമായിരുന്നു ഈ കൊക്കരിക്കൽ. നേരം പരാപരാവെളുത്തുവരുമ്പോഴെ കോഴികളുടെ കൊക്കരിക്കൽ ശബ്ദവും കിളി ശബ്ദങ്ങളും പശുക്കളുടെ അമറലും ഒക്കെ കൂടി നാടൊരു മായികമായ ലോകമാകും. നാട്ടുമ്പുറങ്ങളിൽ അക്കാലത്ത് എന്തെല്ലാം പോരായ്മകൾ ഉണ്ടായിരുന്നാലും ഇത്തരം കാഴ്ചകളും ശബ്ദങ്ങളുമൊക്കെയായിരുന്നു ആളുകളുടെ മനസ്സ് നിറച്ചിരുന്നത്. പുഴയോരവും കുളവും കാവും വയലേലകളും അമ്പലപ്പറമ്പും പള്ളിമുക്കും ചായക്കടകളും വായനശാലകളും ആൽത്തറയും അങ്ങനെയങ്ങനെ എന്തെല്ലാം ഗ്രാമദൃശ്യങ്ങളാണ് നമ്മെ വരവേല്ക്കാനുണ്ടായിരുന്നത്. അന്തിച്ചന്തയിലെ കച്ചവടം കഴിഞ്ഞുവരുന്നവർ, കൃഷിപ്പണിക്കു പോകുന്നവർ, ആടിനെയും പശുക്കളെയും തീറ്റുന്നവർ. കൊട്ടനെയ്യുന്നവർ, കണ്ടം പൂട്ടുന്നവർ, അടവച്ചിറക്കിയ കോഴിക്കുഞ്ഞുങ്ങൾക്ക് കാവലിരിക്കുന്നവർ, ഒറ്റാലിൽ അടച്ച കോഴിക്കുഞ്ഞുങ്ങൾ, നെല്ലുണക്കുന്നവർ, കൊയ്യുന്നവർ, മെതിക്കുന്നവർ അങ്ങനെയെന്തെന്ത് സുന്ദര ദൃശ്യങ്ങളാണെന്നോ ഇല്ലാണ്ടാകുന്നത്.

നാട്ടുവഴിവക്കിലെ കളികളും ഉത്സവങ്ങളും പറയും ചന്ദനക്കുടവും ഒക്കെ ഗ്രാമീണ ജീവിതത്തിന്റെ ആഹ്ലാദങ്ങളായിരുന്നു. ഇന്നതൊക്കെ അതുപോലെയുണ്ടെന്ന് പറയാനാവില്ല. കേരളത്തിലെ ഗ്രാമങ്ങളൊക്കെ

ചെറുപട്ടണങ്ങളായി വികസിച്ചുകഴിഞ്ഞു. ജീവിതശൈലി എല്ലായിടത്തും പട്ടണവാസികളുടേതുമാതിരിയായി മാറി. കേരളീയ വാസ്തുശില്പശൈലിയിൽ തടിയും ഓടുമൊക്കെ ഉപയോഗിച്ച് പണിത തൈക്കാവും പള്ളിയുമൊക്കെ പേർഷ്യൻ ശൈലിയിൽ കോൺക്രീറ്റ് കെട്ടിടങ്ങളായി മാറിയിട്ടുണ്ട്. തൈക്കാവിൽ കാണുന്ന ജീവിത വൈവിദ്ധ്യങ്ങളും കെട്ടുപോയിക്കൊണ്ടിരിക്കുന്നു. സമ്പന്നമായ ഒരു ബ്രാഹ്മണ കുടുംബത്തിൽ പിറന്ന ഉണ്ണിയെന്ന കുട്ടി വീടുവിട്ട് നാടും നഗരങ്ങളും കണ്ട് ഹിമാലയം കയറി സ്വന്തം നാട്ടിലെത്തുമ്പോൾ വിസ്മയകരമായൊരു അനുഭവമാണ് കാത്തിരുന്നത്. ഉണ്ണിയെ കാക്കേമൊനാക്കിമാറ്റിയ അത്ഭുത മാന്ത്രിക അനുഭവം *തൈക്കാവിലെ പുരാണ*ത്തിൽ ഞാൻ വരച്ചിട്ടത് ഇങ്ങനെ.

അങ്ങനെയിരിക്കെ ഒരു പാതിരാത്രി ഉണ്ണി സ്വന്തം ഗ്രാമത്തിൽ വന്നിറങ്ങി. തെരുവ് ഗാഢനിദ്രയിലാണ്. ഒരു കറുത്ത പൂച്ച ഉണ്ണിയുടെ മുമ്പിലൂടെ അതിശീഘ്രം പാഞ്ഞുപോയി. തൊട്ടുപിന്നാലെ ഒരു നായ മുരണ്ടുകൊണ്ടുവന്നു. അകാരണമായൊരു ഭീതി മനസ്സിൽ ഉരുണ്ടുകൂടുന്നു. ഇനിയും കെടാത്ത വഴിവിളക്കിനരുകിലേക്ക് ഉണ്ണി നീങ്ങിനിന്നു. ഒരു പരിചയക്കാരനെയും കാണുന്നില്ല. കാലം തെറ്റിയെത്തുന്ന ഒരു വഴിയാത്രക്കാരനുവേണ്ടി ഉണ്ണിയുടെ കണ്ണുകൾ ദാഹിക്കാൻ തുടങ്ങി. ദൂരെ ഇരുട്ടിൽ പട്ടിയും പൂച്ചയും തമ്മിൽ പോര് മൂത്തു. പൂച്ച മനുഷ്യക്കുഞ്ഞുങ്ങളെപ്പോലെ വാവിട്ടുകരയുന്നു. നായയുടെ മോങ്ങൽ കട്ടാരമുള്ളുപോലെ കർണ്ണപുടങ്ങളിൽ വന്നുതറയ്ക്കുന്നു. ഇക്കണ്ടദേശമൊക്കെ ചുറ്റിയടിച്ചിട്ടും ഇതുപോലൊരനുഭവം ഉണ്ണിക്ക് ഇതിനുമുമ്പ് ഉണ്ടായിട്ടില്ല. പാറമേക്കാവ് ഭഗവതിയെ അറിയാതെ വിളിച്ചുപോയി. ശരീരത്തിനൊരു ഭാരമില്ലായ്മ. അന്തരീക്ഷത്തിൽനിന്ന് ആരോ തന്നെ തൂക്കിനിർത്തുന്നതുപോലെ. ഉണ്ണി നമ്പൂതിരി സകലദേവതകളെയും ഉള്ളുരുകി പ്രാർത്ഥിച്ചു. മന്ത്രങ്ങളുരുവിട്ടു. ദൂരെ റാന്തൽവിളക്കുമായി ഒരാൾ നില്ക്കുന്നത് ഉണ്ണി നമ്പൂതിരിയുടെ ശ്രദ്ധയിൽപ്പെട്ടു. തെല്ലൊരാശ്വാസമുതിർത്തുകൊണ്ട് ഉണ്ണി വെളിച്ചത്തിനരുകിലേക്ക് നടന്നു. തലേകെട്ടും അയഞ്ഞ നീളൻ കുപ്പായവും ധരിച്ച ഒരു നെടിയ മനുഷ്യനാണ് റാന്തൽവിളക്കും ഏന്തി നില്ക്കുന്നതെന്ന് വേഗം മനസ്സിലായി. ഒരു വെള്ളികെട്ടിയ കമ്പും കൈയിലുണ്ട്. പ്രായംചെന്ന ഏതോ റാവുത്തരായിരിക്കും. എനിക്കു തറവാട്ടിലേക്ക് പോകാൻ ഒരുപക്ഷേ, ഇദ്ദേഹമൊരു കൂട്ടായാലോ എന്നു വിചാരിച്ച് അരികിൽ ചെന്നപ്പോൾ അസാധാരണമായൊരു മനുഷ്യനെയാണ് ഉണ്ണി കണ്ടത്. നീണ്ടുവളർന്ന നരച്ച താടിരോമങ്ങൾ കാറ്റിലിളകിയാടുന്നു. മുഖത്തുനിന്നും ദിവ്യമായ ഒരു പ്രകാശം ചുറ്റും പരക്കുന്നു. ചന്ദനത്തിരിയുടെ ഗന്ധം. കണ്ണുകളിൽ മിന്നൽപ്പിണറുകൾ. ഉണ്ണി നമ്പൂതിരി ഉൾക്കിടിലത്തോടെ തരിച്ചുനിന്നു. അജ്ഞാത ശബ്ദവീചികളുടെ പെരുമ്പറ ചുറ്റുംമുഴങ്ങി. നാവിൽ വെള്ളംവറ്റി. ബോധമണ്ഡലത്തിൽ ഇരുട്ട് വ്യാപിച്ചു. ശ്വാസകോശങ്ങൾ വീർത്തുപൊട്ടുമെന്ന് ഭയപ്പെട്ടു.

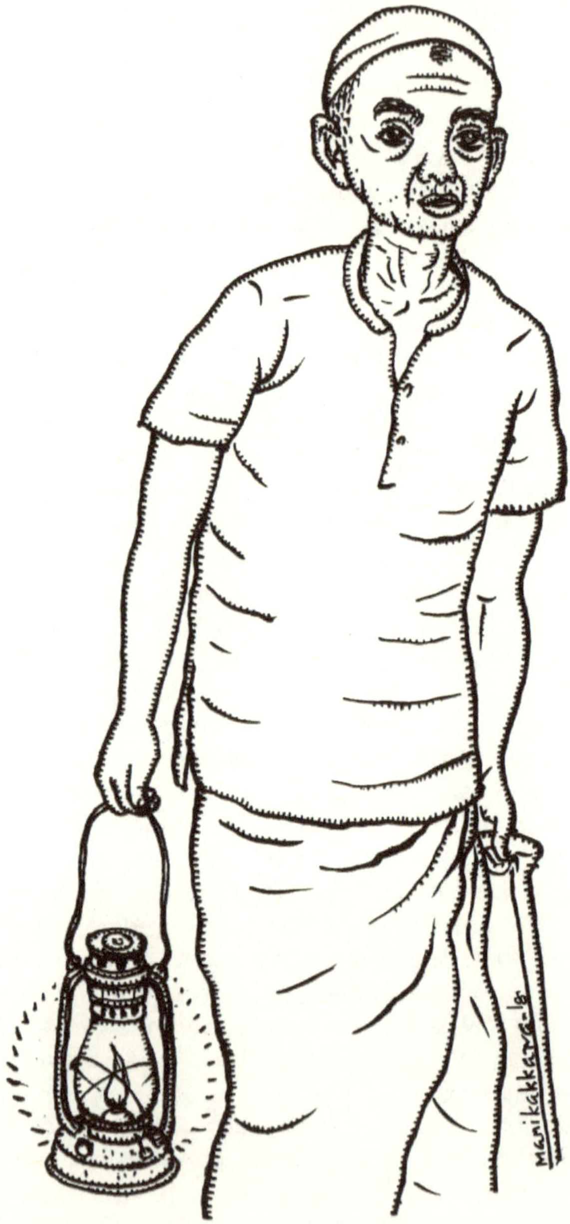
Manikakkara-18

അതീന്ദ്രീയമായ അനുഭൂതി വിശേഷത്താൽ ഉണ്ണി തൈക്കാവിന് മുമ്പിൽ കുഴഞ്ഞുവീണു. അഹം ബ്രഹ്മാസ്മി.

നല്ലൊരു തറവാട്ടിൽ ജനിച്ച് വളർന്ന് ഒടുക്കം ഭിക്ഷയാചിക്കാൻ മനസ്സ് അനുവദിക്കാതെ കാവടിയേന്തി നടന്നിരുന്ന ഒരാൾ എന്റെ നാട്ടിലുണ്ടായിരുന്നു. ഉണ്ണിത്താൻ (ഏമാൻ) ജാതിയിൽപ്പെട്ടയാൾ. ഒരു വടിയുമായാണ് അദ്ദേഹം നടന്നിരുന്നത്. കാക്കകൾ എപ്പോഴും അദ്ദേഹത്തെ ചുറ്റിപ്പറ്റി നിന്നിരുന്നു. തരംകിട്ടിയാൽ അദ്ദേഹത്തെ ആക്രമിക്കാനും അവ മടിച്ചിരുന്നില്ല. അദ്ദേഹത്തിന് ചുറ്റും കാക്കകളുടെ ആരവം എപ്പോഴും കേൾക്കാം. കൂടെ കൂടെ കമ്പ് തലയ്ക്കുമുകളിലേക്ക് ചുഴറ്റി കാക്കകളെ ഓടിച്ചാണ് അദ്ദേഹം നടന്നിരുന്നത്. കാവിമുണ്ടും പഴകിയ ഒരുടുപ്പുമായിരുന്നു കാക്കേമാന്റെ വേഷം. ജീവിതഭാരത്താലും പ്രായാധിക്യത്താലും നടുവ് കൂനിയിരുന്നു. താടി വളർത്തി തോളിലൊരു മയിൽപ്പീലിക്കാവടിയുമേന്തിയായിരുന്നു സഞ്ചാരം. കണ്ണുകൾ ജീവിത ദുഃഖത്താൽ നനവാർന്നുകിടന്നിരുന്നു. അതുപോലെ രാഘവൻസ്വാമി എന്ന മറ്റൊരാളുണ്ടായിരുന്നു. ഇരുചെവിയിലും ചെമ്പരത്തിപ്പൂവ് തിരുകി കാവിപുതച്ച്, കാവിയുടുത്ത്, കൈയിൽ ഭജനയ്ക്ക് ഉപയോഗിക്കുന്ന ഒരു ഉപകരണവും പിടിച്ചോണ്ട് (ഹരി ബോൽ) വീടുകൾ കയറി ഇറങ്ങും. നാട്ടുകാരെക്കുറിച്ച് രാഘവൻ സ്വാമിക്കറിയാവുന്നത്ര അറിവ് മറ്റാർക്കും ഉണ്ടായിരുന്നില്ല. എന്റെ കുട്ടിക്കാലം മുതലേ ഞാനദ്ദേഹത്തെ കാണുന്നതാണ്. എന്റെ വീട്ടിൽ വന്നാൽ ഞങ്ങൾപോലും മറന്ന ഞങ്ങളുടെ ബന്ധുക്കളെക്കുറിച്ചൊക്കെ പറയും. പള്ളിമുക്കിലെ ഒരു സ്റ്റുഡിയോയുടെ മുമ്പിൽ ഏതോ ഒരു ചിത്രകാരൻ ചെവിയിൽ ചെമ്പരത്തിപ്പൂവ് വച്ച രാഘവൻ സ്വാമിയുടെ പടം വരച്ചുവച്ചിരുന്നത് പള്ളിക്കൂടത്തിൽനിന്ന് വരുമ്പോൾ ഞാൻ നോക്കിനില്ക്കുമായിരുന്നു. കാവുംപാട്ടെ പള്ളിയിൽ എല്ലാവർക്കും വിശ്വാസമാണ്. ഹിന്ദുക്കളും മുസ്ലീങ്ങളും അവിടെ കാണിക്കയർപ്പിക്കും. നേർച്ച നേരും. പള്ളിയിൽ അടങ്ങിയിരിക്കുന്ന സൂഫിവര്യന്റെ കബറിടം സന്ദർശിക്കും. നായരെന്നോ, ഈഴവനെന്നോ, മുസ്ലീമെന്നോ ഒരു ഭേദവുമില്ല. പ്രായംചെന്ന ഒരാൾ എപ്പോ പള്ളിയുടെ മുമ്പിലൂടെ പോയാലും ഒന്നുരണ്ട് മിനിറ്റ് പള്ളിയുടെ മുമ്പിൽ കണ്ണടച്ച് ധ്യാനാത്മകമായിനിന്ന് പ്രാർത്ഥിച്ചിട്ടേ പോകുമായിരുന്നുള്ളൂ. ആ പ്രാർത്ഥനയ്ക്ക് ഒരു പ്രത്യേകത തോന്നിച്ചിരുന്നു. പള്ളിക്കടുത്തുള്ള പുരാതനമായൊരു നായർ തറവാട്ടിലെ കാരണവരാണ് അദ്ദേഹമെന്ന് ഞാൻ മനസ്സിലാക്കി. അദ്ദേഹത്തെക്കുറിച്ച് ഞാനന്വേഷിച്ചപ്പോഴാണ് ആരോ ഒരാൾ അക്കഥ എനിക്കു പറഞ്ഞുതന്നത്. ഈ കാരണവർ ഒരു പട്ടാളക്കാരനായിരുന്നുവത്രെ.

ഇദ്ദേഹത്തിന്റെ അച്ഛന് പള്ളിയോടും അവിടെ അടങ്ങിയിരിക്കുന്ന പേരറിയാത്ത സൂഫിയോടും വലിയ ആദരവായിരുന്നു. പള്ളിക്കരുകിലൂടെ പോകുമ്പോഴൊക്കെ അദ്ദേഹം തൊഴുത് പ്രാർത്ഥിച്ചേ പോകാറുണ്ടായിരുന്നുള്ളൂ. ഒരിക്കൽ പട്ടാളത്തിൽനിന്നും നാട്ടിൽ അവധിക്കുവന്ന മകന് അച്ഛൻ മുസ്ലീം പള്ളിക്ക് മുമ്പിൽ പോയി പ്രാർത്ഥിക്കുന്നത് ഒരു

കുറച്ചിലായി തോന്നി. വടക്കേ ഇന്ത്യയിൽ പോയി ജീവിക്കുകയും പട്ടാളത്തിലെ അക്കാലത്തെ ട്രെയ്നിങ്ങും ഒക്കെയാകാം അദ്ദേഹത്തെ അങ്ങനെ ചിന്തിക്കാൻ പ്രേരിപ്പിച്ചത്. ഇനി മേലാൽ മുസ്ലീം പള്ളിക്കു മുമ്പിൽപോയി തൊഴരുതെന്ന് പട്ടാളക്കാരനായ മകൻ അച്ഛന് താക്കീത് ചെയ്തു. പക്വമതിയായ അച്ഛൻ മകന്റെ വാക്കുകൾ ചിരിച്ചുതള്ളിയതേയുള്ളൂ. ആരാധനാലയങ്ങളൊക്കെ അദ്ദേഹത്തിന് ഒരുപോലെയായിരുന്നു. അക്കാലത്ത് 'ജനത'യെന്ന പേരിൽ ഒരു സിനിമാകൊട്ടക നൂറനാട് ജങ്ഷനിൽ ഉണ്ടായിരുന്നു. അവിടെ സെക്കന്റ്ഷോ സിനിമയ്ക്ക് പോയി വീട്ടിലേക്ക് മടങ്ങുകയായിരുന്ന പട്ടാളക്കാരനായ മകൻ മുസ്ലീംപള്ളിക്കരുകിലെത്തിയപ്പോൾ റാന്തൽ വിളക്കുംപിടിച്ച് ഒരു നെടിയമനുഷ്യൻ അവിടെ നില്ക്കുന്നത് കണ്ടു. കൈയിലൊരു വെള്ളികെട്ടിയ ചൂരൽവടിയുമുണ്ട്. അദ്ദേഹത്തിനരുകിലേക്ക് അടുക്കുംതോറും അതൊരു സാധാരണ മനുഷ്യനല്ലെന്ന് മനസ്സിലായി. സെക്കന്റ് ഷോ കഴിഞ്ഞ് ആളുകൾ പലവഴിക്ക് പോയിക്കഴിഞ്ഞു. തന്റെ വീട്ടുവാതുക്കൽ വഴിയാരെങ്കിലും വരാനുണ്ടോയെന്നു നോക്കാനായി അദ്ദേഹം തിരികെ റോഡിൽവന്നു നിന്നു. എന്നാൽ ആരും ആ വഴിക്ക് വരാനുണ്ടായിരുന്നില്ല. പള്ളിയുടെ മുമ്പിലൂടെ വീട്ടിലേക്ക് പോകാൻ ഭയംകൊണ്ട് മനസ്സ് അനുവദിച്ചില്ല. അല്പം ചുറ്റിയാണെങ്കിലും മറ്റൊരു വഴിയിലൂടെ വീട്ടിലെത്താനാകും. ആ വഴിയിലൂടെ ചെറിയൊരു ചൂട്ടുവെളിച്ചവുമായി നടന്നു. കുറെനടന്നപ്പോൾ അതാ മുമ്പുകണ്ട മനുഷ്യൻ റാന്തൽവിളക്കുമായി പാതയോരത്ത് നില്ക്കുന്നു. തലയിൽകെട്ടുള്ള ശുഭ്രവേഷധാരിയായ ആ മനുഷ്യന്റെ ചുറ്റും ഒരു പ്രകാശവലയം ഉള്ളതായി അദ്ദേഹത്തിന് തോന്നി. ഭയപ്പാടോടെ വീണ്ടും തിരികെ ഓടിയും കിതച്ചും റോഡിൽ എത്തി.

സത്രത്തിന്റെ മുമ്പിൽ തെരുവുവിളക്ക് എരിയുന്നുണ്ടായിരുന്നു. അവിടെ ഇരുന്നും നിന്നും നേരം വെളുപ്പിച്ചു. സിനിമയ്ക്ക് പോയ മകനെ കാണാതെ വീട്ടുകാരും വിഷമത്തിലായിരുന്നു. അപ്പോഴാണ് ഉറക്കച്ചടവോടെ പട്ടാളക്കാരനായ മകൻ വീട്ടിൽ ചെന്നുകയറുന്നത്. കഴിഞ്ഞ രാത്രി സംഭവിച്ച കഥയൊക്കെ വീട്ടുകാരോട് പറഞ്ഞു. അച്ഛനോടൊപ്പം പട്ടാളക്കാരനായ മകനും മുസ്ലീം പള്ളിയിൽ വന്ന് തൊഴുകയും മാപ്പപേക്ഷിക്കുകയും ചെയ്തു. ഇതിൽ പിന്നെ അച്ഛനെപ്പോലെ എപ്പോ പള്ളിക്കുമുമ്പിലൂടെ പോയാലും മകനും തൊഴുതുവണങ്ങുക പതിവാക്കി. ഈ പട്ടാളക്കാരനാണ് ഇപ്പോൾ വൃദ്ധനായിരിക്കുന്നത്. ഇങ്ങനെയെത്രയെത്ര കഥകൾ വേണമെങ്കിലും നാട്ടിൽനിന്ന് കണ്ടെടുക്കാനാവും.

ആശ്രമങ്ങളിലും സൂഫി കേന്ദ്രങ്ങളിലുമൊക്കെ വെറുതെ കറങ്ങി നടക്കുമ്പോഴും എനിക്കു കിട്ടിയ പാഠം ജ്ഞാനികൾക്ക് ജാതിയും മതവുമൊന്നുമില്ലെന്നാണ്. ഫത്തേപൂർ സിക്രിയിലെ സലിംചിസ്തിയുടെ കബറിലും രാജസ്ഥാനിലെ അജ്മീറിലും ഡൽഹിയിലെ നിസാമുദ്ദീനിലും മതവ്യത്യാസം അലിയിച്ചുകളയുന്നതായി ഞാൻ കണ്ടു.

ഒരിക്കൽ ഋഷികേശിലെ ഒരാശ്രമത്തിൽ ചെന്നപ്പോൾ അവിടത്തെ

മലയാളിയായ കാര്യസ്ഥൻ എന്നോട് പറഞ്ഞത് തൊട്ടടുത്ത് ഒരു സൂഫി ദർഗ്ഗയുണ്ട്. അവിടെക്കൂടെയൊന്ന് കയറുന്നത് നന്നായിരിക്കുമെന്നാണ്. ഞാൻ മുസ്ലീംമതത്തിൽ ജനിച്ചയാളാണന്ന് തിരിച്ചറിയാതെയാണദ്ദേഹമത് പറഞ്ഞത്. ഷിർദ്ധിസായും ശ്രീരാമകൃഷ്ണപരമഹംസനും ചട്ടമ്പിസ്വാമികളും കരുണാകരഗുരുവരെയുള്ളവരുടെ ചരിത്രവും ഇതാണെന്നെ ഓർമ്മിപ്പിക്കുന്നത്. തൈക്കാവിലെ സൂഫിയും കാക്കേമൊനും തമ്മിലുള്ള ആത്മബന്ധത്തിന്റെ കഥയും ഇങ്ങനെയാണുണ്ടായത്. മുസ്ലീം സിദ്ധന് ഏറ്റവും പ്രിയപ്പെട്ടവനാകുന്നത് ഹിന്ദുശിഷ്യനാകാം. ഹിന്ദു സന്ന്യാസിക്ക് ഏറ്റവും പ്രിയപ്പെട്ടൻ മുസ്ലീമും. ഇതാണ് ഭാരതത്തിന്റെ ആദ്ധ്യാത്മിക പൈതൃകം. ബാവുൽഗായകരും ഫക്കീറന്മാരുമൊക്കെ അങ്ങനെയാണുണ്ടാകുന്നത്. കവി ലാലൻ ഫക്കീർ വംഗദേശത്തെ മാത്രം കഥയല്ല. ഭാരതത്തിന്റെ ഏതൊരു ഗ്രാമത്തിന്റെയും കഥയാണ്.

ഒരു ബാവുൽഗായകൻ പാടിയതുപോലെ
നിന്റെ ഹൃദയം ഒരു തുണ്ട് കടലാസാണ്.
അതിൽ നീ വരച്ച ചിത്രങ്ങളും ചിഹ്നങ്ങളും
നിന്റെ ഹൃദയത്തിനല്ലാതെ മറ്റാർക്കുമറിയാനാവുന്നില്ല.

കുതിര

റാവുത്തരന്മാരുടെയിടയിൽ ഉണ്ടായിരുന്ന പല ആചാരങ്ങളും ഇന്നില്ല. കല്യാണവുമായി ബന്ധപ്പെട്ട് എത്രയോ ആചാരങ്ങൾ നിലനിന്നിരുന്നു. അതൊക്കെ കാലത്തിന്റെ കുത്തൊഴുക്കിൽ ഒലിച്ചുപോയി. കുതിരപ്പുറത്തോ ആനപ്പുറത്തോ ചെറുക്കൻ പെൺവീട്ടിലേക്ക് ഒരുങ്ങിപ്പോകുന്ന പതിവുമില്ല. വധു വരന്റെ വീട്ടിലേക്ക് കയറുമ്പോൾ ഒരു കൈയിൽ കത്തിച്ച നിലവിളക്കും മറുകൈയിൽ ഒരു ഓട്ടുമൊന്തയിൽ വെള്ളവും എന്ന ആചാരവും അപൂർവ്വമായി. മുഹറം പിറന്നതോടെ രാത്രിയിൽ തീവെട്ടികൾ ഊരുചുറ്റാൻ തുടങ്ങി. ചെണ്ടകൾ അടിച്ചുതിമിർത്തു. ഗ്രാമം ചപ്രക്കെട്ടിന്റെ വരവിനു കാതോർത്തു.

"രാവിശേ
രായിമാ
പൂവെന്തോ
ശേത്തടി"

പിള്ളേരും പെണ്ണുങ്ങളും ചന്ദനക്കല്ലിൽ ചന്ദനം അരച്ചുരുട്ടാൻ തുടങ്ങി. ഈ ആചാരമൊക്കെ കേട്ടുകേഴ്വി മാത്രമായി മാറി. മുഹറത്തോടനുബന്ധിച്ച് ഉണ്ടായിരുന്ന പുലികളി ഇന്നില്ല. ഇപ്പോൾ തൃശൂരിൽ ഓണത്തോടനുബന്ധിച്ച് നടക്കുന്ന പുലികളിയുടെ ഉറവിടവും മുഹറവുമായി ബന്ധപ്പെട്ടതാണ്. ചപ്രക്കെട്ടുമായുള്ള നാട്ടുചുറ്റലില്ല. ചന്ദനഗന്ധവുമില്ല. റാവുത്തരന്മാരുടെ ഇടയിലുണ്ടായിരുന്ന ആചാരങ്ങളിൽ സിംഹഭാഗവും നഷ്ടമായി. കേരളീയ മുസ്ലീങ്ങളുടെ ഇടയിൽ നിലനിന്നിരുന്ന വൈവിദ്ധ്യമാർന്ന സംസ്കാരവും ഭാഷയും ജീവിതരീതിയും ഒക്കെ നശിച്ച് ഏകശിലാ സംസ്കാരമായി അതിവേഗം മാറിക്കൊണ്ടിരിക്കുകയാണ്. വംശനാശത്തിന്റെ ഒടുക്കത്തിൽ നില്ക്കുന്ന ഒരു ആഘോ

ഷമാണ് ചന്ദനക്കുടം. താമസിയാതെ അതും പൂർണ്ണമായും നിലച്ചേക്കും.

ചന്ദനക്കുടം മതപരിവേഷമില്ലാത്ത ഗ്രാമ ഉത്സവങ്ങളായിരുന്നു. നാട്ടൊരുമയ്ക്കും വലിയതോതിൽ ഗുണം ചെയ്തിരുന്നു. എല്ലാ മുസ്ലീം പള്ളികളോടനുബന്ധിച്ചും പണ്ട് ചന്ദനക്കുടം നിലനിന്നിരുന്നതാണ്. ഇപ്പോൾ വിരലിൽ എണ്ണാവുന്ന പള്ളികളിലെങ്കിലും ഉണ്ടോയെന്ന് അറിയില്ല. എരുമേലിവാവരുപള്ളിയിലെ ചന്ദനക്കുടം മുറതെറ്റാതെ നടക്കുന്നുണ്ട്.

കുരുവികൾ ഏതെങ്കിലും കാലത്ത് എന്റെ ഗ്രാമത്തിൽ കൂട്ടമായി കൂടൊരുക്കാനെത്തിയത് അറിവില്ല. എന്നാൽ നീർപക്ഷികൾ വൻതോതിലവിടെ കൂടൊരുക്കാനെത്തിയിരുന്നു. ആയിരക്കണക്കിന് നീർപക്ഷിക്കൂടുകൾ അക്കാലത്ത് റോഡരുകിലെ മരങ്ങളിലുണ്ടായിരുന്നു. പക്ഷേ, അങ്ങനെ പക്ഷികൾ കൂടൊരുക്കാനെത്തിയത് എൺപതുകളിലാണെന്നു മാത്രം. അതിനു മുമ്പ് പ്രധാന പാതയോരത്തെ മരങ്ങളിൽ വാവലുകൾ കൂട്ടമായി തൂങ്ങിക്കിടന്നിരുന്നു. പുരാതനകാലം മുതൽ ഞങ്ങളുടെ പ്രദേശത്തേക്ക് എരണ്ടപ്പക്ഷികളുടെ വരവുണ്ടായിരുന്നു. ലക്ഷക്കണക്കിന് എരണ്ടകൾ കരിങ്ങാലിപ്പുഞ്ചയിൽ തണുപ്പുകാലത്ത് വന്നുവീഴുമായിരുന്നു. എരണ്ടപ്പക്ഷി കൃഷി നശിപ്പിക്കുന്നതിനാൽ അവയെ തുരത്താൻ ആളുകൾ ശ്രമിച്ചിരുന്നു. സായിപ്പ് എരണ്ടയെ വെടിവയ്ക്കാൻ വന്നതൊക്കെ അങ്ങനെയാണ് കഥയിൽ വരുന്നത്. തോക്കില്ലാത്ത നാട്ടുകാർ തലയിൽ മൺകുടം കമഴ്ത്തി വെള്ളത്തിലൂടെ നീന്തിച്ചെന്നു എരണ്ടകളെ പിടിച്ചിരുന്നുവെന്നൊക്കെ പഴമക്കാർ പറഞ്ഞുകേട്ട കഥയാണ്. ഇപ്പോഴും വൃശ്ചികം - ധനു മാസരാവുകളിൽ എരണ്ടകൂട്ടങ്ങൾ ശബ്ദത്തോടെ വടക്കൻ ദിക്കിലേക്ക് പറന്നുപോകുന്നതു കാണാം. സന്ധ്യയാകുമ്പോൾ മാലപോലെ ആകാശത്തുകൂടിയവ പറന്നുപൊയ്കൊണ്ടിരിക്കും. ചിലകൂട്ടം ചിലച്ചുകൊണ്ടാവും പോവുക. പറന്നുപോകുന്നതിന്റെ ശബ്ദം തന്നെ ഇരമ്പൽപോലെ കേൾക്കാനാവും.

നേരം വെട്ടംവീഴുമ്പോൾ തീറ്റമതിയാക്കിയവറ്റകൾ തെക്കോട്ടു കൂട്ടമായി പറക്കും. ശാസ്താംകോട്ട കായലിലും മറ്റുമാണ് പകൽ വിശ്രമം. ഒരിക്കൽ ഞാൻ വേമ്പനാട്ടുകായലിൽ ഒരു ഡോക്യുമെന്ററിയുടെ നിർമ്മാണവുമായി ബന്ധപ്പെട്ട് പോയപ്പോൾ ലക്ഷക്കണക്കിന് എരണ്ടകൾ വെള്ളത്തിൽ വിശ്രമിക്കുന്നത് കാണുകയുണ്ടായി. എന്നാലിപ്പോൾ എരണ്ടകളുടെ എണ്ണത്തിലും ഗണ്യമായ കുറവുണ്ട്. കുതിരകൾ റാവുത്തരന്മാരുടെ ജീവിതവുമായി ഏറെ ബന്ധപ്പെട്ടതാണ്. മുഹമ്മദ് നബിയുടെ മരുമകനും ഖലീഫയുമായിരുന്ന അലിക്ക് 'ദുൽദുൽ' എന്ന പേരിൽ പ്രിയപ്പെട്ട ഒരു കുതിരയുണ്ടായിരുന്നു. ഈ കുതിരയുമായി ബന്ധപ്പെട്ട് അതിശയോക്തിപരമായ പല കഥകളും പ്രചരിച്ചിട്ടുണ്ട്. ഇതുപോലെ ഒട്ടുമിക്ക റാവുത്തർ കുടുംബങ്ങളിലും കുതിരകളെ ഓമനിച്ചു വളർത്തിയിരുന്നു. കുതിര സഞ്ചാരികളായിരുന്നു റാവുത്തരന്മാർ എന്നതുകൊണ്ടാവാമിത്. കുതിരയില്ലെങ്കിൽ കുതിരപ്പടയാളിയുമില്ലല്ലോ.

Manikakkara-

ഏതാപത്തിലും തന്നോടൊപ്പം ഉണ്ടാകേണ്ട കുതിരയെ പ്രത്യേകപേരിട്ട് ലാളനയോടെയും അഭിമാനത്തോടെയുമാണ് വളർത്തിയിരുന്നത്. കല്യാണത്തിന് സ്വന്തം കുതിരപ്പുറത്താണ് പെണ്ണിന് താലികെട്ടാൻ കല്യാണച്ചെറുക്കൻ പോയിരുന്നത്. പുതിയ പെണ്ണിനെ തിരികെ ചെറുക്കന്റെ വീട്ടിലേക്ക് കൊണ്ടുവന്നിരുന്നതും കുതിരപ്പുറത്തായിരുന്നു. പഴമക്കാർ ഇക്കഥകളൊക്കെ അഭിമാനത്തോടെ അയവിറക്കാറുണ്ട്. ഞങ്ങളുടെ ഗ്രാമത്തിലും പഴയകാലത്ത് ഇഷ്ടംപോലെ കുതിരകളുണ്ടായിരുന്നു. ആതിക്കാട്ടുകുളങ്ങരയിൽ കുതിരത്താവളം തന്നെയുണ്ടായിരുന്നു. കുതിരകളുടെ ഗൃഹാതുരത്വപരമായ ഓർമ്മകൾ പഴമക്കാർ ഇപ്പോഴും പങ്കുവയ്ക്കാറുണ്ട്. തൂരിസിനാമലയിൽ കൂടുകൂട്ടിയിരുന്ന കിളികളിലൊന്ന് മുഹമ്മദ് നബിയുടെ മുമ്പിൽവന്ന് സങ്കടമുണർത്തിക്കുന്ന കഥ മുസ്ലീങ്ങളുടെയിടയിൽ പ്രചാരത്തിലുള്ള പക്ഷിപ്പാട്ടിലുണ്ട്. ആൺകിളി വെറുതെ തന്നെ കൂട്ടിൽനിന്ന് പുറത്താക്കിയെന്നാണ് കിളിയുടെ പരാതി. എന്നാൽ അങ്ങനെ വെറുതെ കൂട്ടിൽ നിന്നാട്ടി പുറത്താക്കില്ലല്ലോ? എന്താണ് യഥാർത്ഥത്തിൽ സംഭവിച്ചതെന്ന് നബി ചോദിക്കുന്നു.

അപ്പോൾ പെൺകിളി പറയുന്നതിങ്ങനെ: രാവിലെ സുബഹിക്ക് (പ്രഭാത നമസ്കാരം) ഞാനൊരു മുട്ടയിട്ടു. ഉച്ചയ്ക്ക് ളുഹറിനും (ഉച്ചനമസ്കാരം) ഞാനൊരു മുട്ടയിട്ടു. ഇതെങ്ങനെ സംഭവിച്ചുവെന്ന് ചോദിച്ചാണ് ആൺകിളി തന്നെ പുറത്താക്കിയത്. പിന്നീട് സംഭവിച്ചതൊക്കെ അത്ഭുതകരമായ കാര്യങ്ങളാണ്. ആയിരത്തിയൊന്നു രാവുകളെ വെല്ലുന്ന കാല്പനിക സുന്ദരമായ കഥകളാണ് 'പക്ഷിപ്പാട്ടി'ലുള്ളത്. ചരിത്രപുരുഷന്മാരെ ചേർത്തുവച്ച് അതിമനോഹരമായ കെട്ടുകഥകൾ എങ്ങനെ സൃഷ്ടിച്ചെടുക്കാമെന്നതിന്റെ നല്ല ഉദാഹണമാണ് പക്ഷിപ്പാട്ട്.

റാത്തീബ് (ഈശ്വരനെ പുകഴ്ത്തുന്ന കാവ്യമാണ്) എന്നൊരു ആചാരം മുമ്പൊക്കെ മിക്ക മുസ്ലീം ഭവനങ്ങളിലും നടത്തുമായിരുന്നു. രാത്രിയിൽ ആണുങ്ങൾ വട്ടമിട്ടിരുന്നത് കാവ്യാത്മകമായി ചൊല്ലുന്ന രീതിയിലാണ് വരികൾ ചിട്ടപ്പെടുത്തിയിരിക്കുന്നത് അറബി ഭാഷയിലാണ്. അതുകൊണ്ടുതന്നെ ഓതുന്നതിന്റെ അർത്ഥം തിട്ടമുള്ളവർ കുറവായിരിക്കുമെന്നുമാത്രം. ഭക്തിയും കവിതയും നിറഞ്ഞ അന്തരീക്ഷമായിരിക്കും. സാമ്പ്രാണി പുകുഞ്ഞുകൊണ്ടിരിക്കും. ആളുകൾ ഉച്ചത്തിൽ ഈശ്വരനാമം ഉരുവിടുകയും താളത്തിൽ പാടുകയും ചെയ്തുകൊണ്ടിരിക്കും. പതുക്കെ തുടങ്ങി മുറുകി മുറുകി ഉന്മാദത്തിന്റെ തലത്തിലേക്ക് പോലും പ്രാർത്ഥന ഉയരും. എന്നാൽ സ്ഥലകാലബോധം നഷ്ടപ്പെടും മുമ്പെ അവരോഹണത്തിലേക്ക് ഇറങ്ങിവരുകയാണ് പതിവ്. മണിക്കൂറുകളോളം ഇങ്ങനെയിരുന്ന് ഓതുന്നവർക്ക് തൊണ്ടയടയ്ക്കാനും വേദനിക്കാനുമിടയുണ്ട്. അതുകൊണ്ട് കൽക്കണ്ടവും കുരുമുളക് പൊടിയും ചേർത്ത് ഇടയ്ക്കിടെ കഴിച്ചുകൊണ്ടിരിക്കും. കൂടെക്കൂടെ ചുക്കുകാപ്പി കുടിക്കും. കുന്തിരക്കത്തിന്റെ ഗന്ധവും പുകയും നിറഞ്ഞ അന്തരീക്ഷത്തിലാണ് സകലതും മറന്നുള്ള ഈ ഓതൽ. പത്തിരുപതാളെങ്കിലും

ഓതാനുണ്ടാകും.

ഹാഹി ഹു ഹയ്യിൻ
ഹാഹി ഹു ഹയ്യിൻ
ഹു ഹു ഹു യാമൻ ഹു
ഹൂഹൂ ഹു യാമൻ ഹു

എന്നതൊക്കെ റാത്തീബിലുള്ളതാണ്. റാത്തീബ് കഴിക്കാനായി വീടുകളിൽ മുട്ടനാടുകളെ നേർച്ചനേർന്നു വളർത്തും. പൂർണ്ണ ആരോഗ്യവും കുറവുകളൊന്നുമില്ലാത്തതുമായ ആടുകളെയാണ് റാത്തീബിനായി അറക്കുക. ആട്ടിറച്ചിക്കറിയും തേങ്ങാച്ചോറും അല്ലെങ്കിൽ കൈയൊറൊട്ടിയും ആട്ടിറച്ചിക്കറിയും ഒപ്പം സാധാരണ ചോറും കറിയും ഒരുക്കിയിട്ടുണ്ടാകും. റാത്തീബ് ഓതുന്നവർ സമൃദ്ധമായി ഭക്ഷണം കഴിച്ചേ മടങ്ങാറുള്ളൂ. അതുകൊണ്ട് തന്നെ ഭക്ഷണപ്രിയർക്ക് റാത്തീബിൽ പങ്കെടുക്കാൻ വലിയ ഉത്സാഹമായിരിക്കും. റാത്തീബുകളിൽ സ്ഥിരമായി പങ്കെടുക്കുന്നവർ ഉണ്ടാകും. ചിലരെ വിളിക്കണമെന്നുപോലുമില്ല. തങ്ങളുടെ ഉത്തരവാദിത്വമാണെന്ന് കരുതിയെത്തിക്കോളും.

ചിലരെ ഓതാനായി പ്രത്യേകം ക്ഷണിക്കുക പതിവാണ്. എന്നാൽ റാത്തീബ് ഓതൽ ഇക്കാലത്ത് പഴയതുപോലെ കാണാറില്ല. വളരെ അപൂർവ്വമായെങ്ങാനും നടത്തിയാലായി. എന്നാൽ 'മൗലൂദ്' പാരായണം നുയമ്പുകാലത്ത് ഇപ്പോഴും പല പള്ളികളിലും പതിവായി നടത്തിവരാറുണ്ട്. മുഹമ്മദ് നബിയെ പുകഴ്ത്തിയുള്ള കവിതയാണിത്. മൗലൂദും കുറഞ്ഞുവരുകയാണ്. പ്രവാചകനെ പുകഴ്ത്തുന്നതും ഇസ്ലാമിക രീതിയല്ലെന്ന ചിന്താഗതിക്കാരാണ് മൗലൂദിനെതിരെയും മറ്റും പ്രചാരവേലകൾ നടത്തുന്നത്. നബിദിനം ആഘോഷിക്കുന്ന കാര്യത്തിലും അഭിപ്രായവ്യത്യാസങ്ങൾ നിലനില്ക്കുന്നുണ്ട്. ഇതൊക്കെ സമീപകാലത്ത് ഉണ്ടായതാണുതാനും. നബിദിനത്തിന്റെ വരവ് അറിയിച്ചുകൊണ്ടുള്ള കുട്ടികളുടെ ബറാത്ത് ജാഥകൾ പഴയകാലത്തൊക്കെ വളരെ സജീവമായിരുന്നു.

സ്വർണ്ണപ്പണിക്കാരുടെയും ഓട്ടുപാത്ര നിർമ്മാണ വൈദഗ്ദ്ധ്യമുള്ളവരുടെയും സമൂഹമാണ് കന്നാൻമാർ. രാവുത്തരന്മാർ സൈനികവൃത്തി നഷ്ടപ്പെട്ട് സാമ്പത്തികമായും സാമൂഹ്യമായും തകർന്നടിഞ്ഞുകൊണ്ടിരുന്ന കാലത്ത് ഒരുവിഭാഗം കൃഷിയിലേക്കും ചിലർ ചെറുകിട കച്ചവടങ്ങളിലേക്കും വഴിമാറി. കന്നാന്മാർ ഉണ്ടാക്കുന്ന ഓട്ടുപാത്രങ്ങൾ കൊണ്ടുനടന്നുവിറ്റിരുന്നത് റാവുത്തരന്മാരായിരുന്നു. തമിഴ് പാരമ്പര്യമുള്ള ഇവരെ ഇതിനായി ക്ഷണിച്ചുവരുത്തിയതും ആകാം. അമ്മൻ കോവിൽ നിർമ്മിച്ച് കേരളീയ ഹിന്ദുക്കളിൽനിന്ന് ഭിന്നരായി കന്നാന്മാർ കേരളത്തിൽ കഴിഞ്ഞുവരുകയുമാണ്. ഇവരുടെ ആചാരങ്ങളും അനുഷ്ഠാനങ്ങളും കാര്യമായി ആരും ശ്രദ്ധിച്ചുകണ്ടിട്ടില്ല. അമ്മൻകുട നൃത്തവും വില്ലടിച്ചാൻ പാട്ടുമൊക്കെ അമ്മൻകുട മഹോത്സവത്തിന്റെ ഭാഗമാണ്.

ചാന്തൊഴുകെ പുകഴ്കൊഴുകെ
നല്ല ചന്ദനപന്നീരും മെത്തോഴുകെ
തെന്തിനന്നാ തിന നാനാ... തന്നെ
താന തന്നേ തിന നാനോ...

എന്നൊക്കെയുള്ള പാട്ടുകളും കോവിലിൽ നിന്നുയരും. നായന്മാരും കൊല്ലന്മാരും ഈഴവരും ക്രിസ്ത്യാനികളും പുലയന്മാരും കുറവന്മാരും പറയന്മാരും തുടങ്ങി നാനാജാതികളും ഒത്തുചേർന്നുവസിക്കുന്നയിടങ്ങളാണ് ഓരോ കേരളീയ ഗ്രാമങ്ങളും. ഓരോരുത്തരുടെയും ആചാരങ്ങളും അനുഷ്ഠാനങ്ങളും വ്യത്യസ്തവുമാണ്.

*രാമായണ*ത്തെ ഒന്നാകെ ഏതാനും വരികളിലാക്കി പാടുന്ന ഒരു കുറവപ്പാട്ട് നോക്കുക.

ചത്തുപോയ രാവേണനനും
പിന്നെ രണ്ടു കൊയാണ്ടന്മാരും
സീതേനെ കട്ടുംകൊണ്ട്
പോയൊരു മൂലത്താലേ
രാവണൻ ചത്തുവീണു
രാവണൻ ചത്തുവീണു
കോയികൊത്തീ... തി കീ താരോം...

വച്ചാരാധനയുള്ള കുറവസമുദായത്തിന്റെ കാവുപൂജയുമായി ബന്ധപ്പെട്ട് ഇക്കാര്യങ്ങളൊക്കെ എഴുതിയിട്ടുണ്ട്. ഓണാട്ടുകരയുടെ ഭാഗമായി ഞങ്ങളുടെ പ്രദേശത്ത് ധാരാളം കാവുകളുണ്ട്. മാഷീക്കാവ്, ചാമക്കാവ്, വെട്ടിക്കോട്ട് കാവ്, അമ്മൂമ്മക്കാവ്, കുറവക്കാവ്, ആലത്തിനാൽ കാവ് ഇങ്ങനെ പ്രശസ്തമായ നിരവധി കാവുകളുണ്ട്. ഇവിടൊക്കെ ഉത്സവങ്ങളും പൂജകളുമുണ്ട്.

*തൈക്കാവിലെ പുരാണ*ത്തിൽ പഴയ മനുഷ്യരുടെ പേരുകൾ കണ്ടെത്താൻ എന്നെ സഹായിച്ചത് പഴയ ആധാരങ്ങളാണ്. അപ്പൂപ്പൻ അശനിശറാവുത്തരുടെ അച്ഛൻ മീരസാറാവുത്തരുടെ കാലംമുതൽ ആധാരമെഴുത്തുമായി ബന്ധപ്പെട്ടു ജീവിച്ച കുടുംബമാണ് ഞങ്ങളുടേത്. അതുകൊണ്ടുതന്നെ നൂറ്റാണ്ടുകൾ പഴക്കമുള്ള ആധാരങ്ങൾ പരിശോധിക്കാൻ അവസരം ലഭിച്ചു. പ്രത്യേകതയുള്ള പേരുകൾ ശ്രദ്ധയിൽപ്പെട്ടാൽ ഞാനത് കുറിച്ചുവയ്ക്കുമായിരുന്നു. ഇതേപേരുകളിൽ ഇവിടെ ജീവിച്ചുമരിച്ച നിരവധിയാളുകളുണ്ട്. അതുപോലെ പഴയകാലത്തെ വീട്ടുപേരുകളും ആധാരത്തിലുണ്ടായിരുന്നു. അതൊക്കെ പഴയ കാലത്തേക്കുള്ള കിളിവാതിലുകളാണ്.

"വിഷകാരി കാതിരുമീരാ പടിഞ്ഞാറൻ ദിക്കിലേക്ക് നോക്കി. മരംകൊത്തി പക്ഷികൾ എന്തോ ചിലച്ചുകൊണ്ട് തെക്കൻദിക്കിലേക്ക് പോയി. വിഷകാരി കാതിരുമീരാ ഇടവഴിയിലൂടെ നടന്നു. യക്ഷിപ്പാലയിലെ വാവലുകൾ ഭീതിദമായി കരഞ്ഞുബഹളം വച്ചു. തൊട്ടാവാടികൾ ഇലപൂട്ടി കാതോർത്തിരുന്നു. കൊരമ്പുല്ലുകൾ ഏന്തിവലിഞ്ഞു

Manikekkara-18

നോക്കി. കാതിരുമീരാ കുറ്റിക്കാടും പുഞ്ചവയലും കടന്ന് ചുനക്കരവഴി വെട്ടിയാറുംകടന്ന് മാവേലിക്കരയിലേക്ക് നടന്നു"

കടിച്ച പാമ്പിനെ മന്ത്രമുരുവിട്ടു വിളിച്ചുവരുത്തി വിഷം എടുപ്പിച്ചിരുന്ന വിഷകാരി കാതിരുമീരാ എന്ന കഥാപാത്രത്തെ മെനഞ്ഞെടുത്തത് വിളയിൽ നൈനാരുടെ ജീവിതവുമായി ബന്ധപ്പെട്ടാണ്. ചുങ്കശ്ശേരി കുടുംബാംഗമായിരുന്നു ഇദ്ദേഹം. നാടോടികളായ ലാടവൈദ്യമാർ അക്കാലത്തൊക്കെ നാട്ടിൽ തമ്പടിച്ച് ചികിത്സയും മാന്ത്രിക വേലത്തരങ്ങളുമൊക്കെ കാണിക്കുമായിരുന്നു. അങ്ങനെയൊരു സംഘത്തോടൊപ്പം ബാലനായിരുന്ന വിളയിൽ നൈനാർ നാടുവിട്ടുപോയി. നല്ല ജീവിത സാഹചര്യമുള്ള കുടുംബത്തിൽ പിറന്ന നൈനാർ നാടുവിട്ടുപോയത് നാട്ടിൽ വലിയ വാർത്തയായിരുന്നു. നൈനാരെ തേടി ആളുകൾ നാലുവഴിക്കു പോയെങ്കിലും കണ്ടെത്താനായില്ല. കുട്ടിയുടെ വൈദ്യത്തിലുള്ള താല്പര്യംകണ്ട് ലാടഗുരു തട്ടികൊണ്ടുപോയതുമാകാം. തന്റെ അരുമശിഷ്യനായി നൈനാരെ ലാടഗുരു വളർത്തി. പരമ്പരാഗതമായി ലഭിച്ച വിഷവൈദ്യവും മാന്ത്രിക വേലകളും പൂർണ്ണമായും നൈനാർക്ക് കൈമാറി ഗുരു മരിച്ചു. നാടുവിട്ട് വർഷങ്ങൾ ഏറെകഴിഞ്ഞ് മഹാമാന്ത്രികനും വിഷചികിത്സകനുമായിട്ടാണ് വിളയിൽ നൈനാർ ജന്മനാട്ടിൽ തിരിച്ചുവരുന്നത്.

ലാടവൈദ്യ പ്രയോഗത്തിലൂടെ നൂറുകണക്കിന് മാറാരോഗികളെ ചികിത്സിച്ചുഭേദമാക്കിയ വിളയിൽ നൈനാർ അക്കാലത്തെ പേരുകേട്ട വൈദ്യനായിമാറി. ഒരിക്കൽ അദ്ദേഹം ഒരു കേസുമായിബന്ധപ്പെട്ട് മാവേലിക്കര കോടതിയിൽ പോകേണ്ടതായിവന്നു. അപ്പോഴാണ് കൊട്ടാരത്തിലെ പെൺകുട്ടി വിഷംതൊട്ടുമരിച്ചതായി വിവരം ലഭിക്കുന്നത്. സംസ്കാരച്ചടങ്ങുകൾക്ക് ഒരുക്കംനടക്കുന്ന നേരത്താണ് വിളയിൽ നൈനാർ കുട്ടിയെ കാണണമെന്ന് ആഗ്രഹം പ്രകടിപ്പിച്ചത്. അർദ്ധപ്രാണനായി ഏതാണ്ട് ശ്വാസംനിലച്ചുകിടന്ന കുട്ടിയുടെ നെറ്റിയുടെ ഏതോ ഭാഗത്ത് വിളയിൽ നൈനാർ തന്റെ പക്കലുണ്ടായിരുന്ന ഒരു നെൽമണി ഉപയോഗിച്ച് ഒന്ന് പോറിയപ്പോൾ രക്തം പൊടിഞ്ഞുവന്നു. പിന്നീടെല്ലാം വലിയ വേഗത്തിലായിരുന്നു. തന്റെ വിഷ ചികിത്സാവിധികളൊക്കെ കുട്ടിക്ക് മേൽ പ്രയോഗിച്ചു കുട്ടി ജീവൻ വീണ്ടെടുത്ത് ഉണർന്നു. വിളയിൽ നൈനാരുടെ വിഷചികിത്സയുടെ കീർത്തി നാടൊട്ടുക്ക് പരക്കാനിത് കാരണമായി. കൊട്ടാരത്തിൽനിന്ന് പ്രത്യേക അംഗീകാരവും അദ്ദേഹത്തിന് ലഭിച്ചു.

ഞങ്ങളുടെ നാട്ടിൽ ഒരു അഞ്ചലോട്ടക്കാരനുണ്ടായിരുന്നു (പോസ്റ്റുമാൻ). രാജഭരണകാലത്തിവിടെ രണ്ടുതരം പോസ്റ്റൽ സംവിധാനമാണ് നിലനിന്നിരുന്നത്. അഞ്ചൽ ആഫീസ് തിരുവിതാംകൂർ സർക്കാരിന്റേതാണ്. പോസ്റ്റ് ഓഫീസ് ബ്രിട്ടീഷുകാരുടേതും. രാജ്യത്തിനു പുറത്തുനിന്നുള്ള എഴുത്തുകൾ പോസ്റ്റ് ഓഫീസിലാണ് എത്തുക. ചിലപ്പോ അഞ്ചൽ ആഫീസിൽ അവർ എത്തിച്ചു കൊടുക്കും. എല്ലാ ഗ്രാമങ്ങളിലും

പോസ്റ്റ് ഓഫീസ് ഉണ്ടാകണമെന്നില്ല. മഹാമടിയനായിരുന്നതു കൊണ്ടാകാം കത്തുകൾ പൊട്ടിച്ച് വായിച്ച് അത്യാവശ്യമുള്ളതുമാത്രമേ മേൽവിലാസക്കാരന് എത്തിച്ചിരുന്നുള്ളൂ. അവിടെയും സുഖം ഇവിടെയും സുഖം, പിന്നെന്തിന് ഞാനീ കത്തുമായി ഇക്കണ്ടദൂരമെല്ലാം നടക്കണം എന്നായിരുന്നു അദ്ദേഹത്തിന്റെ വിചാരം. അദ്ദേഹത്തിന് കാലിൽ ആണി രോഗം ഉണ്ടായിരുന്നോ എന്നെനിക്കറിയില്ല. കത്തുകൾ ഇങ്ങനെ പൊട്ടിച്ചുവായിച്ചിരുന്നെങ്കിലും അറിയിക്കേണ്ട കത്തുകൾ മേൽവിലാസ ക്കാരന് എത്തിക്കാൻ അദ്ദേഹം പ്രത്യേകം ശ്രദ്ധിച്ചിരുന്നുവെന്നും കാണാം. പഴയകാലത്തെ അഞ്ചലോട്ടക്കാരന്റെ സ്ഥിതി വളരെ ദയനീ യമായിരുന്നു. രാവിലെ കത്തുമായി ഇറങ്ങിയാൽ വൈകുന്നേരം വരെ നടക്കണം. ഇതൊരു ദിനചര്യപോലെ ചെയ്യേണ്ടതുണ്ടുതാനും. അതു കൊണ്ടാകാം ഒരു കുറുക്കുവഴി അദ്ദേഹം കണ്ടെത്തിയത്.

'ഴ'

'**മ**ള മളയെന്ന് വിളിച്ചു കൂവി നടന്ന മൈലമ്മയെ അടുത്തുവിളിച്ചു നബീസാ പറഞ്ഞു 'മള' യല്ല 'മഴ' 'മ...ഴ'. മൈലമ്മ നാക്ക് വളച്ച് മേലുണ്ണാക്കിൽ പതിയെ തൊട്ടുകൊണ്ടു പറഞ്ഞു 'മള' യ്യ യ്യ യ്യേ ... മളയല്ല മ...മ... ഴ... ഴ മൈലമ്മ വീണ്ടു പറഞ്ഞു 'മ...ഴ്ള'. ഉ ഉം... ഉം... ശരിയാവുന്നുണ്ട്' (*തൈക്കാവിലെ പുരാണം*).

അങ്ങനെയിരിക്കെ ഒരു ദിവസം ജമീലാമ്മാൾ നാലുകാശിന് മുളകും നാലുകാശിന് പുളിയും വാങ്ങിവരാൻ മൈലമ്മയെ പറഞ്ഞുവിട്ടു. ഇരുവശത്തും പിന്നിയിട്ട മുടികുലുക്കി മൈലമ്മ ഉണ്ണിത്താന്റെ കടയിലേക്കോടി. മാഷിക്കാവിൽ ഉത്സവമായതിനാൽ ഉണ്ണിത്താന്റെ പലചരക്ക് കടയിൽ നല്ല തിരക്ക്. ഓടികിതച്ചെത്തി മൈലമ്മ അവിടെ നിന്നണച്ചു. പിന്നെ ഉറക്കെ പറഞ്ഞു. നാലുകാശുക്ക് 'മുഴവും' നാലുകാശുക്ക് 'പുഴിയും.' പെട്ടെന്ന് അവിടെയൊരു കൂട്ടച്ചിരി മുഴങ്ങി. ഇക്കഥ ഞാൻ വളരെകുട്ടിക്കാലത്തെ പറഞ്ഞുകേട്ടതാണ്. അത്തമ്മായോ (അച്ഛന്റെ അമ്മ) മറ്റോ പറഞ്ഞ് തന്നതാണെന്നാന്റെ ഓർമ്മ. മളയ്ക്ക് പകരം മഴയെന്നും വളിക്ക് പകരം വഴിയെന്നുമൊക്കെ പറയുന്ന കേരളക്കരയിൽ മുളക് മുഴകും പുളി പുഴിയുമായിരിക്കുമെന്ന് പാവം മൈലമ്മ ധരിച്ചുപോയതാണ് കുഴപ്പമായത്. തമിഴ്നാട്ടിൽ (പാണ്ഡ്യനാട്) പല നൂറ്റാണ്ടുകൾ ജീവിച്ച് കേരളത്തിലേക്ക് വന്ന റാവുത്തരന്മാർക്ക് ഇവിടെ മാത്രമുള്ള 'ഴ' എന്ന അക്ഷരം തുടക്കകാലത്തെങ്കിലും വേണ്ടത്ര വഴങ്ങിയിരുന്നിരിക്കില്ല. 'ള'യും 'ഴ' യും തമ്മിൽ തിരിഞ്ഞും മറിഞ്ഞും പോകാനിടയുണ്ട്. രസകരമായ മുഴവും (മുളകും) പുഴിയും (പുളിയും) കഥ അക്കാലത്തെയാണ് ഓർമ്മിപ്പിക്കുന്നത്. കേരളത്തിലെത്തിയ റാവുത്തരന്മാർ തദ്ദേശ ജനതയുമായി ഇഴുകിച്ചേരാനും വർഷങ്ങൾ എടുത്തിരിക്കണം.

പ്രത്യേകിച്ചും അക്കാലത്തെ 'കുതിരപ്പടയാളികൾ' എന്ന നിലയിൽ സാധാരണക്കാർ അവരിൽനിന്ന് ഒരകലം പാലിക്കാനും സാദ്ധ്യതയുണ്ട്. കുതിരകളൊക്കെ ചത്തൊടുങ്ങുകയും രാജഭരണത്തിന്റെ ഗരിമകളൊക്കെ നാമാവശേഷം ആയിത്തുടങ്ങുകയും ചെയ്തതോടെ റാവുത്തരന്മാർ കൃഷിയിലേക്കും കച്ചവടത്തിലേക്കും തിരിഞ്ഞു. മാർത്താണ്ഡവർമ്മയുടെ തിരുവിതാംകൂർ ഏകീകരണത്തോടെയാണ് തിരുവിതാംകൂറിൽ ഇതൊക്കെ സംഭവിച്ചത്. നാട്ടുരാജ്യങ്ങളില്ലാതായതോടെ അവരുടെ കുതിരസൈന്യത്തിനു പണിയില്ലാതായി. എങ്കിലും മാർത്താണ്ഡവർമ്മയുടെ സൈന്യത്തിൽ കുതിരപ്പടയാളികൾ ശക്തമായ സ്വാധീനമുറപ്പിച്ചിരുന്നു. എന്നാൽ പിന്നീട് ബ്രിട്ടീഷുകാർ ഇവിടെ പിടിമുറുക്കിയതോടെ നായന്മാരെപ്പോലെ റാവുത്തരന്മാരും സൈനികവൃത്തിയിൽനിന്ന് പുറത്തായി. പാണ്ഡ്യനാട്ടിൽ നിന്ന് വന്നവരെന്ന നിലയിൽ മറ്റുള്ളവർ 'പാണ്ടികൾ' എന്ന് റാവുത്തരന്മാരെയും മറ്റും വിളിക്കാറുണ്ടായിരുന്നു. അന്യനാട്ടുകാരെന്ന ധ്വനിയോടെ രഹസ്യമായാണീ പ്രയോഗം. അയ്യപ്പനും വാവരും പന്തളം രാജകുടുംബവും പൂഞ്ഞാർ രാജകുടുംബവുമെല്ലാം ഇങ്ങനെ പാണ്ടികളായിരുന്നുവല്ലോ? ഞങ്ങളുടെ നാട്ടിൽ പാണ്ടിക്കുളം എന്നൊരു പൊതുകുളം തന്നെയുണ്ട്. പഴയകാലത്ത് കുതിരയെ കുളിപ്പിക്കാനും നാട്ടുകാർ കുളിച്ചിരുന്നതുമായ കുളമാകണമിത്. ഇപ്പോഴത് വിസ്തൃതികുറഞ്ഞ് ചെറിയ കുളമായതാണ്.

'ഴ' എന്ന അക്ഷരം റാവുത്തരന്മാരുടെ നാവിന് പൂർണ്ണമായി വഴങ്ങിയതോടെയാണവർ പൂർണ്ണമായി ഇന്നാട്ടുകാരായി മാറിയതെന്നുവേണം കരുതാൻ. കാരണം 'ഴ' എന്ന അക്ഷരമാണ് മലയാളഭാഷയുടെ തനതായ വ്യക്തിത്വത്തെ സൂചിപ്പിക്കുന്നത്. ഇക്കാര്യം എനിക്ക് പറഞ്ഞുതന്നത് ഭാഷാപണ്ഡിതനും കവിയുമായ പ്രൊഫ. പുതുശ്ശേരി രാമചന്ദ്രൻ സാറാണ്.

തൈക്കാവിലെ ഉറുമ്പുകൾ പ്രസിദ്ധീകരിച്ചകാലത്ത് തന്നെ അത് വായിച്ച് ഗൃഹാതുരത്വത്തോടെ അദ്ദേഹം എനിക്കൊരു കത്തയച്ചിരുന്നു. അദ്ദേഹത്തിന്റെ മരുമകൻ ഡോ. കെ എസ് രവികുമാർ സാറുമായി പരിചയപ്പെട്ടിരുന്നുവെങ്കിലും പുതുശ്ശേരി രാമചന്ദ്രൻ സാറുമായി ഈ കത്തിനുശേഷമാണ് അടുത്തത്.

എന്റെ നാട്ടിൽനിന്ന് വലിയദൂരത്തല്ലാത്ത വള്ളിക്കുന്നത്താണ് പുതുശ്ശേരി രാമചന്ദ്രൻ സാർ ജനിച്ചത്. അതുകൊണ്ടുതന്നെ നോവലിലെ ഭൂമിക അദ്ദേഹത്തിന് പരിചിതവുമാണ്. തമിഴും കന്നടയും തെലുങ്കും മലയാളവും ചേർന്ന ദ്രാവിഡഭാഷാ കുടുംബത്തിൽ 'ഴ' എന്ന അക്ഷരം മലയാളത്തിൽ മാത്രമേ നിലനില്ക്കുന്നുള്ളൂ. തമിഴിൽ ഈ അക്ഷരം 'ള' യായും തെലുങ്കിലും കന്നടയിലും 'ര' യായും വഴിപിരിഞ്ഞുവത്രെ. 'ഴ' യുടെ ഉത്ഭവത്തെക്കുറിച്ച് കൂടുതൽ ഗവേഷണങ്ങൾ നടക്കേണ്ടതാണ്. അശോക ബ്രഹ്മിയിൽ നിന്നാണ് 'ഴ' യുടെ വരവെന്നാണ് പുതുശ്ശേരി സാറിന്റെ അഭിപ്രായം. എന്തായാലും 'ഴ' എന്നക്ഷരം പാലി ഭാഷയിലി

ല്ലെന്ന് പാലിഭാഷാ പണ്ഡിതനായ പ്രൊഫ. ഗോപിനാഥൻ നായർ സാറും എന്നോട് വ്യക്തമാക്കുകയുണ്ടായി. തമിഴിനും തെലുങ്കിനും കന്നടയ്ക്കും മറ്റും ശ്രേഷ്ഠഭാഷാപദവി ലഭിച്ചപ്പോഴും മലയാളത്തെ മാറ്റിനിർത്തിയ കാലത്ത് 'ഴ' യാണ് നമുക്ക് തുണയായത്. മലയാള ഭാഷയുടെ കാലപ്പഴക്കം നിർണ്ണയിക്കുന്നതിൽ 'ഴ' എന്ന അക്ഷരം കൂടുതൽ പ്രയോജനപ്പെട്ടു. 'ഴ' കൂടി പരിഗണിച്ചാണ് പിന്നീട് മറ്റ് ദ്രാവിഡ ഭാഷകൾക്കൊപ്പം മലയാളവും ശ്രേഷ്ഠഭാഷാപദവിയിലേക്കുയർന്നത്. 'ഴ' യെ ചുറ്റിപ്പറ്റി ഞങ്ങളുടെ നാട്ടിൽ പണ്ടു പുരാതനമായ കാലം മുതൽ പറഞ്ഞു കേട്ട കഥയെത്ര അർത്ഥവത്തായിരുന്നുവെന്ന് ഇപ്പോൾ ഓർത്തുപോകുന്നു. 'ഴ' യുടെ ഈ പ്രത്യേകത പഴമക്കാർ അന്നേ തിരിച്ചറിഞ്ഞിരുന്നു. അതാണല്ലോ ഈ തമാശക്കഥയ്ക്ക് നിമിത്തമായതും. 'ശ'യും 'സ' യും തമ്മിൽ മുസ്ലീങ്ങൾക്ക് തെറ്റാറുണ്ടെന്ന് പലരും കളിയാക്കി കേൾക്കാറുണ്ട്. പശുവിനെ പസുവെന്ന് വിളിക്കുമത്രെ. അതുപോലെ അല്ലാഹു, അല്ലാഹു എന്നൊക്കെ മലയാളത്തിൽ എഴുതുന്നുണ്ടെങ്കിലും അതിന്റെ യഥാർത്ഥ ഉച്ചാരണ ശുദ്ധിയോടെയുള്ള അക്ഷരം മലയാളത്തിൽ ഇല്ലതാനും. 'ല്ള' എന്നൊക്കെ എഴുതാമെന്നേയുള്ളൂ. അറബി ഭാഷയിലാണ് ശരിയായ ഉച്ചാരണ ശുദ്ധിയോടെയുള്ള അക്ഷരമുള്ളത്. പള്ളിക്കൂടത്തിൽ പഠിക്കുന്നകാലത്ത് 'അള്ളാഹു' വെന്ന് ശരിയായി പറയാമോയെന്ന് ചില കുട്ടികൾ മുസ്ലീങ്ങളല്ലാത്ത കുട്ടികളെ വെല്ലുവിളിക്കുന്നത് ഞാൻ കേട്ടിട്ടുണ്ട്. സ്വല്പം പരിശ്രമമുണ്ടെങ്കിൽ മാത്രമേ ആ അക്ഷരം ശരിയായി ഉച്ചരിക്കാനാവൂ. മുസ്ലീം കുട്ടികൾക്ക് മാത്രമേ ശരിയായി ഉച്ചരിക്കാനാവൂ എന്നാണവരുടെ അഭിമാനം. മലയാളികൾക്ക് അവർ ഏതുമതക്കാരാണങ്കിലും അറബിഭാഷ നന്നായി സംസാരിക്കാൻ കഴിയുമെന്ന് പറയാറുണ്ട്. മലയാളികൾ അറബികളുടെ സങ്കരമോ, അറബികളോ ആണെന്നൊരു വാദം തന്നെ ചരിത്രകാരന്മാർക്കിടയിലുണ്ടല്ലോ? ഉത്തരേന്ത്യക്കാരേക്കാൾ അറബികളുമായാണ് മലയാളികൾക്ക് 'ജനറ്റിക് സാമ്യത' യുള്ളതെന്നും എവിടെയോ വായിച്ചതോർക്കുന്നു. ഉച്ചാരണ ശുദ്ധിയും നമ്മളുടെ ശരീരഘടനയും തമ്മിൽ ബന്ധമുണ്ടെന്ന് വ്യക്തമാണ്. ഭാഷകൾ ഉരുത്തിരിഞ്ഞുവരുന്നതിൽ സംസ്കാരത്തോടൊപ്പം ശരീരഘടനയും ഒരു കാരണമായേക്കാം.

തിരുവിതാംകൂർ ഭാഗത്ത് നായന്മാരുടെയും ഈഴവരുടെയും മറ്റ് ചില സമുദായക്കാരുടെയിടയിലും 'പാണ്ടവവിവാഹം' എന്നൊരു ഏർപ്പാടുണ്ടായിരുന്നു. കുടുംബത്തിൽ മൂത്തയാൾ വിവാഹം ചെയ്തുകൊണ്ടുവരുന്ന സ്ത്രീയെ തന്നെ അനുജനും അല്ലങ്കിൽ അനുജന്മാരും ഭാര്യയായി സ്വീകരിക്കുന്ന ഏർപ്പാടാണിത്. പഞ്ചപാണ്ഡവന്മാർക്ക് ഭാര്യയായി 'പാഞ്ചാലി'യെന്നൊരാൾ ഉള്ളതിനെ ഓർമ്മിച്ചാവണം 'പാണ്ടവ' വിവാഹം എന്നാണിതറിയപ്പെട്ടിരുന്നത്. ഞങ്ങളുടെ നാട്ടിലും ഇത്തരത്തിലുള്ള പലകുടുംബങ്ങളെയും എനിക്കറിയാം. സ്വത്ത് വിഭജിച്ചുപോകാതിരിക്കാൻ കൂടിയാവണം ഈ വിവാഹരീതി നിലനിന്നതെന്നുവേണം

കരുതാൻ.

ജ്യേഷ്ഠാനുജന്മാർക്ക് ഒരു സ്ത്രീയിൽ തന്നെ മക്കളുണ്ടാകും. എല്ലാവരും സ്വന്തം മക്കളെപ്പോലെയവരെ പോറ്റിവളർത്തും. ചിലപ്പൻകിളികളുടെയിടയിലും (ബാബ്ളേഴ്സ്) ഇത്തരത്തിലൊരു രീതിയുണ്ട്. സാധാരണ ആറും ഏഴും കിളികളടങ്ങുന്ന ഒരു സംഘമായാണ് ഇവ ജീവിക്കുന്നത്. മുട്ടവിരിഞ്ഞ് പുറത്തുവരുന്ന കുഞ്ഞുങ്ങളെ കിളികൾ 'ക്യൂ' വായിനിന്ന് തീറ്റിപ്പോറ്റുന്നത് കൗതുകകരമായൊരു കാഴ്ചയാണ്. പാണ്ഡവവിവാഹത്തിലെ കുട്ടികളുടെ കാര്യവും ഇങ്ങനെതന്നെയാണ്. എങ്കിലും തന്റെ സ്വന്തം അച്ഛനാരെന്ന ഒരു ചോദ്യം വളർന്നുവരുമ്പോൾ കുട്ടികൾക്കുണ്ടാവുക സ്വാഭാവികമാണ്. അവർ അച്ഛന്മാരെനോക്കി സ്വയം അത് തിരിച്ചറിയുകയാണ് പതിവ്. അമ്മ അത് സാധാരണ പറഞ്ഞുകൊടുക്കാറില്ല. എങ്കിലും മക്കൾക്ക് ഒരുൾവിളിപോലെ സ്വന്തം അച്ഛനെ തിരിച്ചറിയാനാകുമായിരിക്കും.

എനിക്കടുപ്പമുള്ള ഒരു വീട്ടിൽ അച്ഛന്മാരിൽ ഒരാൾ മരിച്ചപ്പോൾ മക്കളിൽ ഒരാൾ അധികമായി ദുഃഖിക്കുകയും മറ്റും ചെയ്യുന്നത് എന്റെ ശ്രദ്ധയിൽപ്പെട്ടു. വളരെ വേദനയോടെയും കണ്ണീരോടെയും ആ സുഹൃത്ത് എന്നോട് പറഞ്ഞു "മരിച്ചത് എന്റെ അച്ഛനായിരുന്നു." ഞാൻ ചോദിച്ചു അതെങ്ങനെ നിനക്കറിയാം! "ആ അച്ഛന്റെ അതേനിറവും ശരീരത്തെ രോമങ്ങളും എനിക്കും അതേപോലെയുണ്ട്." എനിക്കവനെ ആശ്വസിപ്പിക്കാൻ വാക്കുകളില്ലായിരുന്നു. രണ്ടച്ഛന്മാരും ഒരമ്മയുമുള്ള എന്റെ വളരെ അടുത്ത ഒരു സുഹൃത്തിന്റെ ആത്മനൊമ്പരങ്ങൾക്ക് പലതവണ ഞാൻ സാക്ഷിയാകേണ്ടിവന്നിട്ടുണ്ട്. വാർദ്ധക്യത്തിൽ ഈ അച്ഛന്മാർ തമ്മിൽ പോരിലുമായിരുന്നു. അമ്മ അവരുടെ നടുവിൽ കിടന്നു തീതിന്നുന്നത് മക്കൾക്ക് കാണേണ്ടിവന്നു. ഒടുക്കം അച്ഛന്മാരിലൊരാൾ കൃഷിക്കുപയോഗിക്കുന്ന ഏതോ കീടനാശിനി കഴിച്ച് ആത്മഹത്യ ചെയ്യുകയായിരുന്നു.

പാണ്ഡവവിവാഹം മോശം ഏർപ്പാടാണെന്നതിൽ സംശയമില്ല. ഇപ്പോൾ സമൂഹത്തിൽനിന്ന് ഏതാണ്ട് ഇല്ലാതായെന്നും പറയാം. ശൂദ്രഗണത്തിലാണ് എണ്ണുന്നതെങ്കിലും നായന്മാർ തൊഴിൽപരമായി പടയാളികളായിരുന്നുവല്ലോ. പടയ്ക്കുപോകുന്നവർ ജീവനോടെ തിരിച്ചുവരുമെന്നതിന് ഒരുറപ്പുമില്ല. ഈ സാഹചര്യത്തിൽ മക്കളുടെ സംരക്ഷണം ഉറപ്പാക്കാൻ കൂടിയാവണം പാണ്ഡവവിവാഹത്തെ പഴയകാലത്ത് പ്രോത്സാഹിപ്പിച്ചിരുന്നത്. മൂത്ത സഹോദരൻ അകാലത്തിൽ മരിച്ചാൽ വിവാഹം കഴിക്കാത്ത ഇളയ സഹോദരൻ ജ്യേഷ്ഠന്റെ ഭാര്യയെ വിവാഹം ചെയ്ത് ആ വകയിലുള്ള മക്കളെയും മറ്റും സംരക്ഷിക്കുന്ന ഏർപ്പാട് മിക്ക സമുദായങ്ങളുടെയിടയിലും ഇപ്പോഴും കണ്ടുവരുന്നുണ്ട്. *രാമായണ*ത്തിൽ കാനനവാസത്തിനിടയിൽ സീത ലക്ഷ്മണനോട് ഈ ധ്വനിയോടെ ഒരു ചോദ്യം ചോദിക്കുന്നുണ്ട്. അതോടെയാണ് പുള്ളിമാനിനു പിന്നാലെ പോയ രാമനെത്തേടി ലക്ഷ്മണൻ പോകുന്നത്.

കുരുമുളക് മാല ഞങ്ങളുടെ പ്രദേശത്തെ മുസ്ലീം സ്ത്രീകൾ ഉപയോഗിക്കുന്ന ഒരുതരം മാലയാണ്. കുരുമുളക് നിറഞ്ഞ കൊന്തുപോലെ മാലയിൽ ചെറുമണികൾ നിറഞ്ഞിരിക്കും. നടുക്ക് പൂശാന്ത്രം ഉണ്ടാകും. പൊന്മണിയുണ്ടാകും. കല്യാണത്തിന് താലികെട്ടാനായി പൂശാന്ത്രവും പൊന്മണിയുമാണ് ഉപയോഗിച്ചിരുന്നത് അമ്മയുടെ കഴുത്തിലുണ്ടായിരുന്ന ഒരു മുളക് മാല മാറ്റി പണിതു.

ഞങ്ങളുടെ അമ്മയുടെ ഒരമ്മാവന് ഏനാത്ത് വൈദ്യശാലയും സ്വർണ്ണക്കടയുമുണ്ടായിരുന്നു. അവിടുന്ന് പണിയിച്ച കുരുമുളക് മാല ഞങ്ങളുടെ രണ്ടപ്പച്ചിമാരുടെ കഴുത്തിൽ ഇപ്പോഴുമുണ്ട്.

നാട്ടിൽ മോഷണം തൊഴിലാക്കിയ പലരുമുണ്ടായിരുന്നു. അതിലൊരാൾ ഞങ്ങളുടെ വീടിന്റെ ഓടിളക്കി ഒരു സ്വർണ്ണമാല കട്ടുകൊണ്ടുപോയി. നാട്ടിൽ അക്കാലത്ത് പൊലീസ് ഔട്ട്പോസ്റ്റ് മാത്രമേയുണ്ടായിരുന്നുള്ളൂ. പൊലീസ് സ്റ്റേഷൻ പന്തളത്തായിരുന്നു. മോഷ്ടാവിനെക്കുറിച്ച് ചില്ലറ സംശയം തോന്നിയതിനെത്തുടർന്ന് വീടുമായി അടുപ്പമുള്ള ഒരാളെ തന്നെ പിടികൂടി ചോദ്യം ചെയ്തു. ഒടുക്കം മാല വീടിന്റെ ചുവരിൽ ചേമ്പിലയിൽ പൊതിഞ്ഞ് കുഴിച്ചിട്ടിരിക്കുന്ന നിലയിൽ കണ്ടെത്തുകയുണ്ടായി. മാല മോഷ്ടിച്ചയാൾ നാട്ടിലെ ചെറുകിട കള്ളനാണ്. അയാളുടെ ഒടുക്കകാലത്ത് കാലിനു നീരുവന്ന് നടന്നു നീങ്ങാൻ കഴിയാത്ത വിധം ചന്തയിൽ ഇരിക്കുന്നത് ഞാൻ കണ്ടിട്ടുണ്ട്. മക്കളും മറ്റും നല്ല നിലയിലായിട്ടും അയാൾ ഉറക്കവും മറ്റും ചന്തയിലെ മാടക്കടയിലായിരുന്നു. നാട്ടിൽ ഒരു പോക്കറ്റടിക്കാരനുണ്ടായിരുന്നു. ഇയാൾ ചിലകാര്യങ്ങളിൽ ഒരു മര്യാദയൊക്കെ വച്ചുപുലർത്തിയിരുന്നു. നാട്ടുകാരുടെ പണം മോഷ്ടിക്കാറില്ല. പരിചയക്കാരുടെയും മോഷ്ടിക്കില്ല. ഉത്സവ സ്ഥലങ്ങളിലും തീവണ്ടിയിലും ചുറ്റിക്കറങ്ങി പോക്കറ്റടിയായിരുന്നു തൊഴിൽ. ഒരിക്കൽ ഞാൻ, അയൽനാട്ടിലുള്ള എല്ലാവരും പരുന്ത് എന്നുവിളിക്കുന്ന ഒരു പോക്കറ്റടിക്കാരനുമായി പരിചയപ്പെട്ടു. പോക്കറ്റടിയുടെ വിശേഷങ്ങളൊക്കെ ഓരോന്നു ചോദിച്ചു ഞാൻ മനസ്സിലാക്കി. അപ്പോഴാണ് പോക്കറ്റടിയെന്നത് ഏറ്റവും ബുദ്ധിമുട്ടും നല്ല വൈദഗ്ദ്ധ്യവും ആവശ്യമുള്ളതുമായ ഒരു തൊഴിലാണെന്ന് എനിക്ക് മനസ്സിലായത്. തമിഴ്നാട്ടിലും മറ്റും തിരുട്ടുഗ്രാമങ്ങളുണ്ടല്ലോ. പരമ്പരാഗതമായിത്തന്നെ മോഷണവിദ്യകൾ ഇക്കൂട്ടർ പിൻതലമുറയ്ക്ക് കൈമാറിവരുന്നുണ്ട്. മോഷണം ഒരു കുറ്റമായി അവർ കരുതുന്നില്ല. അതാണ് ഏറ്റവും സങ്കടകരം. കുലത്തൊഴിൽപോലെ മോഷണത്തെയും ഇവർ കരുതുന്നു.

സൂക്ഷിക്കാത്തവരുടെ പണമാണല്ലോ തങ്ങളെടുക്കുന്നതെന്നാണവരുടെ ന്യായം. ഭക്തിയോടെയാണ് ഈ തൊഴിലിനിറങ്ങിപ്പുറപ്പെടുന്നതും. എന്തായാലും പരുന്ത് എന്നോട് പറഞ്ഞത് ഒരാളുടെ ശരീരത്തിൽ എവിടെയാണ് വിലപിടിപ്പുള്ള വസ്തുക്കൾ സൂക്ഷിച്ചിരിക്കുന്നത് എന്നു കണ്ടെത്തുകയെന്നതാണ് ഏറ്റവും വലിയ വെല്ലുവിളിയെന്നാണ്. ഒരു വീട്ടിൽ കയറിയാലും എവിടെയാണ് സ്വർണ്ണവും പണവും സൂക്ഷിച്ചിരി

ക്കുന്നതെന്ന് കണ്ടെത്തണമല്ലോ. എന്നിട്ടല്ലേ അതെടുക്കാനാവൂ. ഉത്സവ സ്ഥലങ്ങളിൽ പോക്കറ്റടിക്കാർ ചെയ്യുന്ന ഒരു സൂത്രപ്പണിയുണ്ട്. ഉത്സവ കമ്മിറ്റിക്കാരോട് പോക്കറ്റടിക്കാരുതന്നെ പണവും മാലയും മറ്റും നാട്ടുകാർ മോഷണം പോകാതെ സൂക്ഷിക്കണമെന്ന് മൈക്കിലൂടെ വിളിച്ചുപറയിക്കും. ഈ അനൗൺസ്മെന്റ് കേൾക്കുന്ന മാത്രയിൽ പണം സൂക്ഷിച്ചുവച്ചിരിക്കുന്ന ഭാഗത്തും സ്വർണ്ണമാലയിലും കമ്മലിലുമൊക്കെ തപ്പി ആളുകൾ അതവിടെയുണ്ടെന്ന് ഉറപ്പുവരുത്തും. പോക്കറ്റടിക്കാർക്ക് അതോടെ കാര്യങ്ങൾ എളുപ്പമായി. മൂർച്ചയുള്ള ബ്ലേഡ് ഉപയോഗിച്ച് പോക്കറ്റും (അടിവസ്ത്രത്തിലെ പോക്കറ്റ് പോലും) കീറിയെടുക്കാനുള്ള വൈദഗ്ദ്ധ്യം പോക്കറ്റടിക്കാർക്കുണ്ട്. ഇതിനായി വിരലുകൾക്കിടയിൽ ബ്ലേഡിന്റെയും മറ്റും കഷ്ണങ്ങൾവച്ച് ഇവർ നിരന്തരം പരിശീലനം നടത്താറുണ്ട്. ഗ്ലാസിൽ വെള്ളം നിറച്ച് അതിലേക്ക് വെള്ളം അനങ്ങാതെ നാണയം നിക്ഷേപിക്കുകയും എടുക്കുകയും ചെയ്യുന്നതാണ് മറ്റൊരുവിദ്യ. ഇങ്ങനെയെന്തെല്ലാം പാഠങ്ങളാണന്നോ ഇക്കൂട്ടർക്ക് പഠിക്കാൻ കിടക്കുന്നത്. പോക്കറ്റടി പാളിയാൽ അടിയും പൊലീസ് കേസും ജയിലുമൊക്കെ ഉറപ്പാണ്. അതുകൊണ്ട് ഒരു ധ്യാനംപോലെ സൂക്ഷ്മതയോടെയാണിവർ അന്യന്റെ പണം അപഹരിക്കുന്നത്. പരിസര ശ്രദ്ധയില്ലാതെ ഇരിക്കുന്നവരെയും ആലോചനയിലാണ്ടിരിക്കുന്നവരെയും ഒറ്റനോട്ടത്തിൽത്തന്നെ പോക്കറ്റടിക്കാർക്ക് തിരിച്ചറിയാനാവും. എന്തെങ്കിലും ചെയ്യാതിരിക്കുമ്പോഴൊക്കെ സൂഫികൾ സ്വപ്നത്തിലായിരിക്കുമെന്ന് പറയാറുണ്ട്. അങ്ങനെയാണെങ്കിൽ ഞാനുമൊരു സൂഫിയാണെന്ന് തോന്നാറുണ്ട്. എപ്പോഴും എന്തെങ്കിലും ആലോചനയിലാവും. കോളേജ് പഠനകാലത്ത് ഒരിക്കൽ ഞാൻ ആലോചനയിലാണ്ട് ബസിൽ ഇരിക്കുമ്പോൾ ടിക്കറ്റ് എടുക്കാനായി കണ്ടക്ടർ എന്റെയരുകിൽ വന്നു. ഞാൻ പഴ്സ് നോക്കുമ്പോൾ കാണാനില്ല. എന്റെ തൊട്ടടുത്തിരുന്നയാളെ ഞാൻ സൂക്ഷിച്ച് നോക്കി. ഒരു പോക്കറ്റടിക്കാരന്റെ മട്ടും ഭാവവുമുള്ളയാൾ. അയാളോട് പഴ്സ് നിങ്ങളെടുത്തോ എന്ന് ചോദിക്കാൻ എന്റെ മാന്യത എന്നെ അനുവദിച്ചില്ല. ബസിൽ കണ്ട ഒരു പരിചയക്കാരനോട് കുറച്ചു പണം കടംവാങ്ങി ഞാൻ ടിക്കറ്റെടുത്ത് അടുത്ത സ്റ്റോപ്പിലിറങ്ങി വീട്ടിലേക്ക് തിരിച്ചുപോകുകയായിരുന്നു.

തൈക്കാവുകളിലും സൂഫികേന്ദ്രങ്ങളിലുമൊക്കെ നേർച്ചയായി നല്കിയിരുന്നത് 'ഉപ്പും കുരുമുള'കുമായിരുന്നു. ഞങ്ങളുടെ നാട്ടിലും അതെ. ശബരിമലയിലെ വാവരുനടയിലും 'ഉപ്പും കുരുമുളകും' പ്രസാദമായി നല്കുന്നത് ഞാൻ കണ്ടിട്ടുണ്ട്. വാങ്ങിയിട്ടുമുണ്ട്. ഇങ്ങനെ 'കുരുമുളകും ഉപ്പും' വായിലിട്ട് ചവച്ച് കണ്ണുനിറയുമ്പോൾ ഞാനന്ന് ആലോചിച്ചിട്ടുണ്ട്. എന്തിനാണ് 'കുരുമുളകും ഉപ്പും' നേർച്ചയായി പള്ളികളിൽനിന്ന് തരുന്നതെന്ന്. ക്ഷേത്രങ്ങളിൽനിന്ന് ഉണ്ണിയപ്പമോ, കുമ്പിളപ്പമോ (തെരളി) പായസമോ അങ്ങനെ മധുരമുള്ളതെന്തെങ്കിലുമായിരിക്കും. നേർച്ചപ്പള്ളിയിൽ 'കുരുമുളകും ഉപ്പും' ഇതൊരു ശിക്ഷതന്നെ. ഞാൻ ഓർത്തിരുന്നു.

പിന്നീടെപ്പോഴോ ആണ് അതിന്റെ രാഷ്ട്രീയം എനിക്ക് മനസ്സിലായത്. കുരുമുളകിന്റെ പ്രാധാന്യം മുമ്പ് എത്രത്തോളം വലുതായിരുന്നുവെന്ന് നമുക്കറിയാം. ലോകം മുഴുവൻ ഇന്ത്യയിലേക്ക് വന്നത് ഈ കറുത്ത പൊന്ന് തേടിയായിരുന്നല്ലോ. തദ്ദേശിയർ കുരുമുളക് ഉപയോഗിക്കുന്നതിനുപോലും അക്കാലത്ത് വിലക്കുണ്ടായിരുന്നു. കിട്ടുന്ന മുളകെല്ലാം വിദേശികൾക്ക് വിറ്റോണം. പോർട്ടുഗീസുകാരും ഡച്ചുകാരും ഫ്രഞ്ചുകാരും ബ്രിട്ടീഷുകാരും കുരുമുളക് കുത്തകയാക്കിവച്ചിരുന്നു. മറ്റാർക്കെങ്കിലും കുരുമുളക് വിറ്റാൽ അവരുടെ തലകൊയ്യും. ഉപ്പിന്റെ പ്രാധാന്യവും നമുക്കറിയാം. ബ്രിട്ടീഷുകാർ തദ്ദേശിയർ ഉപ്പ് കുറുക്കുന്നതും വില്ക്കുന്നതും നിരോധിക്കുകപോലും ചെയ്തു. ഗാന്ധിജിയുടെ 'ഉപ്പുകുറുക്കൽ' സമരത്തിന് സ്വാതന്ത്ര്യസമരചരിത്രത്തിൽ സുപ്രധാന ഏടാണ്. ഇങ്ങനെനോക്കുമ്പോൾ 'കുരുമുളകും ഉപ്പും' ഒരുതരത്തിലുള്ള അധിനിവേശ പ്രതിരോധസമരമാർഗ്ഗം കൂടിയാണെന്ന് നമുക്ക് ബോദ്ധ്യമാകും. ഹിന്ദുക്കളും മുസ്ലീങ്ങളും ഒരുപോലെ ആദരിക്കുന്ന തൈക്കാവുകളിലെ നേർച്ചയായി. 'കുരുമുളകും ഉപ്പും' വിതരണം ചെയ്യുന്നതിനെ ഒരു വിദേശിക്കും തടയാൻ കഴിയുമായിരുന്നില്ല. മതവിശ്വാസത്തിനെതിരെയുള്ള കടന്നാക്രമണമായത് വ്യാഖ്യാനിക്കപ്പെടും. ഹിന്ദുക്കളെയും മുസ്ലീങ്ങളെയും ഭിന്നിപ്പിക്കാൻ ഏതുപായവും പ്രയോഗിച്ചിരുന്നവർക്ക് ഇവിടെ തൊട്ടാൽ ചൊറിയുമെന്നുമറിയാം. ഇരുകൂട്ടരും വിദേശികൾക്കെതിരെ സടകുടഞ്ഞെഴുന്നേല്ക്കും. ബ്രിട്ടീഷുകാർ തുടങ്ങിവച്ച വിഭജിക്കൽ തന്ത്രം വർഗ്ഗീയ – രാഷ്ട്രീയ സംഘടനകൾ സമർത്ഥമായി ഏറ്റെടുക്കുകയാണ്. ഇതേക്കുറിച്ച് നാടകരചയിതാവും അഭിനേതാവുമൊക്കെയായ ആലപ്പുഴയിലെ മാക്കിയിൽ കുടുംബാംഗമായ ആലിയാരിക്ക എന്നോട് പറഞ്ഞ ഒരു കഥയുണ്ട്. മുപ്പതോളം നാടകങ്ങൾ അവതരിപ്പിച്ചയാളാണദ്ദേഹം. ഒരിക്കൽ പാലക്കാട്ടെ ഒരു ഗ്രാമത്തിൽ (കൊല്ലംകോട് എന്നാണ് ഓർമ്മ) ചന്ദനക്കുടത്തിന് നാടകം അവതരിപ്പിക്കാനായി അദ്ദേഹം പോയി. രാത്രി അവിടെയെത്തിയപ്പോഴാണ് സംഘാടകർ നോട്ടീസ് അദ്ദേഹത്തെ ഏല്പിച്ചത്. നോട്ടീസ് കണ്ട് അദ്ദേഹം അന്തം വിട്ടുപോയി. അതൊരു ഹിന്ദു ക്ഷേത്രത്തിലെ ഉത്സവത്തിന്റെ നോട്ടീസായിരുന്നു. നോട്ടീസ് നല്കിയ സംഘാടകനോട് തങ്ങൾക്ക് സ്ഥലം മാറിപ്പോയതാകാമെന്ന് പറഞ്ഞപ്പോൾ അയാൾ ഒരു ചിരിയോടെ പറഞ്ഞു. സ്ഥലമൊന്നും മാറിയിട്ടില്ല. നോട്ടീസ് ഒന്നുമറിച്ചുനോക്കുക. നോട്ടീസ് മറിച്ചപ്പോഴാണ് ചന്ദനക്കുടത്തിന്റെ കാര്യങ്ങൾ അതിൽ എഴുതിയിരിക്കുന്നത് കണ്ടത്. ക്ഷേത്ര ഉത്സവത്തിന്റെ കൺവീനർ ഒരു മുസ്ലീമും ചന്ദനക്കുട ഉത്സവത്തിന്റെ കൺവീനർ ഹിന്ദുവും. രണ്ടിനും ഒരേവേദി. വർഷങ്ങൾക്കഴിഞ്ഞ് അവിടത്തെ ക്ഷേത്ര ഉത്സവത്തിൽ നാടകം കളിക്കാൻ പോയപ്പോൾ പഴയ ഓർമ്മയ്ക്ക് അദ്ദേഹം നാട്ടുകാരോട് ചോദിച്ചു. ഇപ്പോഴും ചന്ദനക്കുടവും ക്ഷേത്രോത്സവും ഒരേ സ്റ്റേജിൽ തന്നെയാണോ ആഘോഷിക്കുന്നതെന്ന്. ഇതുകേട്ടയാളുകൾ

പരസ്പരം ഭീതിയോടെ നോക്കിയിട്ട് ഒരുത്തരവും പറയാതെ പിരിഞ്ഞു പോയി. ഇതേക്കുറിച്ച് കൂടുതൽ അന്വേഷിച്ചപ്പോഴാണ് ചന്ദനക്കുടം ഇപ്പോഴില്ലെന്നും ആളുകൾ ഏറെ അകന്നുകഴിഞ്ഞതായും മനസ്സിലായത്. ക്ഷേത്രത്തിന്റെ മുമ്പിൽ അഹിന്ദുക്കൾക്ക് പ്രവേശനമില്ലെന്ന് ബോർഡും വച്ചിരിക്കുന്നു. മുസ്ലീമായതിന്റെ പേരിൽ അസുഖകരമായ ചില അനുഭവങ്ങൾ ചിലരിൽ നിന്നദ്ദേഹത്തിന് അനുഭവിക്കേണ്ടതായും വന്നു. ദേവദത്തൻ എന്ന് പേര് മാറ്റിയാണ് അദ്ദേഹം അമ്പലമുറ്റത്ത് നാടകം കളിച്ചത്. ഇങ്ങനെ മതത്തിന്റെയും മറ്റുംപേരിൽ ജനങ്ങൾ ഏറെ ഭിന്നിക്കപ്പെട്ടിരിക്കുന്നു. എന്നാൽ പുറകോട്ടൊന്നു തിരിഞ്ഞുനോക്കിയാൽ കേരള ഗ്രാമങ്ങളിൽ ഹിന്ദുവും ക്രിസ്ത്യാനിയും മുസ്ലീമും ഒത്തൊരുമയോടെ ഒരു കുടുംബത്തെപ്പോലെ കഴിഞ്ഞിരുന്നതിന് ഒരായിരം ഉദാഹരണങ്ങൾ കണ്ടെടുക്കാനാകും.

കർക്കിടകം പിറക്കുമ്പോൾ

പട്ടിണി പണ്ടൊക്കെ എല്ലാവർക്കും വലിയൊരു പ്രശ്നമായിരുന്നു. ബ്രിട്ടീഷുകാർ ഊറ്റിക്കുടിച്ചു ചവച്ചുതുപ്പിയ ഒരു സമ്പദ്ഘടനയായിരുന്നുവല്ലോ നമുക്കുണ്ടായിരുന്നത്. എന്റെ കുട്ടിക്കാലത്ത് ജനകീയ സർക്കാരുകൾ ജനങ്ങളുടെ ജീവിതം മെച്ചപ്പെടുത്താനുള്ള നടപടികൾ ആരംഭിച്ചിട്ടേയുണ്ടായിരുന്നുള്ളൂ. എഴുപതുകളിൽ പട്ടിണിയും തൊഴിലില്ലായ്മയും ഞങ്ങളുടെ നാടിനെയും ദുരിതക്കയത്തിലാക്കിയിരുന്നു. ഇന്നത്തെപ്പോലെ തമിഴ്നാട്ടിൽനിന്ന് പച്ചക്കറികൾ നാട്ടിലെത്തിയിരുന്നില്ല. റോഡുകളിൽ കാളവണ്ടികളായിരുന്നു അധികവും. ടെലഫോണും കാറുമൊക്കെയുള്ള വീടുകൾ വിരലിലെണ്ണാവുന്നതേയുള്ളൂ. മുഖ്യമായും കൃഷിയെ ആശ്രയിച്ചായിരുന്നു ജനങ്ങളുടെ ജീവിതം. കൃഷിക്കു വല്ല തട്ടുകേടും പറ്റിയാൽ പട്ടിണി ഉറപ്പ്. കണ്ടത്തിൽ നെൽകൃഷി പൊന്നുപോലെയായിരുന്നു വീട്ടുകാർ നോക്കിയിരുന്നത്. മുഞ്ഞയോ, അതിവർഷമോ, വരൾച്ചയോ വന്നു കൃഷിനശിച്ചാൽ പിന്നെ അരിയാഹാരം മൂന്നുനേരം ഉണ്ടാവില്ല. ദുർഗ്ഗന്ധമുള്ള റേഷനരിതന്നെ കിട്ടാൻ പെടാപാടുപെടണം. ഇതൊക്കെ ഇടത്തരക്കാരുടെ കാര്യമാണ്. സാധാരണക്കാരായ തൊഴിലാളികളുടെയും കൃഷിപ്പണിക്കാരുടെയും കാര്യം പരമ ദയനീയമായിരുന്നു. ചീനിയിലവരെ വേവിച്ചൂറ്റി കട്ടുകളഞ്ഞ് ആളുകൾ കഴിക്കുമായിരുന്നു. കുട്ടികൾക്ക് പരവേശമാണ്. അവരങ്ങനെ വീടുനിരങ്ങി നടക്കും. കണ്ണിൽ കണ്ടതെല്ലാം നുള്ളിപ്പെറുക്കി തിന്നും. കാവിലും കുറ്റിക്കാട്ടിലും വിളയുന്ന കാട്ടുപഴങ്ങളും ആഞ്ഞിലിക്കയും ഒക്കെയായിരിക്കും വല്ലപ്പോഴും അവരുടെ വയറ്റിലെ തീ കെടുത്തുക. അതില്ലാത്ത കാലത്ത് പരക്കംപാച്ചിലാണ്. ഉച്ചനേരത്ത് കുട്ടികളുടെ സംഘം വീട്ടിൽ ചുറ്റിപ്പറ്റി നില്ക്കും. ഇക്കൂട്ടർക്ക് അത്തമ്മ (അമ്മൂമ്മ) കൂവയില പറിച്ച് അന്നംകൊടുക്കും. സമൂഹത്തിലെ താഴെത്തട്ടിൽ കഴിയുന്ന കുട്ടികളാണ്

വല്ലതും കിട്ടുന്ന വീടുകളെ ചുറ്റിപ്പറ്റി കഴിയുന്നത്. ഈ കുട്ടികളൊക്കെ വലുതായി നല്ല സ്ഥിതിയിലെത്തിയിട്ട് അമ്മൂമ്മയെ കാണാൻ വരുമ്പോൾ കൂവയിലയിൽ ആഹാരം തന്നാ ഞങ്ങളെയൊക്കെ വളർത്തിയതെന്ന് പാതി കളിയായും കാര്യമായും അവർ പറയുമായിരുന്നു. കൂവയിലയിൽ ആഹാരം കൊടുക്കുന്നത് ഇന്നൊരു കൗതുകമായി തോന്നാം. എന്നാൽ അന്നത്തെ സാഹചര്യത്തിൽ അതൊരു വലിയ സദ്യ തന്നെയായിരുന്നു. അതുപോലും കിട്ടാത്തവരായിരുന്നു മഹാഭൂരിപക്ഷവും.

കല്യാണസദ്യ കഴിഞ്ഞ് എച്ചിലിലകൾ കൊണ്ടിടുന്നിടത്ത് കുട്ടികൾ വാഴയിലയിൽ പറ്റിപിടിച്ചിരിക്കുന്ന ആഹാരാവശിഷ്ടങ്ങൾ നുള്ളി പെറുക്കാൻ കടിപിടികൂടുന്നതുകണ്ട് എന്റെ മനസ്സ് വല്ലാതെ നൊന്തിട്ടുണ്ട്. ഇവർക്കുകൂടി ഭക്ഷണം കൊടുക്കെന്ന് പറഞ്ഞ് ഞാൻ വിരളിപിടിച്ച് അങ്ങോട്ടും ഇങ്ങോട്ടും നടന്നിട്ടുണ്ട്. ഒരിക്കൽ ഞങ്ങൾ പൊതിച്ചോറുമൊക്കെയായി ട്രെയിനിൽ യാത്ര ചെയ്തപ്പോൾ ആഹാരം കഴിച്ചിട്ട് ഇല പുറത്തേക്ക് കളഞ്ഞപ്പോൾ അത് തട്ടിപ്പറിക്കാൻ കുട്ടികൾ തമ്മിൽ ഉന്തും തള്ളും നടത്തുന്ന രംഗം ഇന്നും എന്റെ മനസ്സിൽ ഒരു നീറ്റലായി തെളിഞ്ഞുകിടപ്പുണ്ട്. കുട്ടികൾ മാത്രമല്ല മുതിർന്നവരും അക്കൂട്ടത്തിലുണ്ടായിരുന്നു. നമ്മുടെ രാജ്യം എത്ര കടുത്ത ദാരിദ്ര്യത്തിൽനിന്നാണ് ഉയർത്തെഴുന്നേറ്റ് ഈ സ്ഥിതിയിലായതെന്ന് ഇന്നാരെങ്കിലും ഓർക്കാറുണ്ടോ?

കർക്കിടകത്തെയാണ് അന്നെല്ലാവരും ഭയപ്പെട്ടിരുന്നത്. ദാരിദ്ര്യത്തിന്റെ ഉച്ചാവസ്ഥയുള്ള മാസമാണിത്. കുറ്റിക്കാട്ടിൽ പോലും പഴങ്ങൾ ലഭിക്കാത്തകാലം. ഇലപോലും വിഷമയമായ മാസമാണിത്. കർക്കിടകത്തിൽ മുരിങ്ങയിലയൊന്നും പിച്ചി തോരൻ വച്ചിരുന്നില്ല. കുറ്റാകുറ്റിരുട്ടും തോരാത്ത മഴയും രാത്രികളെ നരകതുല്യമാക്കിയിരുന്നു. ഓലമേഞ്ഞ വീടുകൾ ചോർന്നൊലിക്കും. തണുപ്പുകൂടിയാവുന്നതോടെ വിശപ്പിരട്ടിക്കും. അതിജീവിക്കാൻ ശേഷിയില്ലാത്തവർ കൂട്ടത്തോടെ കർക്കിടകത്തിൽ മരണപ്പെടും. വൃദ്ധജനങ്ങൾ കർക്കിടകത്തെ വല്ലാതെ ഭയപ്പെട്ടിരുന്നു. ബലിക്കാക്കകൾ തെങ്ങോലത്തുമ്പിൽ തൊള്ളതുറന്ന് കരയുന്നുണ്ടാകും. നായന്മാരുടെ വീടുകളിൽനിന്ന് അപ്പൂപ്പന്മാരും അമ്മൂമ്മമാരും *രാമായണം* നീട്ടിവായിക്കുന്നുണ്ടാകും. ഞങ്ങളുടെ നാട്ടിൽ 'വായന' എന്നൊരാചാരം തന്നെയുണ്ടായിരുന്നു. കർക്കിടകത്തിൽ *രാമായണം* വായിക്കാനറിയുന്നവർ വീട്ടിൽ വന്നിരുന്നു അത് ഉറക്കെ വായിക്കും. നാട്ടുകാർക്ക് ഭക്ഷണവും വീട്ടുകാർ തയ്യാറാക്കി നല്കും.

വയറുവയ്ക്കുന്നന്റേമ്മോ
തീക്കൊള്ളിയെടുത്തു വിഴുങ്ങടിമോളെ
തൊണ്ടയ്ക്കിരിക്കുമെന്റമ്മോ
പച്ചവെള്ളം കോരിക്കുടിക്കെടി മോളെ
തൂറ്റലുപിടിക്കുമെന്റമ്മോ
അയ്യത്തുപോയി കിടക്കടിമോളെ

കാടൻ കടിക്കുമെന്റമ്മോ
കൂടക്കടിക്കടി മോളെ...

ഈ നാടൻ പാട്ടിൽ തന്നെ പട്ടിണിയും അവയോടുള്ള മുതിർന്നവരുടെ നിസ്സഹായാവസ്ഥയും വെളിപ്പെടുത്തുന്നുണ്ട്. ഈ പാട്ട് അത്തമ്മയാണ് കുട്ടിക്കാലത്ത് എനിക്കുപറഞ്ഞുതന്നത്. ഒരുകൂട്ടം പതിയാന്മാരും (അലക്കുകാർ) തച്ചൻമാരും (മരംവെട്ടുകാർ), ആശാരിമാരും (മരപ്പണിക്കാർ) പാണന്മാരുമൊക്കെ (തുന്നൽകാർ) അവസ്ഥയുള്ള വീടിനെചുറ്റിപ്പറ്റി കഴിയുന്നുണ്ടാവും. ഇക്കൂട്ടർ മറ്റ് കൂലിത്തൊഴിലാളികളിൽനിന്ന് വ്യത്യസ്തരാണ്. കൂടുതൽ വൈദഗ്ദ്ധ്യം ആവശ്യമുള്ള തൊഴിലാണിവരുടേത്. ജന്മികുടുംബങ്ങളിലാണ് ഇവരുടെ സേവനം ആവശ്യമായിവരുന്നത്. എപ്പോഴും പണി ലഭിക്കണമെന്നുമില്ല. കട്ടിലൊക്കെ അപൂർവ്വമാണ്. പാവിരിച്ച് നിലത്തുകിടക്കുന്നവരാണധികവും. അതുകൊണ്ട് കട്ടിലോ, മെത്തയോ, പത്തായമോ അറയോ, കസേരയോ, മേശയോ എന്തെങ്കിലും പണിയാനായി എത്തുന്നവർ അവിടെ ചുറ്റിപ്പറ്റി കുറെനാൾ കഴിയും. തുച്ഛമായ കൂലിയേയുള്ളൂ. പലപ്പോഴും നെല്ലായും നാളികേരമായും ചീനിയായും കാച്ചിലും ചേനയുമൊക്കെയായിട്ടാവും കൂലി ലഭിക്കുക തന്നെ. ഇങ്ങനെ കിട്ടുന്ന കൂലിയുമായി അച്ഛൻ വരുന്നതും കാത്ത് അവരുടെ മക്കൾ വിശപ്പോടെ വീടിന്റെ തിണ്ണയിൽ കാത്തിരിപ്പുണ്ടാവും. നെല്ലുവറുത്ത് കുത്തി അരിയാക്കിവേണം രാത്രി കഞ്ഞിവയ്ക്കാൻ. കഞ്ഞിവെന്തുവരുമ്പോഴേക്കും ഇളയകുഞ്ഞുങ്ങളൊക്കെ മയങ്ങിയിരിക്കും. രാത്രിയുടെ ഏതോ യാമത്തിൽ അവരെ തട്ടിഉണർത്തിയാവും അമ്മ കഞ്ഞികുടിപ്പിക്കുക.

വീട്ടിൽ പണിക്കെത്തുന്ന ആശാരിമാർ കൊട്ടിയും മുട്ടിയും ചേന്തിരിട്ടും നേരം വൈകിപ്പിക്കും. പണികഴിഞ്ഞാൽ പിന്നെ അടുത്ത ദിവസം അന്നം അവർക്കൊരു ഭീഷണിയാണ്. ഇങ്ങനെ ഉടായിപ്പിൽ പണിചെയ്തുകൊണ്ടിരിക്കുന്ന പണിക്കാരെ ഉച്ചയ്ക്ക് ഉണ്ണാൻവിളിക്കുമ്പോൾ തകൃതിയായി ഒരു പണിബഹളമാണ്. കൊട്ടുമുറുകും. കുംഭമാസത്തിൽ കുട്ടുറുവൻ പക്ഷികളുടെ കൊട്ടൂർ കൊട്ടൂർ എന്ന കൂട്ടകരച്ചിലിനെയാണിത് ഓർമ്മിപ്പിക്കുക. തങ്ങൾ കാര്യമായ പണിയിലാണന്ന് വീട്ടുകാരെ ബോദ്ധ്യപ്പെടുത്താനുള്ള ശ്രമമാണ്. ആശാരിമാരുടെ പണിബഹളം. രണ്ട്, മൂന്ന് വിളിച്ചാലെ അവർ ഊണിനുവരുകയുള്ളൂ. കുട്ടിക്കാലത്ത് പണിക്കാരുടെ ഈ സൂത്രം ഞാൻ നേരിൽ കണ്ടിട്ടുള്ളതുമാണ്.

ഒരുനേരം ഉണ്ണുന്നവൻ യോഗി
രണ്ടുനേരം ഉണ്ണുന്നവർ ഭോഗി
മൂന്നുനേരം ഉണ്ണുന്നവൻ രോഗി
നാലുനേരം ഉണ്ണുന്നവൻ ദ്രോഹി

എന്ന തത്ത്വം തന്നെ രൂപപ്പെട്ടത് ദാരിദ്ര്യംകൊണ്ടുകൂടിയാണെന്ന് തോന്നുന്നു. അല്പാഹാരത്തിന്റെ ജീവശക്തി തിരിച്ചറിയാഞ്ഞിട്ടല്ല ഞാനിത് പറയുന്നത്. ഒന്നു വയറ് നിറച്ച് കഴിക്കാൻപോലും ഇല്ലാത്ത

സ്ഥിതിയായിരുന്നല്ലോ മഹാഭൂരിപക്ഷത്തിനും അക്കാലത്തുണ്ടായിരുന്നത്. അതുകൊണ്ട് ഇവിടെയുള്ളവരിൽ മഹാഭൂരിപക്ഷവും യോഗിമാർ തന്നെയായിരുന്നുവെന്ന് ചുരുക്കം. ഉണ്ണുന്നതിന്റെ ഈ ദർശനം എനിക്ക് വെളിവാക്കിത്തന്നിരുന്നത് കെ പി പോൾ സാറായിരുന്നു. അദ്ദേഹം ഇങ്ങനെ എന്തെല്ലാം എനിക്ക് പറഞ്ഞുതന്നിരിക്കുന്നു.

കാവുംപാട്ടെ എരുമക്കുഴി പള്ളിക്കൂടത്തിൽ പോകുന്ന കുട്ടികൾക്ക് ഉച്ചയ്ക്ക് ഉപ്പുമാവ് കിട്ടും. വട്ടേലപറിച്ചോണ്ടാണ് പള്ളിക്കൂടത്തിലേക്കുള്ള പോക്ക്. സുലൈമാൻസാറും ജേക്കബ് സാറും പങ്കജാക്ഷി സാറും കരുണാകരൻ സാറുമൊക്കെ കുട്ടികളെ കാത്തവിടെയിരുപ്പുണ്ടാകും. കുട്ടികളുടെ മനസ്സ് ഉപ്പുമാവ് പുരയിലാവും. പള്ളിക്കൂടത്തിലേക്കുള്ള കുട്ടികളുടെ വരവിന്റെ ഉദ്ദേശ്യം തന്നെ ഈ ഉപ്പുമാവിലായിരുന്നല്ലോ? ഗോതമ്പുപുഴുങ്ങിയുള്ള ഉപ്പുമാവ് കിട്ടിയാൽ പലരും പഠിത്തം മതിയാക്കി വീട്ടിലേക്ക് മടങ്ങും. അക്കാലത്തെ പ്രകൃതിയൊക്കെ ഇപ്പോഴും എന്റെ മനസ്സിൽ നിറഞ്ഞുനില്പുണ്ട്. പറങ്കിമാവിന്റെ ഇലകൾ വീണ നിറം ചാർത്തിയ ചെമ്മൺപാതകൾ മനോഹരമായ കാഴ്ചയായിരുന്നു. പറമ്പിൽ നാനാജാതി മരങ്ങളുണ്ടാകും. അതൊക്കെ ഒരർത്ഥത്തിൽ അല്ലെങ്കിൽ മറ്റൊരർത്ഥത്തിൽ വീട്ടുകാർക്ക് ഉപകാരപ്രദമായിരുന്നു.

വൃശ്ചികം-ധനു - മകരം മാസത്തിലാണ് മാവുകൾ പൂത്തുലയുന്നത്. നാടിനാകെയൊരു മാമ്പൂമണം കാണും. ഓരോ ജാതി മാവിന്റെ പൂവിനും നിറത്തിലും മണത്തിലും വ്യത്യാസമുണ്ടാകും. കാപ്പി പൂക്കുന്നതും മുരിങ്ങയും ചീമക്കൊന്നയും തുടങ്ങിയെത്രയെത്ര മരങ്ങളാണ് പൂത്തുലഞ്ഞ് നില്ക്കുന്നത്. ചീമക്കൊന്നയിൽ നിറയെ വെണ്മകലർന്ന റോസ്നിറത്തിലുള്ള പൂക്കളായിരിക്കും. വേലിപ്പത്തലായി വച്ചുപിടിപ്പിക്കുന്നതാണ് ചീമക്കൊന്ന. അടുക്കളയിലേക്ക് എപ്പോഴും ആശ്രയിച്ചിരുന്ന ഒരുമരമായിരുന്നു മുരിങ്ങ. മുരിങ്ങയിൽനിന്ന് എന്തെന്തു കറികളാണുണ്ടാക്കിയിരുന്നത്. മുരിങ്ങയിലത്തോരൻ, മുരിങ്ങയിലയിട്ട പച്ചക്കറി, മുരിങ്ങാത്തോരൻ എന്നിവ സാധാരണമായിരുന്നു. മീൻകറിയിലും ഇറച്ചിക്കറിയിലും മുരിങ്ങാക്കായിട്ടാണ് വീട്ടിൽ കറിവച്ചിരുന്നത്. ഗുണവും രുചിയും ഇതുകൊണ്ട് കൂടുമെന്ന് വീട്ടുകാർക്കറിയാമായിരുന്നു. വീട്ടിൽ മൂന്നാലു വലിയ മുരിങ്ങയുണ്ടായിരുന്നു. അടുക്കളയുടെ വടക്കേപ്പുറത്ത് പുരയ്ക്കും മുകളിലേക്ക് വളർന്നുനിന്നിരുന്ന വലിയ മുരിങ്ങ. അതിന്റെ കുറ്റി അടുത്തകാലത്തുവരെ അവിടെയുണ്ടായിരുന്നു. സാധാരണ പുരയ്ക്കുമുകളിലേക്ക് വളരാൻ മുരിങ്ങയെ അനുവദിക്കാറില്ല. തടിക്ക് ബലമില്ലാത്തതിനാൽ കാറ്റിലും മഴയിലും അതൊടിഞ്ഞ് പുരപ്പുറത്ത് വീഴുമെന്നതുകൊണ്ടാണ് അങ്ങനെചെയ്യുന്നത്. എന്നാൽ ഇറുങ്ങലുപോലെ മുരിങ്ങാക്കായ പിടിക്കുന്ന വലിയ മുരിങ്ങയുടെ കൊമ്പുമുറിച്ചാൽ കായ് ഫലം കുറയുമോയെന്ന ആശങ്കകൊണ്ടാണ് അതിനെ അതിന്റെ പാട്ടിന് വിട്ടിരുന്നത്. എങ്കിലും കുലകുലയായി മുരിങ്ങാക്കായ തൂങ്ങിപ്പിടിക്കുന്ന മുരിങ്ങക്കൊമ്പുകൾ ഭാരംതാങ്ങാനാവാതെ കൂടെക്കൂടെ ഒടിഞ്ഞുവീണു

കൊണ്ടിരുന്നു. വേനൽക്കാലത്താണ് ശിവരാത്രിയെത്തുന്നത്. കുംഭമാസത്തിൽ പടനിലത്ത് വലിയ കെട്ടുത്സവമുണ്ട്. അപ്പോഴാണ് മുരിങ്ങക്കായ മുരിങ്ങയിൽ നിറയുന്നത്. അവിയലിലിടാനും തീയലിൽ ഇടാനുമൊക്കെയായി മുരിങ്ങാക്കായ പറിച്ച് അയൽക്കാർക്കൊക്കെ കൊണ്ടുചെന്നുകൊടുക്കും. അക്കാലത്ത് മുരിങ്ങാക്കായും പച്ചണ്ടികീറിയുള്ള പരിപ്പുമിട്ട് അവിയലുവയ്ക്കും. ലേശം ഉണക്കകൊഞ്ചുപൊടി കൂടിച്ചേർത്താൽ അതിന്റെ മണം കേൾക്കുമ്പോഴെ നാവിൽ വെള്ളമൂറും. അണ്ടിപ്പരിപ്പും കൊച്ചുള്ളിയും മുരിങ്ങാക്കായും ചേർത്തുള്ള തീയൽ, മുരിങ്ങയിലത്തോരൻ, ചക്കകാലത്ത് ചക്കക്കുരു കൂടി അതിൽ കീറിയിട്ടിരിക്കും. ഇങ്ങനെയെത്ര കറികളും തോരനുമാണെന്നോ മുരിങ്ങയെ ആശ്രയിച്ച് ഉണ്ടായിരുന്നത്. മുരിങ്ങയിലയിട്ടുള്ള പച്ചക്കറിയുടെ (ഒഴിച്ചുകറി) സ്വാദ് ഒന്ന് വേറെതന്നെ.

മുരിങ്ങപൂക്കുന്ന കാലത്ത് കുട്ടികൾക്ക് നല്ല പണിയായിരിക്കും. മുരിങ്ങച്ചുവട്ടിൽ കൊഴിഞ്ഞുവീണുകിടക്കുന്ന പൂക്കളൊക്കെ മണ്ണ് പുരളാതെ നുള്ളിപെറുക്കി അമ്മായുടെ കൈയിൽ കൊണ്ടുകൊടുക്കണം. ഇളം മഞ്ഞയും വെളുപ്പും നിറമുള്ള മുരിങ്ങപ്പൂവ് മെത്തവിരിച്ചതുപോലെ നിലത്ത് വീണുകിടപ്പുണ്ടാകും. മുരിങ്ങക്കൊമ്പിൽ തേനീച്ചകളുടെ ആരവം കേൾക്കുന്നുണ്ടാകും. ഇതിനുള്ള പ്രതിഫലം തേങ്ങാപ്പൂളും ചക്കരയുമായിരിക്കും. ഉച്ചയ്ക്ക് ഊണിന് കൂട്ടാൻ രുചിയുള്ള മുരിങ്ങപ്പൂവ് തോരനും കിട്ടും. ഈ തോരനിലും പച്ചണ്ടി കീറി പരിപ്പ് ഇട്ടിട്ടുണ്ടാകും. ഇക്കാലത്ത് ഇങ്ങനെ മുരിങ്ങപ്പൂവ് ആരെങ്കിലും തോരൻവയ്ക്കാറുണ്ടോയെന്നെനിക്കറിയില്ല. ഒരു മുരിങ്ങപോലുമില്ലാത്ത വീടായി നമ്മുടെയൊക്കെ വീടുകൾ മാറിക്കഴിഞ്ഞു. നാട്ടിൽ എമ്പാടുമുണ്ടായിരുന്ന പറങ്കിമാവുകൾ ഇപ്പോൾ കാണാനുമില്ല. റബർ വന്നതോടെ പറമ്പിൽ നിറഞ്ഞ് നിന്നിരുന്ന മാവും പറങ്കിമാവും ആഞ്ഞിലിയും പ്ലാവും തുടങ്ങി എത്രയെത്ര മരങ്ങളെയാണ് മനുഷ്യർ നശിപ്പിച്ചുകളഞ്ഞത്.

റബർബോർഡാണ് ഇവിടുത്തെ ജൈവസമ്പന്നത നശിപ്പിച്ചതിന്റെ ഒന്നാമത്തെ കുറ്റവാളിയെന്ന് എനിക്ക് തോന്നാറുണ്ട്. അണ്ണനോടൊപ്പം മുരിങ്ങക്കൊമ്പിലിരുന്ന് കളിച്ചിരുന്ന അയൽവീട്ടിലെ ഒരു പയ്യൻ കമ്പൊടിഞ്ഞുവീണ് അവൻ മൂത്രിക്കുന്നിടത്ത് കുറ്റിതറച്ചത് വലിയ അങ്കലാപ്പുണ്ടാക്കിയിരുന്നു. എല്ലാവരും കൂടി അവനെ പൊക്കിയെടുത്ത് കർത്താവിന്റെ ആശുപത്രിയിലേക്ക് കൊണ്ടോടുന്നത് എനിക്കോർമ്മയുണ്ട്. കർത്ത എന്ന പേരിലുള്ള ഒരു അലോപ്പതി ഡോക്ടർ നാട്ടിൽ താമസമുണ്ടായിരുന്നു. ഇദ്ദേഹമായിരുന്നു ഞങ്ങളുടെ കുടുംബഡോക്ടർ. നാട്ടുകാരുടെ മുഴുവൻ ഡോക്ടർ എന്നുപറയാം. കുട്ടിയുടെ വൃഷണങ്ങൾ മുറിച്ചുമാറ്റേണ്ടിവന്നേക്കുമെന്ന് ഡോക്ടർ പറഞ്ഞപ്പോൾ അയ്യോ, കുരുരണ്ടും കളയല്ലേന്ന് പറഞ്ഞ് അമ്മൂമ്മ നിലവിളിച്ചകാര്യം അവർ മരിക്കുന്നതുവരെ ചിലർ പറഞ്ഞ് കളിയാക്കുമായിരുന്നു. ഇങ്ങനെ പറമ്പിലെ ഓരോമരവും ജീവിതവുമായി ഏതെങ്കിലും തരത്തിൽ ബന്ധപ്പെട്ടുനിന്നി

രുന്നവയാണ്. പറമ്പിലെ വലിയ മരങ്ങൾ മുറിക്കാൻ അക്കാലത്ത് കാരണവന്മാർ അനുവദിച്ചിരുന്നില്ല. കുടുംബത്തിന്റെ കാവലാളായി അതവിടെയുണ്ടാകണമെന്ന വിശ്വാസക്കാരായിരുന്നു അവരൊക്കെ.

നാട്ടിലെ നാട്ടുമാവുകൾ പൂത്തുകുലച്ചിരിക്കും. കായംകുളം പുനലൂർ റോഡിന്റെ ഇരുവശവും നിറയെ മാവും ആഞ്ഞിലിയും പിന്നെ പേരറിയാത്ത കാട്ടുമരങ്ങളുമായിരുന്നു. നാട്ടിലെമ്പാടും പുന്നമരങ്ങളുണ്ടായിരുന്നു. പുന്നക്കായ ആട്ടി പുന്ന എണ്ണ എടുക്കും. വിളക്ക് കത്തിക്കാനും മറ്റും ഇതുപയോഗിച്ചിരുന്നു. മാവുകളിൽ ഏറിയപങ്കും നാട്ടുമാവുകളാണ്. മുന്തിരിവലുപ്പത്തിലുള്ളതു മുതൽ ഒരു തക്കാളിപ്പഴത്തിന്റെ വലുപ്പമുള്ളതുവരെയുണ്ടാകും. സാധാരണമാവുകളേക്കാൾ വളരെ ഉയരത്തിൽ വളരുന്നവയാണ് നാട്ടുമാവുകൾ. ആകാശംമുട്ടെ പടർന്നുപന്തലിച്ചു നില്ക്കും. കൂറ്റൻ മാവുകളുടെ ചില്ലകളുടെ തുഞ്ചത്ത് കുലകുലയായി കിടക്കുന്ന നാട്ടുമാങ്ങകൾ തൂങ്ങിക്കിടക്കുന്നതുതന്നെ കാണാൻ നല്ല ഭംഗിയാണ്. ഇവയിൽ ഒരെണ്ണം പോലും പൊഴിഞ്ഞുപോകാതെ പറിച്ചെടുക്കാൻ വിരുതന്മാർ അയൽപ്രദേശമായ പഴകുളം ഭാഗത്തുണ്ടായിരുന്നു. അവരാണ് മാവുകൾ ലേലംപിടിച്ച് പറിച്ചെടുക്കുന്നത്. ഇളംചുവപ്പ് നിറത്തിലുള്ള നീണ്ട ഞെടുപ്പുകളിൽ തൂങ്ങിയാടുന്ന മാങ്ങകൾ അലക് തോട്ടികൊണ്ട് കുലത്തുമ്പ് പിരിച്ചൊടിച്ചാണ് പറിച്ചിരുന്നത്. ഇങ്ങനെ മാങ്ങകൾ പറിക്കുന്നത് കാണാൻ കുട്ടികളെല്ലാം റോഡരുകിൽ ചെന്നു നില്ക്കും. മീനമാസം മുതൽ മാങ്ങകൾ പഴുത്തുപൊഴിയാൻ തുടങ്ങും. പള്ളിക്കൂടം അടച്ചകാലം കൂടിയായാൽ കുട്ടികളെല്ലാം മാവുകളുടെ ചുവട്ടിലാവും. ഒരു കാറ്റെങ്ങാനും വന്നാൽ നാട്ടുമാങ്ങകൾ ചറപറചറപറാന്ന് പൊഴിയാൻ തുടങ്ങും. ഞങ്ങളുടെ ചക്കുവളപുരയിടത്തിനു മുമ്പിലുള്ള നാട്ടുമാവ് മാമ്പഴം കുടഞ്ഞിടാൻ തുടങ്ങുമ്പോൾ വീട്ടിൽ നാട്ടുമാമ്പഴ പുളിശ്ശേരിയും മാമ്പഴക്കറിയും ഉച്ചയൂണിന് എന്നുമുണ്ടാകും. എന്തുരുചിയാണെന്നോ മാമ്പഴക്കറിക്ക്. അതോർക്കുമ്പോൾ ഇപ്പോഴും നാവിൽ വെള്ളമൂറും. എല്ലാക്കൊല്ലവും നാട്ടുമാങ്ങ ഉപ്പിലിടും. ഇതിനായി വീട്ടിൽ വലിയൊരു ചീനഭരണിയുമുണ്ടായിരുന്നു. ആഘോഷമായാണ് മാങ്ങ ഉപ്പിലിടുന്നത്. മാങ്ങാ പറിച്ചുകൊണ്ടുവന്ന് ചൂടുവെള്ളത്തിലൊന്ന് ലേശം വാട്ടിയെടുക്കും. എന്നിട്ട് ചീനഭരണിനിറയെ ഉപ്പുവെള്ളം നിറയ്ക്കും. അതിൽ കാന്താരിമുളകും പച്ചമുളകുമെല്ലാം ഇഷ്ടംപോലെയിടും. എന്നിട്ട് വാവട്ടം തടി അടപ്പ് കൊണ്ട് മുറുക്കിയടച്ച് വെള്ളത്തുണികൊണ്ട് മൂടികെട്ടി വയ്ക്കും. മാങ്ങാ സീസൺ ഒക്കെ കഴിയുമ്പോൾ അതഴിച്ച് ചോറിന് കൂട്ടാനായി വിളമ്പും. ഓണക്കാലത്താവും ചീനഭരണി അഴിക്കുക. സദ്യക്ക് ഒരു ഉപ്പുമാങ്ങാ കൂടിയുണ്ടാകണമെന്ന് അക്കാലത്തൊക്കെ നിർബ്ബന്ധമായിരുന്നു. ഉപ്പുമാങ്ങായിട്ട് കറിയും വയ്ക്കും. ഉപ്പുമാങ്ങാവെള്ളം മാത്രമൊഴിച്ച് എത്ര ചോറുവേണമെങ്കിലും ഉണ്ണാം. അത്രയ്ക്ക് എരിവും പുളിയും രുചിയുമാണതിന്. അയൽക്കാർക്കും ബന്ധുക്കൾക്കും വിശേഷദിവസങ്ങളിൽ ഉപ്പുമാങ്ങാകൊടുത്തയക്കും.

ഇങ്ങനെ എത്രയോകാലം ഉപ്പുമാങ്ങയിടാനായി ഉപയോഗിച്ചിരുന്ന ചീന ഭരണി വീട്ടിലിപ്പോഴും പ്രത്യേകമായി സൂക്ഷിച്ചുവച്ചിട്ടുണ്ട്. ഇത്തരം ഭരണികൾ പോളിഷ് ചെയ്ത് പൂമുഖത്ത് വച്ചിരിക്കുന്നത് ഞാൻ പലവീടുകളിലും കണ്ടിട്ടുണ്ട്. എന്നാൽ അത് ഉപയോഗിക്കുമ്പോഴാണല്ലോ അതിനൊരുസുഖം. അതുകൊണ്ട് നാട്ടുമാങ്ങ കിട്ടുമ്പോൾ ഞങ്ങളിപ്പോഴും ഉപ്പിലിടാനായി ചീനഭരണി ഉപയോഗിച്ചുവരുന്നുണ്ട്. ഉപ്പുമാങ്ങയിടുന്നതും എടുക്കുന്നതും മൂടികെട്ടിവയ്ക്കുന്നതുമൊക്കെ സുഖമുള്ളൊരു ഏർപ്പാടാണ്. എനിക്കതൊക്കെ വലിയ ഇഷ്ടമാണ്.

കായംകുളം പുനലൂർ റോഡരുകിൽ രാജാവിന്റെ കാലത്ത് വച്ചുപിടിപ്പിച്ച മാവുകളും മറ്റുമരങ്ങളും റോഡുവികസനവുമായി ബന്ധപ്പെട്ട് വലിയതോതിൽ മുറിച്ചുനീക്കി. ഇപ്പോൾ അപൂർവ്വമായി അതിൽ ചിലത് എവിടെയെങ്കിലും നില്ക്കുന്നതുകണ്ടാലായി. നാട്ടുമാവുകൾ അപൂർവ്വമായതോടെ നാട്ടുമാങ്ങകൾ കിട്ടാതെയുമായി. അതുകൊണ്ട് നാട്ടുമാങ്ങകൾ ഉപ്പിലിടുന്നത് നാട്ടുകാർക്ക് ശീലമല്ലാതായി. ഇന്നാർക്കും അതിനൊന്നും സമയവുമില്ല. ഒന്നോർത്താൽ നാട്ടുമാവുകൾ ഇല്ലാതാകുമ്പോൾ അതിനെ ചുറ്റിപ്പറ്റിനിന്ന ഒരു സംസ്കാരവും കൂടിയാണ് ഇല്ലാതാവുന്നത്. ഒരു നാട്ടുരുചികൂടി നമ്മുടെ നാവിൻതുമ്പിൽ നിന്നിറങ്ങിപോകുന്നു. വേനൽമഴ പെയ്യുമ്പോൾ റോഡുനിറയെ നാട്ടുമാങ്ങകൾ ചിതറിക്കിടന്നിരുന്ന കാലം ഓർമ്മമാത്രമായി. മാങ്ങയ്ക്കായി ഇവിടെക്കിടന്ന് ഉന്തും തള്ളും നടത്തിയിരുന്ന ചന്തിതേഞ്ഞ നിക്കറിട്ട കുട്ടികളെ വല്ലപ്പോഴും ഞാനോർക്കാറുണ്ട്. ഗ്രാമീണമായ എത്രയെത്ര ജീവിതാനുഭവങ്ങൾ കൂടിയാണ് കുടിയിറക്കപ്പെട്ടുപോയത്. ഒന്നോർത്താൽ നാടു പലതരത്തിൽ വികസിച്ചുവെന്നത് നേരാണ്. ദാരിദ്ര്യം വലിയൊരളവോളം ഇല്ലാതായി. വലിയവീടുകളും വാഹനങ്ങളുംകൊണ്ട് നിറഞ്ഞു. നല്ലതുതന്നെ. എങ്കിലും ഇടയ്ക്കിടെ ഞാനെന്റെ ദരിദ്രമായ പഴയ നാടിനെ ഗൃഹാതുരത്വത്തോടെ ഓർക്കാറുണ്ട്. പട്ടിണിയിലും എന്തോ ഒരു മായികമായ പ്രകാശം എന്റെ നാടിനെ പൊതിഞ്ഞുനിന്നിരുന്നതായി തോന്നാറുണ്ട്. എത്രയോ മനുഷ്യർ മരിച്ചുമണ്ണടിഞ്ഞു. അവരൊക്കെ സുന്ദരന്മാരും സുന്ദരികളും ആയിരുന്നുവെന്ന് ഓർത്തുപോകുന്നു. അന്നത്തെ ആഹ്ലാദവും നിഷ്കളങ്കമായ സ്നേഹവും ഇന്നില്ലെന്നൊരു തോന്നൽ. തൊണ്ണൂറുകൾക്കുശേഷമുള്ള നമ്മുടെ നാടിന്റെ വളർച്ച എത്രപെട്ടെന്നായിരുന്നു. ഓർക്കുമ്പോൾ അത്ഭുതം തോന്നും.

കഴിഞ്ഞ നൂറ്റാണ്ടിന്റെ മുക്കാൽപങ്കും ഒച്ചിഴയും വേഗത്തിലായിരുന്നുവല്ലോ. പിന്നീടായിരുന്നല്ലോ എല്ലാ രംഗത്തും ഒരു കുതിച്ചുചാട്ടം സംഭവിക്കുന്നത്. ഞങ്ങളുടെ നാട്ടിൽ കുംഭം പിറക്കുന്നത് മുതുകാട്ടുകര ചൂട്ടുകമ്പത്തോടെയാണ്. ഞങ്ങളുടെ കരയിലെ പ്രധാനക്ഷേത്രം മുതുകാട്ടുകരക്ഷേത്രമാണ്. ഇവിടെ മകരം മുപ്പതിന് രാത്രി ചൂട്ടുകമ്പമുണ്ട്. ഓണാട്ടുകരയുടെ കാർഷിക സംസ്കൃതിയുടെ ഭാഗമാണിത്. അടയ്ക്കാമരത്തിന്റെ തണുങ്ങും ഓലമടലും ചൂട്ടും ഒക്കെ ഒരു വലിയ കമ്പിലോ

അടയ്ക്കാമരത്തിൽ തന്നെയോ വച്ചുകെട്ടുന്നു. അതിൽ ഉപ്പും പടക്കവും ഒക്കെയിട്ടുവയ്ക്കുന്നു. എന്നിട്ട് കരക്കാർ ഇത്തരത്തിലുള്ള കുറെയെണ്ണ മൊരുക്കി തോളിലേറ്റിക്കൊണ്ടുപോയി ക്ഷേത്രമുറ്റത്ത് നിരനിരയായി കുഴിച്ചിടുന്നു. എന്നിട്ട് എല്ലാത്തിനും തീകൊടുക്കുന്നു. ആകാശംമുട്ടെ തീപടരുന്നു. മകരത്തണുപ്പിന് വിടപറഞ്ഞ് കുംഭച്ചൂടിലേക്ക് കാലം ഇറ ങ്ങിപ്പോകുന്നത് ഈ അഗ്നിശുദ്ധിയിലൂടെയാണ്. എന്റെ കുട്ടിക്കാലത്ത് പിള്ളേർ ചൂട്ടുകമ്പത്തിന് തണുങ്ങുകളും മറ്റും പെറുക്കാൻ പറമ്പി ലൊക്കെ ചുറ്റിയടിക്കുമായിരുന്നു. ക്ഷേത്രങ്ങളിൽനിന്നുള്ള പറയെഴുന്ന ള്ളിപ്പും ഇക്കാലത്താണ് ഇറങ്ങുക. 'ജീവിത'വുമായി കൊട്ടുംമേളവുമായി സാക്ഷാൽ ദേവിതന്നെ വീട്ടിലേക്ക് എഴുന്നള്ളുന്ന ചടങ്ങാണിത്. പുരാ തനക്ഷേത്രമായ പണയിൽനിന്നുള്ള പറയും പടനിലത്തെയും കുന്നിലെ ക്ഷേത്രത്തിലെ പറയുമെല്ലാം ഞങ്ങളുടെ വീട്ടിലും വരാറുണ്ട്. മതവും ജാതിയുമൊന്നും ഇതിനൊരു തടസ്സമാകാറില്ല. ഞങ്ങളുടെ ഗ്രാമ്യക്കൂട്ടാ യ്മയുടെ ജീവസ്പന്ദനമാണിത്തരം ചടങ്ങുകൾ.

ചന്ദനക്കുടത്തിനും തിരിച്ചും അങ്ങനെതന്നെയായിരുന്നു. ഇത്തരം പങ്കുവയ്ക്കലുകൾ ഇല്ലാതാകുന്നതോടെയാണ് മനുഷ്യർ അന്യരായി തീരുന്നത്.

അമ്മ ചോദിച്ചു

"അയ്യത്താരാ"

"തണുങ്ങുപറക്കുന്ന പിള്ളേരാ"

പൊടിപ്പയൽ പറഞ്ഞു.

"ഓ. മുതുകാട്ടുകര ചൂട്ടുകമ്പം ഇങ്ങടുത്തല്ലോ."

അമ്മ ആരോടെന്നില്ലാതെ പറഞ്ഞു.

ചൂട്ടുകമ്പമെന്നു കേട്ടപ്പോൾ പൊടിപ്പയലിന്റെ മനസ്സിൽ ആഹ്ലാദം ഉറവപൊട്ടാൻ തുടങ്ങി. ചൂട്ടുകമ്പത്തിന് തീപ്പൊരിക്കുഞ്ഞുങ്ങൾ കെട്ടു പിണഞ്ഞ് മാനംമുട്ടെ പാറിപ്പറക്കുന്നതുകാണാൻ എന്തുരസം. പൊടി പ്പയലോർത്തു (മഞ്ഞക്കിളികൾ). നാട്ടുവഴികളിലൂടെയുള്ള നടത്തത്തി ലാണ് ഗ്രാമജീവിതം മനസ്സിലാക്കാനാവുക. നാട്ടുപ്രകൃതിയും മനുഷ്യ രെയും അടുത്തറിയുന്നതും ഇത്തരം നടത്തത്തിലാണ്.

പ്രീഡിഗ്രിക്കാലം മുതൽ തന്നെ നാട്ടിടവഴികളിലൂടെയുള്ള സായാഹ്ന നടത്തം ഞാൻ പതിവാക്കിയിരുന്നു. തത്തംമുന്ന വയൽവഴിയുള്ള നടത്തം കരിങ്ങാലിപ്പുഞ്ചയിലൂടെയുള്ള നടത്തം. ഉത്സവ സ്ഥലങ്ങൾ തേടിയുള്ള നടത്തം. പണയിലെ ജയകുമാർ, കെ അനിൽകുമാർ, മനോജ്, സുരേഷ്, ഷേക്ജാൻ തുടങ്ങി നിരവധി സുഹൃത്തുക്കളായിരുന്നു അക്കാ ലത്തെ നടത്തക്കൂട്ട്. ഗാന്ധിയൻ ആശയങ്ങളിൽ എന്നോടൊപ്പം സഞ്ച രിക്കുകയും പിന്നീട് ആധാരമെഴുത്തുകാരനായി ജീവിക്കുകയുമൊക്കെ ചെയ്ത കെ അനിൽകുമാർ അടുത്ത കാലത്ത് മരണപ്പെട്ടു. നാടിന്റെ ജൈവകാന്തിയുമായി അടുത്തിടപഴകാൻ ഈ നടത്തം എന്നെ ഏറെ സഹായിച്ചു. നാട്ടുകാരുടെ ജീവിതത്തിലേക്കും പ്രകൃതിയിലേക്കുമുള്ള ഒരു കിളിവാതിലായിരുന്നു ഈ നടത്തമെന്ന് തോന്നാറുണ്ട്.

ഏഴാങ്ങളമാരും ഒരു പെങ്ങളും

മുസ്ലീമായി ജനിച്ച കുട്ടികളെല്ലാം ചേലാകർമ്മം ചെയ്യണം. സുന്നത്ത് കല്യാണം, മാർക്ക കല്യാണം എന്നൊക്കെ ഈ ചടങ്ങ് പലയിടങ്ങളിൽ പറയുന്നുണ്ട്. ഞങ്ങളുടെ നാട്ടിലൊക്കെ 'മാർക്ക' മെന്നാണ് പറഞ്ഞിരുന്നത്. എന്റെ കുട്ടിക്കാലത്തൊക്കെ ഇതൊരു വലിയ ചടങ്ങായിരുന്നു. മുറ്റത്ത് പന്തലിട്ട് നാട്ടുകാർക്കും ബന്ധുക്കൾക്കുമെല്ലാം ആഹാരം നല്കും. ഒരു ചെറു കല്യാണത്തിന്റെ ചിട്ടവട്ടങ്ങളൊക്കെയുണ്ടാകും. ആൺകുട്ടികളുടെ ലിംഗാഗ്രത്തിലെ ചർമ്മം നീക്കം ചെയ്യുന്ന ചടങ്ങാണിത്. യഥാർത്ഥത്തിൽ മതവിശ്വാസപ്രകാരം നിർബ്ബന്ധമായും ചെയ്യേണ്ട ഒരു കാര്യമല്ലിത്. ചെയ്താൽ ഗുണം ലഭിക്കുന്നതും ഉപേക്ഷിച്ചാൽ കുറ്റമില്ലാത്തതുമായ കാര്യങ്ങളിൽപ്പെട്ട ഒരു മതാചാരം മാത്രം. മുസ്ലീം മതവിശ്വാസപ്രകാരം ഇങ്ങനെ പലതരത്തിൽ കാര്യങ്ങൾ വിഭജിക്കപ്പെട്ടിട്ടുണ്ട്. മുസ്ലീങ്ങൾക്കത് നിർബ്ബന്ധമാക്കപ്പെട്ടത് ദൈവവിശ്വാസവും നിസ്കാരവും നൊയമ്പും ദാനവും ഹജ്ജ് തുടങ്ങി അഞ്ചുകാര്യങ്ങളാണ്. എങ്കിലും നിർബ്ബന്ധമാക്കപ്പെട്ട ഒരു ചടങ്ങ് പോലെ സുന്നത്ത് (മാർക്കവും) ആചരിച്ചുവരുന്നുണ്ട്. മാർക്കമെന്ന് പറയുമ്പോഴെ കുട്ടികൾക്ക് ഭയപ്പാടാണ്. തങ്ങളെ ചുറ്റിപ്പറ്റി എന്തോ സംഭവിക്കുന്നുവെന്നേ കുട്ടികൾക്ക് സാധാരണ അറിവുണ്ടാവുകയുള്ളൂ. എന്താണ് സംഭവിക്കാൻ പോകുന്നതെന്നതിനെക്കുറിച്ച് വിശദമായി ആരും കുട്ടികൾക്ക് പറഞ്ഞുകൊടുക്കാറില്ല. കൂട്ടുകാരിൽനിന്നും മറ്റും കേൾക്കുന്ന വികലമായ അറിവേ ഉണ്ടാവുകയുള്ളൂ. അതുകൊണ്ട് തന്നെ വല്ലാത്ത ഭയപ്പാടായിരിക്കും. കുട്ടികളെ ആദ്യമായി പള്ളിക്കൂടത്തിൽ കൊണ്ടുപോകുമ്പോഴും അതേക്കുറിച്ചൊക്കെ പറഞ്ഞു മനസ്സിലാക്കിക്കൊടുക്കേണ്ടത് ആവശ്യമുണ്ട്. പലപ്പോഴും രക്ഷകർത്താക്കൾ കുട്ടികളെ പള്ളിക്കൂടത്തി

ലിരുത്തി ഒളിക്കുകയാണ് പതിവ്. അച്ഛനമ്മമാരോടൊപ്പം അതുവരെ കഴിഞ്ഞിരുന്ന കുട്ടികൾ വ്യത്യസ്തമായ അന്തരീക്ഷത്തിൽ ആശങ്കാകുലരും ഭയപ്പാടിലുമായിരിക്കും. എന്നാൽ കാര്യങ്ങൾ പറഞ്ഞ് മനസ്സിലാക്കിയാൽ ഭയപ്പാട് കുറയ്ക്കാനാവും. അറിവില്ലായ്മയാണ് ഭയത്തിന് ഒരു കാരണം.

മാർക്കം ചെയ്യാൻ വിദഗ്ദ്ധരായവർ നാട്ടിലുണ്ടാവും. മിക്കപ്പോഴും തലമുടി വെട്ടുന്നവരോ മറ്റോ ആണ് ഈ കർമ്മവും ഞങ്ങളുടെ നാട്ടിൽ ചെയ്തിരുന്നത്. പരമ്പരാഗതമായ അറിവ് വെച്ചുള്ള ഒരു പ്രയോഗമാണ്. ഉരൽ കമഴ്ത്തിയിട്ട് അതിൽ കുട്ടിയെ ഇരുത്തും. ചുറ്റും തുണികൊണ്ട് ഒരു മറയുണ്ടാകും. കുതറാതിരിക്കാൻ കുട്ടിയെ മൂന്നാലാളുകൾ ബലമായിപിടിച്ചിട്ടുണ്ടാവും. കുട്ടിയുടെ ഉച്ചത്തിലുള്ള കരച്ചിലിനിടയിൽ ഇതു സംഭവിക്കും. രക്തംപോക്ക് നില്ക്കാൻ കരുപ്പട്ടിയും വെള്ളവും നല്കും. രാത്രിയിലാണ് ഈ ചടങ്ങ് നടക്കുക. പെട്രോൾമാക്സിന്റെയോ പാനീസ് വിളക്കിന്റെയോ മറ്റോ വെളിച്ചവും കാണും. കുട്ടിക്കാലത്ത് ഇതൊരു പേടിപ്പിക്കുന്ന അനുഭവം തന്നെയാണ്. ഭയപ്പാടുമൂലം ചില കുട്ടികൾ മരത്തിന്റെയും മറ്റും മുകളിൽ കയറി ഒളിക്കാറുണ്ടെന്നൊക്കെ ഞാൻ കേട്ടിരുന്നു. മാർക്കം നടത്തിയ കുട്ടികളെ കട്ടിലിൽ കിടത്തി ഒരു മുണ്ട് ഒരു ചരടിൽക്കെട്ടി തൂക്കി അവരുടെ അരയ്ക്ക് കീഴ്ഭാഗം മറച്ചിട്ടിരിക്കും. ഒരാഴ്ചയെങ്കിലും ഒരേ കിടയാണ്. മുറിവ് കരിയാൻ ചില മരുന്നുകളൊക്കെ പുരട്ടും. മൂന്നാലുദിവസം വേദനയുടെയും കഷ്ടപ്പാടിന്റെയും ദിനങ്ങളാണ്. പിന്നീട് വേദന കുറഞ്ഞുവരും. ഇക്കാലത്ത് ബന്ധുക്കളും അയൽക്കാരുമൊക്കെ പലഹാരപ്പൊതിയുമായി വരും. ഇഷ്ടംപോലെ കുട്ടികൾക്ക് തിന്നാൻ കിട്ടും. നെയ്യും സേവിപ്പിക്കും. മാർക്കം കഴിഞ്ഞ് കുട്ടികൾ കുളിച്ചുകേറുമ്പോൾ മേനി കൊഴുത്തിരിക്കും അയൽപ്രദേശമായ താമരക്കുളം, ശൂരനാട് പോലെയുള്ള നാടുകളിൽ മാർക്കത്തിന് പൊലിയെന്നൊരു ചടങ്ങുണ്ട്. ആളുകൾ കൂടിയിരിക്കുന്ന ഒരു സദസ്സിൽ ഓരോരുത്തർ പണം സംഭാവനയായി നല്കുന്ന ചടങ്ങാണിത്. കുട്ടിയുടെ മാമ തെക്കേവീട്ടിൽ മൈതീൻ റാവുത്തർ ആയിരം രൂപ പൊലിയോപൊലി. കൊച്ചിത്ത അക്ബർ റാവുത്തർ അഞ്ഞൂറ് പൊലിയോപൊലി. എന്നിങ്ങനെ ഒരാൾ വിളിച്ചുപറഞ്ഞുകൊണ്ടിരിക്കും. എന്നാൽ ഇത്തരം ചടങ്ങ് എല്ലായിടത്തും ഉണ്ടെന്ന് തോന്നുന്നില്ല. ചിലരൊക്കെ സംഭാവന വാങ്ങുകയും കണക്ക് എഴുതി സൂക്ഷിക്കുകയും ചെയ്തിരുന്നു. സമ്പന്ന കുടുംബങ്ങൾ നാട്ടുകാരുടെ സംഭാവന വാങ്ങി കാണാറില്ല. മാർക്ക കല്യാണത്തിൽ ഇത്തരം ആഘോഷങ്ങളും ആചാരങ്ങളും ഇന്ന് അപ്രത്യക്ഷമായിട്ടുണ്ട്. ആശുപത്രികളിലാണിന്നിപ്പോൾ മാർക്കം നടത്തുന്നത്. ഇതിനായി പ്രത്യേക ആശുപത്രികൾ തന്നെയുണ്ട്. കുട്ടികളെ മയക്കിയുള്ള മാർക്കം നടത്തുന്നതുകൊണ്ട് വേദനയറിയുകയുമില്ല. കൂടുതൽ സുരക്ഷിതവുമാണ്. കുടുംബക്കാരും വളരെ അടുത്ത ബന്ധുക്കളുമേ ചടങ്ങിനെത്തുകയുള്ളൂ. എന്തും ഏതും ആഘോഷമാക്കുന്ന ഒരു കാലമാണ് കഴിഞ്ഞുപോയതെന്ന് തോന്നുന്നു. പെൺകുട്ടി

കൾ പ്രായമാകുന്നതും വലിയ ആഘോഷമായാണ് മുമ്പൊക്കെ അറിയിച്ചിരുന്നത്. പെൺകുട്ടിയെ പുതുപ്പെണ്ണിനെപ്പോലെ ഒരുക്കി ഒരു കസേരയിൽ ഇരുത്തും. ഒരു പാത്രത്തിൽ പാലും പഴവും തേനും കൂടി ഒരുക്കി വച്ചിരിക്കും. ഒരു അലങ്കാരപാത്രത്തിൽ മൈലാഞ്ചി അരച്ചുവച്ചിരിക്കും. ഓരോരുത്തരും കുട്ടിക്ക് പാലും പഴവും ഒരു സ്പൂണിൽ കോരികൊടുക്കും. കൈയിൽ മൈലാഞ്ചി തൊട്ടുകൊടുക്കും സംഭാവനയായി സ്വർണ്ണവളയോ, മാലയോ, മോതിരമോ മറ്റ് വിലപിടിപ്പുള്ളതെന്തെങ്കിലുമൊക്കെ അണിയിക്കും. പലതരത്തിലുള്ള പലഹാരങ്ങളും പഴവർഗ്ഗങ്ങളും പെൺകുട്ടിക്ക് കാഴ്ച വയ്ക്കും. ചടങ്ങിനെത്തുന്നവർക്കൊക്കെ വിഭവസമൃദ്ധമായ ഭക്ഷണവും നല്കും. കാലത്തിന്റെ കുത്തൊഴുക്കിൽ ഈ ചടങ്ങ് ഏതാണ്ടില്ലാതായി. അഞ്ചാറുവർഷം മുമ്പ് ഭാര്യ പ്രിയയുടെ ചെങ്കോട്ടയിലെ ഒരു ബന്ധുവീട്ടിലാണ് ഈ ചടങ്ങ് ഞാനവസാനമായി കണ്ടത്. ഞങ്ങളുടെ പ്രദേശത്തുനിന്ന് ഈ ചടങ്ങ് അപ്രത്യക്ഷമായിട്ട് വർഷം കുറെയായിട്ടുണ്ടാകും. ആൺകുട്ടികളെയും പെൺകുട്ടികളെയും ചുറ്റിപ്പറ്റി കുട്ടിക്കാലത്ത് ഉണ്ടാകുന്ന വിസ്മയങ്ങളിൽ ചിലതാണ് ഇത്തരം ചടങ്ങുകളെന്ന് പറയാം. കുട്ടിമനസ്സിനെ ഇതൊക്കെ വല്ലാതെ സ്വാധീനിക്കാറുമുണ്ട്.

പഴയകാലത്ത് റാവുത്തരന്മാരുടെ കല്യാണത്തിനും വിശേഷദിവസങ്ങളിലും തേങ്ങാച്ചോറാണ് വിളമ്പിയിരുന്നത്. തേങ്ങാപ്പാലിൽ മഞ്ഞൾപ്പൊടിയും ജീരകവുമൊക്കെ ചേർത്ത് ചോറ് വറ്റിച്ചെടുക്കുന്നതാണിത്. നല്ല സുഗന്ധവും രുചിയുമുള്ളതാണ് തേങ്ങാച്ചോർ. പരിപ്പും പപ്പടവും ആട്ടിറച്ചിക്കറികളുമാണ് കൂടെയുള്ള വിഭവം. അച്ചാറു കാണും. ഞങ്ങളുടെ വീട്ടിൽ വലിയ മൺകലത്തിൽ ആഘോഷപൂർവ്വം തേങ്ങാച്ചോറുണ്ടാക്കുന്നതൊക്കെ എനിക്കോർമ്മയുണ്ട്. കല്യാണസദ്യക്ക് ചോറും പരിപ്പും പപ്പടവും സാമ്പാറും പായസവും പുളിശ്ശേരിയും മോരുമെന്ന ക്രമത്തിൽ പിന്നീട് മാറി. തോരനും അവിയലും ഉപ്പിലിട്ടതും ഒക്കെ തൊടുകറിയായി ഉണ്ടാകും. നായന്മാരുടെ സദ്യ തന്നെ. എന്നാൽ ആട്ടിറച്ചിക്കറിയോ, മീൻകറിയോ അധികമായി ഉണ്ടാകുമെന്ന് മാത്രം. ഞങ്ങളുടെ നാട്ടിൽ ആദ്യമായി ബിരിയാണി വന്നത് എന്റെ ഒരപ്പച്ചീടെ മോളുടെ കല്യാണത്തിനാണ്. നാല്പതുവർഷം മുമ്പ് ആലപ്പുഴയിലെ ഒരു പുരാതനമായ കുടുംബത്തിലേക്കാണ് വിവാഹം കഴിച്ചയച്ചത്. തൈക്കൂട്ടം കുടുംബം. അവരുടെ പൂർവ്വികർ കണ്ണൂർക്കാരാണ്. രാജാകേശവദാസിന്റെ കാലംമുതൽ ആലപ്പുഴയിൽ ഒത്തിരി മുറികളുള്ള തറവാട് വീട് കെട്ടി കൂട്ടുകുടുംബമായി കഴിഞ്ഞുവരുന്നവരാണ്. ആലപ്പുഴ പട്ടണത്തിൽ ഇത്തരത്തിൽ നിരവധി കുടുംബങ്ങളുണ്ട്. നായന്മാരെപ്പോലെ മരുമക്കത്തായം പിന്തുടരുന്നവരാണിവർ. തുറമുഖം നശിച്ചതോടെയാണ് ഈ കുടുംബങ്ങളുടെ പ്രതാപം അസ്തമിച്ചത്. ഷാഫി മത്ഹബ് (ഇസ്ലാമിലെ കർമ്മശാസ്ത്രം) പിൻപറ്റുന്ന കൂട്ടരാണിവർ. ഇക്കൂട്ടരുമായുള്ള ഞങ്ങളുടെ കുടുംബത്തിലെ ആദ്യ വിവാഹബന്ധമായിരുന്നു. അതിനു

മുമ്പ് റാവുത്തർമാർ അവരുടെ ഇടയിൽ തന്നെയാണ് വിവാഹബന്ധങ്ങൾ ഉണ്ടാക്കിയിരുന്നത്. ആലപ്പുഴയിൽ ബിരിയാണിയൊക്കെ അക്കാലത്തും വളരെ സാധാരണമാണ്. മലബാറിന്റെ സമ്പന്നമായ ഒരു പൈതൃകം ഇക്കൂട്ടർക്കുണ്ട്. വിവാഹസദ്യക്ക് ബിരിയാണി വേണമെന്നവർ ആവശ്യപ്പെട്ടു. ഞങ്ങളുടെ നാട്ടിലാണെങ്കിൽ ബിരിയാണി ഉണ്ടാക്കാനാർക്കും അറിയാനും വയ്യ. ഞങ്ങളുടെ വീട്ടിൽവച്ചായിരുന്നു കല്യാണച്ചടങ്ങുകളൊക്കെ നടന്നത്. ആലപ്പുഴയിൽനിന്ന് ബിരിയാണി ചെമ്പും സാമഗ്രികളും കൊണ്ടുവന്നാണ് ബിരിയാണി വച്ചത്. ഞങ്ങളുടെ നാട്ടിലതൊരു കൗതുകമായിരുന്നു. നാട്ടുകാർ ആദ്യമായാണ് ബിരിയാണിയുടെ രുചിയറിഞ്ഞതും. മുറ്റത്ത് പന്തലിട്ടാണ് അന്നൊക്കെ കല്യാണം നടക്കുന്നത്. ആലപ്പുഴയിലെ പ്രശസ്തനായ ഒരു യൂനാനിവൈദ്യൻ കൂടിയായിരുന്നു വരന്റെ പിതാവ്. മഹാപണ്ഡിതനായിരുന്നു അദ്ദേഹം. ഇംഗ്ലീഷിലും ഉറുദുവിലും മലയാളത്തിലും അറബിയിലുമൊക്കെ വലിയ പാണ്ഡിത്യമുള്ളയാൾ. നല്ല വെളുത്ത് കുലീനത്വമുള്ള ഒരാളായിരുന്നു അദ്ദേഹം. എപ്പോഴും ഒരു ചുരുട്ട് ചുണ്ടിൽ എരിഞ്ഞുകൊണ്ടിരിക്കും. ഡച്ചു ഡോക്ടർ എന്നാണദ്ദേഹം ആലപ്പുഴയിൽ അറിയപ്പെട്ടിരുന്നത്. വളരെ വൃദ്ധനായി അദ്ദേഹം ഏതാണ്ട് മരണത്തോടടുത്ത് കിടക്കുമ്പോൾ ഞാനദ്ദേഹത്തെ കാണാൻ പോയി. ഒരു പോസ്റ്റ്മാൻ ബുക്ക് പോസ്റ്റായി ഒരു ഗ്രന്ഥം അദ്ദേഹത്തെ കൊണ്ടുവന്ന് ഏല്പിച്ചു. കിടക്കയിൽനിന്ന് പതിയനെ എണീറ്റ് അദ്ദേഹം പേപ്പർ പൊതിയഴിച്ച് പുസ്തകം പുറത്തെടുത്തു. അതൊരു ഇംഗ്ലീഷ് ഗ്രന്ഥമായിരുന്നു. പുസ്തകം ഡൽഹിയിൽനിന്ന് പോസ്റ്റൽ വരുത്തിയതാണ്. എപ്പോഴും പുതിയ കാര്യങ്ങൾ വായിച്ച് തലച്ചോറിനെ സജീവമാക്കി നിർത്തണമെന്ന് അദ്ദേഹം അന്ന് ഞങ്ങളെ ഉപദേശിക്കുകയുണ്ടായി. ഇദ്ദേഹത്തിന്റെ കൈവശമിരുന്ന ചില താളിയോലഗ്രന്ഥങ്ങൾ കൊച്ചുമക്കൾ അതിന്റെ പ്രാധാന്യം തിരിച്ചറിയാതെ കത്തിച്ചു കളിച്ചതായി ഞാൻ മനസ്സിലാക്കിയിട്ടുണ്ട്. അസാധാരണ വലിപ്പമുള്ള *ഖുറാനും* മറ്റ് കൗതുകവസ്തുക്കളും അദ്ദേഹത്തിന്റെ കൈവശമുണ്ടായിരുന്നു. അദ്ദേഹത്തിന്റെ ചില ചികിത്സാമുറയെക്കുറിച്ച് *ഭൂമിയിലെ ചെറിയ ജീവികളുടെ ശബ്ദങ്ങ*ളിൽ ഞാൻ പരാമർശിച്ചിട്ടുണ്ട്. ആലപ്പുഴയിൽ സേട്ട് വിഭാഗക്കാരുണ്ട്. ഗുജറാത്തിലെ കച്ച് മേഖലയിൽനിന്ന് വ്യാപാരാർത്ഥം വന്നവരാണവർ. പൊതുവെ സുന്ദരൻമാരും സുന്ദരികളുമാണവർ. സമ്പന്നരും.

റാവുത്തരന്മാരെപ്പോലെ 'ഹനഫി' കർമ്മശാസ്ത്രമാണ് പിന്തുടരുന്നത്. ഇവരുടെ ഒരു പുരാതന പള്ളി ആലപ്പുഴ പട്ടണത്തിലുണ്ട്. രാജാകേശവദാസന്റെ കാലത്ത് പണികഴിപ്പിച്ചതാണ്. പേർഷ്യൻ വാസ്തുശില്പശൈലിയും കേരളീയ വാസ്തുശില്പശൈലിയും എങ്ങനെ മനോഹരമായി ഇഴുകിവരുന്നുവെന്നതിന്റെ ഉത്തമമാതൃകയാണീപ്പള്ളി. സാധാരണ കേരളത്തിലെ മുസ്ലീം പള്ളികൾ ക്ഷേത്ര വാസ്തുശില്പ ശൈലിയിൽ ചില്ലറ മാറ്റങ്ങൾ വരുത്തിയുണ്ടാക്കിയവയാണ്. ഇന്നതൊക്കെ

പേർഷ്യൻ കോൺക്രീറ്റ് പള്ളികളായി മാറിയല്ലോ. ആലപ്പുഴയിലെ സേട്ടുമാരുടെ പള്ളി വാസ്തുവിദ്യകൾ പഠിക്കുന്നവർക്കൊരു പാഠശാലയാണ്. പള്ളിക്കുമുമ്പിൽ രാജാകേശവദാസിന്റെ വിളക്കും സ്ഥാപിച്ചിരുന്നു. ഇതൊക്കെ നശിച്ചുകിടക്കുകയാണിപ്പോൾ. മദ്ധ്യതിരുവിതാംകൂറിലെ റാവുത്തൻമാരൊക്കെ മനാമധുരയിൽനിന്നു വന്നവരാണ്. ഏഴു നൂറ്റാണ്ടുമുമ്പു മുതൽ തന്നെ ഇവിടന്നുള്ള ഒഴുക്കു തുടങ്ങിയിരിക്കണം. മാലിക് കഫൂരിന്റെ നേതൃത്വത്തിൽ ഇസ്ലാം മതം സ്വീകരിച്ച ഒരു കൂട്ടം രജപുത്രന്മാരുടെ സൈന്യം (റാത്തോർ) പാണ്ഡ്യനാട്ടിൽ വന്നിരുന്നു. തുർക്കിപടയാളികളും ആ കൂട്ടത്തിലുണ്ടായിരുന്നു. തദ്ദേശമായ തേവർ വിഭാഗവുമായി ചേർന്നാണ് ഈ കൂട്ടർ പാണ്ഡ്യന്മാർ തമ്മിലുള്ള വഴക്കിൽ ഇടപെട്ടത്. റാത്തോർ ആവണം റാവുത്തരായത്. ഇപ്പോൾ രജപുത്രരുടെയും തുർക്കികളുടെയും തേവർ വിഭാഗത്തിന്റെയും ഒരു സങ്കര സമൂഹമാണിതെന്ന് പറയാം. വെളുത്തവരും കറുത്തവരുമൊക്കെ ഇക്കൂട്ടത്തിൽ വരുന്നതിന് അതാവണം കാരണം. തുലുക്കർ എന്നാണ് ഇക്കൂട്ടർ പൊതുവെ അറിയപ്പെടുന്നത്. തുലുക്കത്തി നാച്ചിയാർ (തുലുക്കത്തി തമ്പുരാട്ടി) തമിഴ്നാട്ടിലെ പ്രശസ്തമായ ക്ഷേത്രത്തിലെ ദേവതയാണ്. പല ക്ഷേത്രങ്ങളുടെ മുമ്പിലും റാവുത്തർ കാവൽ ദൈവമാണ്. റാവുത്തർ സ്ത്രീകൾ പേരിനൊപ്പം അമ്മാൾ, ബീവി എന്നൊക്കെ ചേർക്കാറുണ്ട്. ഏതാണ്ട് അൻപത് വർഷത്തിലേറെക്കാലം മധുരയുടെ ഭരണവും തുലുക്കരുടെ കൈയിലായിരുന്നു. അക്കാലത്തെ തുലുക്കക്കാശ് ഓടനാട്ടിലും (കായംകുളം) വേണാട്ടിലും (തിരുവിതാംകൂർ) പ്രചാരത്തിലിരുന്നു. പതിനാലാംശതകത്തിലെഴുതപ്പെട്ട *ഉണ്ണിയാടിചരിത*ത്തിൽ ഇതേക്കുറിച്ച് പരാമർശമുണ്ട്. റാവുത്തരന്മാർ കൂട്ടമായി താമസിക്കുന്നയിടങ്ങളെ തെരുവ് എന്നു വിളിച്ചു കേൾക്കാറുണ്ട്. ചുനക്കരതെരുവ്, ആതിക്കാട്ടുകുളങ്ങരതെരുവ്, കടക്കാട് തെരുവ്... രാജസ്ഥാൻപോലെയുള്ള ഉത്തരേന്ത്യൻ സംസ്ഥാനങ്ങളിൽ മുസ്ലീം റാത്തോർമാരും ഹിന്ദുറാത്തോർമാരും ഇപ്പോഴും മതമൊരു പ്രശ്നമല്ലാതെ കൂടികലരുന്നുണ്ട്. വിവാഹബന്ധങ്ങൾപോലും നടക്കുന്നു. ഈയൊരു സങ്കര സ്വഭാവമാണ് റാവുത്തരന്മാരുടെ സൂഫി പാരമ്പര്യത്തിന്റെ അടിസ്ഥാനമെന്നു തോന്നുന്നു. ഹൈന്ദവ സംസ്കാരത്തോടും ആചാരങ്ങളോടുമുള്ള സഹിഷ്ണുതയുടെ ഉറവിടത്തിനു കാരണവും സങ്കര സംസ്കൃതിയും ജനിതകസങ്കലനവുമാവണം. എന്തായാലും കേരളത്തിലെ റാവുത്തരന്മാരെയൊക്കെ ഒരു മിത്ത് അദൃശ്യമായൊരു കാന്തികബലംപോലെ കൂട്ടിയിണക്കുന്നുണ്ട്. ഏതെങ്കിലും ഒരു റാവുത്തരോട് നിങ്ങളൊക്കെ എങ്ങനെ ഇവിടെ വന്നുവെന്ന ചോദ്യത്തിന് അവർ പറയുന്ന മറുപടി ഒരു കഥയാണ്. പണ്ട് പണ്ട് മനാമധുരയിൽ പ്രതാപികളായ ഏഴാങ്ങളമാർക്ക് സുന്ദരിയായൊരു പെങ്ങളുണ്ടായിരുന്നു. അക്രമികൾ ഇവരുടെ നാട് ആക്രമിച്ച് കീഴ്പ്പെടുത്തിയപ്പോൾ വെളുത്ത് സുന്ദരികളായ റാവുത്തരുസ്ത്രീകളുടെ മേൽ അവരുടെ കണ്ണുകൾ പതിഞ്ഞു. സുന്ദരികളെ സ്വന്ത

മാക്കാൻ റാവുത്തന്മാരുടെ കുടുംബങ്ങൾ ആക്രമിക്കുന്നത് പുതിയ ഭരണാധികാരികളുടെ സ്വഭാവമായി മാറി. തമിഴ്നാട്ടുകാരിൽനിന്ന് വ്യത്യസ്തമായി ആര്യൻ–പേർഷ്യൻ ശരീരഘടനയുള്ളവരായിരുന്നവല്ലോ റാവുത്തർ സ്ത്രീകൾ (തുലുക്കത്തികൾ). ഏഴാങ്ങളമാർക്ക് ഒരു പെങ്ങളുള്ള തറവാട്ടുവീട്ടിൽ പല തട്ടുകളായുള്ള പത്തായപ്പുരയിലാണ് ധാന്യങ്ങൾ സൂക്ഷിച്ചിരുന്നത്. ഒരാളിനു കടന്നുനില്ക്കാൻ കഴിയുന്നവിധം വലിപ്പമുള്ളതായിരുന്നു ധാന്യഅറകൾ. ഏഴാങ്ങളമാരുടെ സുന്ദരിയായ പെങ്ങളെത്തേടി രാജാവിന്റെ പടയാളികൾ തറവാട് വളഞ്ഞു. ഇതറിഞ്ഞ അഭിമാനികളായ ആങ്ങളമാർ പെങ്ങളോട് പത്തായപ്പുരയുടെ ഏറ്റവും അടിയിലെ അറയിൽക്കയറി ഒളിക്കാൻ നിർദ്ദേശിച്ചു. ശത്രുകളുമായി ആങ്ങളമാരും കൂട്ടരും വീറോടെ പൊരുതി. എന്നാൽ മലവെള്ളപ്പാച്ചിൽപോലെ ഒഴുകിവരുന്ന ശത്രുക്കൾക്കെതിരെ അധികനേരം അവർക്ക് പിടിച്ചുനില്ക്കാനായില്ല. പടയാളികൾ വീട്ടിനുള്ളിൽ പ്രവേശിച്ചപ്പോൾ പത്തായപ്പുരയിലെ മുകളിലെ അറയുടെ സാക്ഷ ചങ്കുപൊട്ടുന്ന വേദനയോടെ വലിച്ചൂരി. പത്തായത്തിലെ ആ അറയിലെ ചാമയരി ഒന്നാകെ പെങ്ങളുടെ മുകളിലേക്ക് ഊഴ്ന്ന് വീണു നിറഞ്ഞു. സുന്ദരിയും നിഷ്കളങ്കയുമായ ആ പെങ്ങൾ ചാമയരിയുടെ നിലയ്ക്കാത്ത പ്രവാഹത്തിൽപ്പെട്ട് ഒന്നു ശ്വാസംകഴിക്കാൻപോലും ആകാതെ നിശ്ചലയായി. സുന്ദരിയായ അവരുടെ പെങ്ങളെ ശത്രുക്കൾക്ക് ജീവനോടെ പിടിക്കാനായില്ല. ആങ്ങളമാർ നാടും വീടും ഉപേക്ഷിച്ച് കുതിരപ്പുറത്തേറി മല കടന്നു. കേരളക്കരയിലെത്തി വാസമുറപ്പിച്ചു. ഇക്കഥ പലരും പറഞ്ഞ് ഞാൻ കേട്ടിട്ടുണ്ട്. തിരുവനന്തപുരത്ത് വഴുതക്കാട്ടുള്ള ഹോട്ടലിന്റെ മാനേജരായി ഒരാളുണ്ട്. ഖാദർ. ഞാൻ ജോലിചെയ്യുന്ന മലയാളം ന്യൂസിന്റെ ഓഫീസ് തൊട്ടടുത്തായതിനാൽ മിക്കപ്പോഴും അവിടെ ചായ കുടിക്കാൻ പോകാറുണ്ട്. കൂടെക്കൂടെ രണ്ടു കാലുകളും ഒരു പ്രത്യേക താളത്തിൽ കുലുക്കി കുലുക്കിയിരിക്കുന്ന ഒരു സ്വഭാവക്കാരനാണദ്ദേഹം. ഇതു ശ്രദ്ധിച്ചുകൊണ്ട് ഞാൻ ചോദിച്ചു. എപ്പോഴും കുതിരയെ ഓടിച്ചുകൊണ്ടുള്ള ഇരിപ്പാണല്ലോയിത്. പൂർവ്വികന്മാർ വല്ലവരും കുതിരപ്പടയാളികളായിരുന്നോ? അപ്പോഴാണ് അദ്ദേഹമൊരു റാവുത്തരാണെന്ന് ഞാനറിയുന്നത്. മണക്കാട്ടുകാരനാണ്. ഞാനദ്ദേഹത്തോട് നിങ്ങളെങ്ങനെയാണ് മണക്കാട്ടെത്തിയതെന്ന് ചോദിച്ചപ്പോൾ അദ്ദേഹത്തിനു പൂർവ്വികർ പറഞ്ഞുകൊടുത്ത ഏഴാങ്ങളയുടെയും പെങ്ങളുടെയും കഥ എനിക്കദ്ദേഹം പറഞ്ഞുതന്നു. മാനാമധുരയിൽ നിന്നാണത്രെ അവരും വന്നത്. കിളിമാനൂർ സ്വദേശിയായ പൂനഫിലിം ഇൻസ്റ്റിറ്റ്യൂട്ടിലൊക്കെ പഠിച്ച കബീർ റാവുത്തരും ഇതേ കഥയെന്നോടു പറഞ്ഞിട്ടുണ്ട്. ഞങ്ങളുടെ നാട്ടിലൊക്കെ പ്രചാരത്തിലുള്ള അതേ കഥയാണ് എല്ലാ റാവുത്തരന്മാരും പറയുന്നത്. എങ്ങനെ ഒരു 'മിത്ത്' ഒരു സമൂഹത്തെ കൂട്ടിയിണക്കുന്നതെന്നതിനെക്കുറിച്ച് ഇക്കഥ നല്ലൊരു ഉദാഹരണമാണ്. ഗവേഷണബുദ്ധിയോടെ കൂടുതൽ അന്വേഷിച്ചാൽ തീർച്ചയായും ചരിത്രത്തിന്റെ

പിൻബലം തെളിച്ചെടുക്കാൻ കഴിയും. സ്ത്രീകളുടെ സുരക്ഷ മുൻനിർത്തിയാണ് കേരളത്തിലേക്ക് ഇക്കൂട്ടരുടെ ആദ്യപലായനമെന്ന് കരുതാം. ഇതൊരു അനുഭവകഥയായും പിന്നീട് ഒരു മിത്തായും അവരുടെ ഉള്ളിൽ നിറഞ്ഞതാവണം. കേരളത്തിൽ മുസ്ലീം സമൂഹം ഒരൊറ്റ സാംസ്കാരിക പൈതൃകത്തിന്റെ ഉടമകളാണെന്നാണ് പലരും ധരിച്ചുവച്ചിരിക്കുന്നത്. ഇത് ശരിയല്ല. ജീവിതരീതിയിലും ആചാരങ്ങളിലും ഭാഷയിലും സംസ്കാരത്തിലും ശരീരസൗന്ദര്യത്തിലും സ്വഭാവത്തിലുമൊക്കെ വൈവിദ്ധ്യത പുലർത്തുന്നവരുടെ 'ബഹുസ്വര' സമൂഹമാണിത്. ഗുജറാത്തി പാരമ്പര്യമുള്ള സേട്ട്, പത്താൻകാരായ പട്ടാണികൾ, മാപ്പിള മുസ്ലീങ്ങൾ, റാവുത്തരന്മാർ, മരുമക്കത്തായം പിന്തുടരുന്ന കോയമാർ..... ഇങ്ങനെയെത്രയെത്ര വിഭാഗങ്ങൾ. ഒരേ മതം പിന്തുടരുമ്പോഴും വ്യത്യസ്തമായ സംസ്കാരവും കർമ്മശാസ്ത്രവും പിൻപറ്റി ജീവിക്കുന്നതിന് ഇസ്ലാമിൽ യാതൊരു തടസ്സവുമില്ല. അറബിനാടുകളുമായി ഈ അടുത്തകാലത്ത് കേരളീയരായ മുസ്ലീങ്ങൾ കൂടുതൽ ഇടപഴകുന്ന സാഹചര്യത്തിൽ അറബി സംസ്കാരമാണ് ഇസ്ലാമിക സംസ്കാരമെന്നൊരു തെറ്റിദ്ധാരണ പലർക്കും ഉള്ളതായി തോന്നിയിട്ടുണ്ട്. എന്നാൽ ഇതവരുടെ അറിവില്ലായ്മകൊണ്ട് സംഭവിക്കുന്നതാണ്. ഇന്ത്യനും കേരളീയവുമായ സംസ്കൃതിയിലലിഞ്ഞവരാണ് ഇവിടുത്തെ മുസ്ലീങ്ങൾ എന്നത് വിസ്മരിക്കാൻ പാടുള്ളതല്ല.

നിധി

മറ്റെല്ലാനാടുംപോലെ പഴങ്കഥയുടെ നാടായിരുന്നു ഞങ്ങളുടേതും. യക്ഷിപ്പേടിയോടെയാണ് കുട്ടികൾ ഉറങ്ങിയിരുന്നത്. മിക്ക വീടുകളിലും വൈദ്യുതി എത്തിയിട്ടില്ലാത്തതിനാൽ മണ്ണെണ്ണവിളക്കിന്റെ അരണ്ടവെളിച്ചമേയുണ്ടായിരുന്നുള്ളൂ. വഴിവിളക്കുകളൊന്നും ഉണ്ടായിരുന്നില്ല. സന്ധ്യമയങ്ങിയാൽ കുട്ടികൾക്കു യക്ഷികളെ പേടിയായിരുന്നു. അമ്മൂമ്മമാർ പറഞ്ഞുതന്നിരുന്ന കഥകളിലും യക്ഷിയും മറ്റുമായിരുന്നു കഥാപാത്രങ്ങൾ. മാടനടിച്ചുചത്ത മനുഷ്യരുടെ കഥകൾകേട്ട് ഭയപ്പെടാത്തതായി ഒരു ബാല്യവും കടന്നുപോയിരുന്നില്ല. കൃഷിപ്പണിക്കും വീട്ടുപണിക്കുമായി ചിലർ വീട്ടിലുണ്ടാകും. കൊച്ചുകുഞ്ഞും ഭാരതിയും വീടിന്റെ ഭാഗം തന്നെയായിരുന്നുവെന്നു പറയാം. അഞ്ചടി ഉയരമുള്ള പുതുനിറക്കാരിയായ മെലിഞ്ഞ ഒരു സ്ത്രീയായിരുന്നു ഭാരതി. കൈലിയും ബ്ലൗസുമാണ് വേഷം. ഒരു നേര്യത് മാല പോലെ തോളിലേക്കിട്ടിരിക്കും. ഭാരതി ഈഴവ സ്ത്രീയായിരുന്നു. കുറവസമുദായത്തിൽപ്പെട്ട കൊച്ചുകുഞ്ഞിനെ സ്നേഹിച്ച് വിവാഹം കഴിക്കുകയായിരുന്നു. കൊച്ചുകുഞ്ഞ് സാമാന്യം ശരീരപുഷ്ടിയുള്ള ഏതാണ്ട് അഞ്ചരയടിയിൽ കുറയാത്ത ഒരാളായിരുന്നു. അല്പം പരന്ന മൂക്കും ബലിഷ്ഠമായ ശരീരവുമുള്ളയാൾ. കമ്യൂണിസ്റ്റുകാരനും രസികനുമായിരുന്നു. ഇരുവർക്കും പണയിൽ കശുവണ്ടി ഫാക്ടറിയിൽ പണിയുണ്ടായിരുന്നു. വർഷത്തിൽ കുറച്ചുദിവസം മാത്രമേ കശുവണ്ടി ഫാക്ടറി തുറന്നു പ്രവർത്തിക്കുകയുള്ളൂ. മിക്ക ദിവസവും അവർ വീട്ടിലുണ്ടാകും. പുറംപണിയുണ്ട്. വടക്ക് കരിങ്ങാലി പുഞ്ചയുടെ ഓരത്താണ് വീട്. മരിക്കുവോളം ഞങ്ങളുടെ വീടുമായി ബന്ധപ്പെട്ടു നിന്നിരുന്നു. ഒരുദിവസം ഭാരതി വീട് കഴുകി തുടച്ച് പതിവ് പോലെ സ്വന്തം വീട്ടിലേക്ക് വൈകിട്ടുപോയതാണ്. അടുത്തദിവസം

Manikakkara-18

പെട്ടെന്ന് എന്തോ ബുദ്ധിമുട്ടനുഭവിച്ച് മരിച്ചു. അത് ഞങ്ങൾക്ക് വേദനയായി. കൊച്ചുകുഞ്ഞാശാൻ പിന്നെ വല്ലാതെ ഒറ്റപ്പെട്ടു. പെൺമക്കളെയൊക്കെ കെട്ടിച്ചയച്ചിരുന്നു. ഒടുക്കം കൊച്ചുകുഞ്ഞാശാനും പോയി. തേവിയും കാളിയും ജ്യേഷ്ഠത്തിയും അനുജത്തിയുമാണ്. പറമ്പിൽ നിന്ന് തഴയറുത്ത് പാനെയ്യുക മിക്കപ്പോഴും ഇവരായിരിക്കും. പറമ്പിലെ പണിക്കും അവർ ഉണ്ടാകും. കാളി മുട്ടുവരെ ഒരു കൈലി ചുരുട്ടി ഉടുത്തിരിക്കും. മടിയിൽ വെറ്റേമ്മാൻ പൊതിയുണ്ടാകും. വിലകുറഞ്ഞ തുണി കൊണ്ടുള്ള ബ്ലൗസ് ധരിച്ചിരുന്നു. കൈയിലൊരു അരിവാൾ എപ്പോഴും കാണും. തലമുടി വാലാകോല പാറിക്കിടപ്പുണ്ടാകും. കിണുങ്ങലോടെയാണ് സംസാരിച്ചിരുന്നത്. തേവി കാളിയേക്കാൾ കറുത്തിട്ടായിരുന്നു. കൂർത്ത മുഖമായിരുന്നു. ഉന്തിയ പല്ലുകൾ. കാളിയെപ്പോലെ തന്നെ വസ്ത്രധാരണം. പാവങ്ങളായിരുന്നു. സ്നേഹമുള്ളവരും. കുഞ്ഞിച്ചോത്തി അയൽക്കാരിയാണ്. എന്റെ കുട്ടിക്കാലത്തവർക്ക് എഴുപത് വയസ്സിൽക്കൂടുതൽ പ്രായമുണ്ടാവണം. മാറുമറച്ചിരുന്നില്ല. മെലിഞ്ഞ സ്ത്രീയായിരുന്നു. പട്ടം പറത്തുന്നത് ഞാനാദ്യമായി കണ്ടത് സുകുമാരൻ അതുണ്ടാക്കി പറത്തിയപ്പോഴാണ്. അയാൾ പടിഞ്ഞാറൻ ദിക്കിൽ നിന്ന് വന്നയാളായതുകൊണ്ട് പട്ടം ഉണ്ടാക്കാൻ അറിയുമായിരുന്നു. വൃക്ഷങ്ങൾ ഇടതിങ്ങിവളരുന്ന ഞങ്ങളുടെ പ്രദേശത്ത് പട്ടം പറത്താനുള്ള വിശാല ഭൂമിയൊന്നും ഉണ്ടായിരുന്നില്ല. അതുകൊണ്ട് ഞങ്ങളുടെ നാട്ടിൽ പട്ടം പറത്തൽ ഉണ്ടായിരുന്നില്ലെന്നുതന്നെ പറയാം. ഏതോ ഒരോണക്കാലത്താണ് സുകുമാരൻ പട്ടം പണിതത്. ഞങ്ങളുടെ തെക്കേ അയ്യത്ത് പറത്താൻ ശ്രമിച്ചു. എനിക്കതൊരു വലിയ അത്ഭുതമായിരുന്നു. ആകാശത്ത് പാറിപ്പറക്കുന്ന പട്ടത്തിന്റെ കടിഞ്ഞാൺ സുകുമാരന്റെ കൈയിലായിരുന്നു. ഏതോ കൊന്നതെങ്ങിന്റെ മുകളിൽ പട്ടം ഉടക്കിയതും അതെടുക്കാൻ ആരോ തെങ്ങിൽ കേറുന്നതുമൊക്കെ ഓർമ്മയുണ്ട്. അക്കാലത്ത് ഇത്തരത്തിലുള്ള കൊച്ചുകൊച്ചു സന്തോഷങ്ങളായിരുന്നു എല്ലാവർക്കും ഉണ്ടായിരുന്നത്. എങ്കിലും ഓണമായിരുന്നു കുട്ടികൾക്ക് ഏറ്റവും ആഹ്ലാദകരമായ ഉത്സവകാലം. എല്ലാവരുംകൂടി കുക്കുടുകളിയും തുമ്പിതുള്ളലും ഊഞ്ഞാലാട്ടവും തോൽപ്പന്തുകളിയും ആകെ രസകരമായിരുന്നു. അത്തരം കൂട്ടായ്മകളൊക്കെ നാടുനീങ്ങിക്കഴിഞ്ഞു. ഞങ്ങളുടെ ഇടമിറ്റത്തു നാനാജാതിക്കാർ ചേർന്ന് ഓണക്കളി നടത്തിയിരുന്നു. നാടിന്റെ പലഭാഗത്തും ഇത്തരം കളിക്കൂട്ടങ്ങളുണ്ടായിരുന്നു. ആശാൻ പള്ളിക്കൂടം നടത്തിയിരുന്ന കുറ്റിയിലെ തങ്കമ്മാക്കയാണ് “അശുകുശലെ പെണ്ണുണ്ടോ ശർകോശാരം പെണ്ണുണ്ടോ സൗന്ദര്യവീട്ടിലെ മാപ്പിളയ്ക്ക്...........”എന്ന ഓണക്കളിപ്പാട്ട് എനിക്ക് പറഞ്ഞുതന്നത് മുസ്ലീം സ്ത്രീയാണിവർ. ഓണക്കളിക്ക് മുസ്ലീങ്ങൾ മുന്നിട്ട് നിന്നിരുന്നു. ഓണത്തല്ലിനും മറ്റും മുസ്ലീങ്ങളായിരുന്നുവല്ലോ വടക്കുദേശങ്ങളിൽ പരമ്പരാഗതമായി എത്തിയിരുന്നത്. ഞങ്ങളുടെ പറമ്പിൽ ധാരാളം ജാതി കിളികൾ വരുമായിരുന്നു. പലനിറത്തിലും ശബ്ദത്തിലുമുള്ളവ. ഓരോ

കാലത്ത് ഓരോ ജാതി കിളികൾ. ഇക്കൂട്ടത്തിൽ മഞ്ഞക്കിളികളെ അത്ഭുതത്തോടും ആഹ്ലാദത്തോടെയുമായിരുന്നു ഞാൻ നോക്കിക്കണ്ടിരുന്നത്. പള്ളിക്കൂടം അടയ്ക്കുന്ന മദ്ധ്യവേനൽ അവധിക്കാലത്താണ് മഞ്ഞക്കിളികളുടെ വരവ്. പുളിമരത്തിലോ, മാവിലോ, പ്ലാവിലോ ഒരു മഞ്ഞത്തിളക്കം കണ്ടാൽ ഞാനതിന്റെ പിന്നാലെ കൂടും. ഇതിന്റെ പിന്നിലൊരു രഹസ്യമുണ്ട്. മഞ്ഞക്കിളികൾ നിലത്തിറങ്ങിയാൽ അവിടെ നിധികുംഭമുണ്ടെന്ന് വീട്ടിലാരോ എനിക്ക് പറഞ്ഞുതന്നിരുന്നു. ഞങ്ങളുടെ കിഴക്കേപറമ്പിലെ കൊച്ചുപ്ലാവിനടിയിൽ നിധികുംഭമുണ്ടെന്ന് താമരക്കുളത്തെ അപ്പച്ചി പറഞ്ഞു ഞാൻ കേട്ടിട്ടുണ്ട്. അതുകൊണ്ടാണുപോലും ആ പ്ലാവ് മുകളിലോട്ട് വളരാതങ്ങനെ നില്ക്കുന്നത്. ഇന്നും അതേ നില്പാണത്. പണ്ട് കാലത്ത് നാടുവാഴികൾ തമ്മിൽ യുദ്ധം തുടങ്ങുമ്പോൾ വീട്ടിലെ പൊന്നും മറ്റ് വിലപിടിച്ച വകകളും മണ്ണിൽ കുഴിച്ചിടും. അതിന്റെ ഓർമ്മയ്ക്കായി വല്ലമരവും അതിനോട് ചേർത്ത് വയ്ക്കും. നാട്ടിൽ കലാപവും കൊള്ളയും നടക്കുമ്പോൾ സ്വത്തുക്കൾ ഈ വിധത്തിലേ സംരക്ഷിക്കാൻ കഴിയുമായിരുന്നുള്ളൂവത്രെ. ചിലർ കിണറ്റിൽ പൊന്നും വെള്ളിയും കാശും വല്ല പാത്രത്തിലുമാക്കിയിട്ടേക്കും. നാട്ടിൽ സമാധാനം പുലരുമ്പോൾ അതൊക്കെ തിരിച്ചെടുക്കുകയാണ് പതിവ്. എന്നാൽ ലഹളയിൽ വീട്ടുകാർ കൊല്ലപ്പെടാം. നിധി സൂക്ഷിച്ചുവച്ചയാൾ മരിച്ചുപോകാം. ഇങ്ങനെയൊക്കെ വരുമ്പോൾ ഉടമസ്ഥനില്ലാതെ നിധികുംഭം അങ്ങനെ കിടക്കും. പില്ക്കാലത്ത് ഭാഗ്യവാന്മാർക്കത് കിട്ടും. ഇങ്ങനെ നിധികിട്ടി വലിയ പണക്കാരായവർ നാട്ടിലുണ്ട്. ചേനയുടെയും വാർപ്പിന്റെയും ഒക്കെ രൂപത്തിൽ സ്വർണ്ണം ഉരുക്കി സൂക്ഷിച്ചതാണ് അവർക്കൊക്കെ കിട്ടിയതുപോലും. ആലിബാബയും നാല്പതു കള്ളന്മാരുടെയും കഥപോലെ. നിധികിട്ടി വലിയ സമ്പന്നരായി കഴിയുന്നത് സ്വപ്നം കണ്ട് സാധാരണക്കാർ അക്കാലത്തൊക്കെ ജീവിച്ചിരുന്നു. നൂറനാട് പഴയകാല യുദ്ധഭൂമികളിലൊന്നാണ്. നാടുവാഴികൾ ജീവിച്ചിരുന്നയിടമാണ് 'നാടായി' പണ്ട് അറിയപ്പെട്ടിരുന്നത്. പടയാളികൾക്ക് പടവെട്ടാനായി ഒരു പടനിലം നൂറനാട്ടുണ്ട് താനും. നായർ പടയാളികളുടെ വീടുകളും കുതിരപ്പടയാളികളായ റാവുത്തരന്മാരുടെ തെരുവുകളും ചുറ്റുവട്ടത്ത് ഉണ്ട്. കോയിക്കലെന്ന പേരിൽ ഒരു ജന്മികുടുംബം ഇവിടെയുണ്ടായിരുന്നതായി കേട്ടിട്ടുണ്ട്. എന്നാലതിന്റെ അവശിഷ്ടങ്ങളൊന്നും കാണാനില്ല. ശൂരനാട് യുദ്ധഭൂമിയാണ്. ചക്കുവള്ളി പടനിലം അവിടെയാണ്. കുട്ടിക്കാലത്ത് നിധി കാണിച്ചുതരുന്ന മഞ്ഞക്കിളികൾക്കു പിന്നാലെ പറമ്പായ പറമ്പിലെല്ലാം നടന്നതല്ലാതെ ഒരിക്കൽപോലും അവ നിലത്തിറങ്ങി ഞാൻ കണ്ടിട്ടില്ല. മഞ്ഞക്കിളികൾ തന്നെ പലജാതിയുണ്ടെന്നൊക്കെ പിന്നീടാണെനിക്ക് മനസ്സിലായത്. മഞ്ഞക്കറുപ്പനും ഇന്ത്യൻ മഞ്ഞക്കിളിയും ചീന മഞ്ഞക്കിളിയും വീട്ടിൽ വിരുന്നു വന്നിരുന്നുവെന്നുറപ്പാണ്. അന്നേ ഇവയുടെ കറുപ്പുനിറത്തിലുള്ള വ്യത്യാസങ്ങൾ എന്നെ അത്ഭുതപ്പെടുത്തിയിരുന്നു. ഞാൻ ധരിച്ചത് ആണുംപെണ്ണും

തമ്മിലുള്ള വ്യത്യാസമാവും ഇതെന്നാണ്. പക്ഷികളിലുള്ള ഈ സൂക്ഷ്മ ശ്രദ്ധ കുട്ടിക്കാലത്തേ എന്നിലുണ്ടായിരുന്നുവെന്നുവേണം കരുതാൻ. വെറുംമണ്ണ് സ്വർണ്ണപ്പൊടി (കനകപ്പൊടി) യാക്കാൻ സിദ്ധിയുള്ള സിദ്ധന്മാർ (സൂഫികൾ) ഉണ്ടെന്ന് കുട്ടിക്കാലത്ത് കേട്ടകഥകളിലൂടെയാണ് ഞാൻ മനസ്സിലാക്കിയത്. നാട് ചുറ്റിയടിക്കുന്ന ഈ അവധൂതന്മാർ പാവങ്ങൾക്ക് മണ്ണ് പൊന്നാക്കി കൊടുക്കുമത്രെ. സത്യസന്ധരും ധർമ്മിഷ്ഠരുമായി കൊടും ദാരിദ്ര്യത്തിൽ കഴിയുന്നവർക്കാണ് ഈ സൗഭാഗ്യം ലഭിക്കുക. സിദ്ധന്മാർക്കറിയാം ആരാണതിന് അർഹരാണ്. ഗഞ്ചിറ കൊട്ടിപ്പാടി ഫക്കീറന്മാർ വീട്ടിൽ മുറയ്ക്കുവരും. തലയിൽ പച്ചത്തലപ്പാവും നീണ്ട താടിയും തിളങ്ങുന്ന കണ്ണുകളുമുള്ളവരാണവർ. കഴുത്തിൽ തസ്ബമണി മാലകൾ ഉണ്ടാകും. കൈവിരലുകളിൽ വെള്ളിമോതിരം തിളങ്ങുന്നുണ്ടാകും. ഒറ്റമുണ്ടും അല്ലെങ്കിൽ ലുങ്കിയും ജുബ്ബയുമാവും വേഷം. ഇവർ യാമുഹിയദ്ദീൻ..........എന്നു തുടങ്ങുന്ന സൂഫിഗീതവും തമിഴും അറബിയും ഉറുദുവും ഒക്കെ കലർന്ന പാട്ടുകളും ഗഞ്ചിറ കൊട്ടിപ്പാടും. തൊട്ടടുത്ത പ്രദേശമായ താമരക്കുളത്ത് ഒരു കുലത്തൊഴിൽ പോലെ ഗഞ്ചിറ നിർമ്മാണം പണ്ടുകാലം മുതല്ക്കേ നടന്നുവരുന്നുണ്ട്. ശബരിമലയ്ക്ക് പോകുന്നവരും ഫക്കീറന്മാരുമാണിത് വാങ്ങുക. ഗഞ്ചിറകൊട്ടിപ്പാടുന്നവരെ വീട്ടുകാര് പണം നല്കി സന്തോഷിപ്പിച്ചയക്കും. ചിലപ്പോൾ വസ്ത്രവും അരിയും നല്കും. ഇക്കൂട്ടർക്ക് മണ്ണ് സ്വർണ്ണമാക്കാനുള്ള വിദ്യ അറിയുമായിരിക്കുമെന്ന് ഞാൻ വിചാരിച്ചിരുന്നു.

മണ്ണ് സ്വർണ്ണമാകുന്ന രാസവിദ്യയെക്കുറിച്ച് ലോകമെമ്പാടും ഗവേഷണങ്ങൾ പുരാതനകാലത്ത് നടന്നതായി കേട്ടിട്ടുണ്ട്. വിശേഷിച്ച് പേർഷ്യയിലും അറേബ്യയിലുമൊക്കെയാണ് ഇത്തരം അത്ഭുതപ്രവൃത്തികൾ നടന്നതായി കേട്ടിട്ടുള്ളത്. മാജിക്കിന്റെ ഉറവിടവും പേർഷ്യയും ഈജിപ്തും ഇന്ത്യയുമൊക്കെയാണല്ലോ! പൗലോ കൊയ്ലോയുടെ *ആൽക്കെമിസ്റ്റ്* എന്ന നോവൽ പ്രശ്സ്തമാണ്. ആൽക്കമി (വെള്ളിയും ചെമ്പുമൊക്കെ സ്വർണ്ണമാക്കാനുള്ള രാസവിദ്യ) പരിശീലിക്കുന്നവർ സമൂഹത്തിൽ താഴേത്തട്ടിലുമുള്ളവരും ദരിദ്രരുമായിരിക്കും. നാട്ടുരീതിയിലൂടെ ഉപജീവനം കഴിക്കാൻ ശേഷിയില്ലാത്തവരോ, താല്പര്യമില്ലാത്തവരോ ആവാം. സാധാരണവിലയിൽ വെള്ളി സ്വർണ്ണമാക്കുക അസാദ്ധ്യമാണ്. അത്ഭുത സിദ്ധിയുള്ള സിദ്ധന്മാർക്ക് കഴിഞ്ഞേക്കും. ഇത്തരക്കാരെക്കുറിച്ച് ലോകമെമ്പാടും ധാരാളം കഥകൾ പ്രചരിച്ചിട്ടുണ്ട്. ഇക്കാര്യം *മുഖദ്ദിമ* എന്ന ഗ്രന്ഥത്തിൽ ഖൽദുൺ നിരീക്ഷിച്ചിട്ടുണ്ട്. മണ്ണിൽ നിന്നു സ്വർണ്ണമുണ്ടാക്കാനുള്ള രാസവിദ്യ ഞങ്ങളുടെ നാട്ടിൽ ആർക്കെങ്കിലും അറിയാമായിരുന്നോ എന്നെനിക്കറിയില്ല. എന്നാൽ മണ്ണിൽനിന്നും കല്ലിൽനിന്നും ഇരുമ്പുരുക്കിയെടുക്കുന്ന വിദ്യ പഴയ കൊല്ലന്മാർക്കറിയുമായിരുന്നു. ഇരുമ്പയിര് കട്ടപിടിച്ചു കിടക്കുന്ന കൃഷ്ണക്കല്ലുകളിൽ നിന്ന് ഇരുമ്പ് പൊടികൾ വേർതിരിച്ചെടുത്ത് ആലയിലുരുക്കി ചുറ്റികയും

കത്തിയും പിച്ചാത്തിയും കഠാരയും വാളും പണിയായുധങ്ങളുമൊക്കെ യുണ്ടാക്കിയിരുന്നു. ഇതിനു കഴിവുള്ള വിദഗ്ദ്ധരായ കൊല്ലന്മാർ ഇവിടെ ജീവിച്ചിരുന്നു. പടയാളികൾക്കിഷ്ടം പോലെ ആയുധങ്ങൾ വേണമല്ലോ. ഒരിക്കൽ ഡൽഹിയിൽ കുത്തബ്മിനാർ സന്ദർശിച്ചപ്പോൾ അവിടെ ആയിരക്കണക്കിന് വർഷം മുമ്പുള്ള ഒരു ഇരുമ്പുതൂണ് കാണുകയുണ്ടായി. ഇന്നും അത് തുരുമ്പ് എടുത്തിട്ടില്ല. അത്ഭുതമാണത്. പുരാതന ഇന്ത്യക്കാരുടെ ശാസ്ത്രസാങ്കേതിക പരിജ്ഞാനം അത്ഭുതകരമായിരുന്നുവെന്നതിനുള്ള തെളിവാണിത്. പാരമ്പര്യ അറിവുകൾ കാലക്രമേണ നമുക്ക് നഷ്ടമായി. ബ്രിട്ടീഷ്ഭരണമാണ് ആസൂത്രിതമായി ഇത്തരം പുരാതനമായ അറിവുകൾ നശിപ്പിച്ചത്. നമ്മുടെ വിദഗ്ദ്ധരായ പട്ടുവസ്ത്ര നെയ്ത്തുകാരുടെ വിരലുകൾപോലും അവർ മുറിച്ചുകളഞ്ഞുവല്ലോ!

ഉരുളൻ കല്ലുകൾ ഇടിമിന്നലിൽ തകർന്ന് മണ്ണായി മാറുന്നതും അതു വാരി ഉരുക്കി ഇരുമ്പാക്കുന്നതുമൊക്കെ പഴയകാലത്ത് സാധാരണമായിരുന്നു. പശ്ചിമഘട്ട മലനിരകൾ പടിഞ്ഞാറേക്കിറങ്ങി വന്ന് അവസാനിക്കുന്ന പൊടിക്കുന്നുകൾ ഞങ്ങളുടെ നാട്ടിലാണുള്ളത്. അതുകഴിഞ്ഞാൽ കാടോ കുന്നോയില്ല. മലനാട് കഴിഞ്ഞാൽ ഇടനാടാണ്. പിന്നെ തീരപ്രദേശം. ഓണാട്ടുകരയുടെ പഞ്ചാരമണലല്ല ഞങ്ങളുടെ നാട്ടിലുള്ളത്. മാവേലിക്കര താലൂക്കിന്റെ കിഴക്കറ്റമാണിവിടം. ചുവന്ന മണ്ണാണ് കിഴക്കൻ മണ്ണ്. കടലിറങ്ങി രൂപപ്പെട്ടതല്ല ഇവിടമെന്ന് ഇതു തന്നെയാണ് തെളിവ്. എന്നാൽ ഓണാട്ടുകരയുടെ പലഭാഗങ്ങൾ പലതും കടൽ സമ്മാനിച്ചതാണു താനും. മലമടക്കുകളുടെ ഒടുക്കത്തെ പൊട്ടും പൊടിയുമാണ് ചെറുകുന്നുമല (മീരാലബ്ബമേട്), പുലിക്കുന്നുമല, നവരക്കുന്നുമല.......ഇങ്ങനെ ഇങ്ങനെ കുറെയെണ്ണം. പറയപ്പൈതകൾ ഈ മലയുടെ ചരുവിൽ കൂട്ടമായി താമസിച്ചിരുന്നു. ഈറവെട്ടിയും വള്ളി വെട്ടിയും കൊട്ടയും വട്ടിയും മുറവും ഒറ്റാലും അരക്കുട്ടയും ഒക്കെ പണിത് വിറ്റിരുന്നത് അവരാണ്. കൃഷിപ്പണിക്ക് പുലയക്കുടിലുകളുണ്ടായിരുന്നു. കുട്ടിക്കാലത്ത് ഈ മലകളൊക്കെ ഞാൻ കയറി ഇറങ്ങുമായിരുന്നു. കൊട്ടയും വട്ടിയും നെയ്യുന്നവർ ചന്തയിൽനിന്ന് ഈറ്റ വാങ്ങി ഞങ്ങടെ വീട്ടിൽ സൂക്ഷിക്കാൻ വയ്ക്കുമായിരുന്നു. രാമനും മക്കളുമായിരുന്നു ഞങ്ങളുടെ അടുപ്പക്കാർ. മലകയറി ഞാൻ ഒരിക്കൽ മീരലബ്ബ മേട്ടിലെത്തി. പൊലീസുകാരും മറ്റും വെടിവച്ചുപരിശീലിച്ചിരുന്ന വെടി വയ്പ്മല അതിനടുത്താണ്. ഇവിടം പൊലീസിന്റെ കമാന്റോസേനയുടെ ആസ്ഥാനങ്ങളിലൊന്നാണിപ്പോൾ. പടനിലത്തിന്റെ നാട്ടിൽ ഇപ്പോൾ ഇന്ത്യോടിബറ്റൻ സേനയുടെ യൂണിറ്റും എത്തിയിട്ടുണ്ട്. ലെപ്രസി സാനിട്ടോറിയത്തിന്റെ ഒരു ഭാഗത്താണ് ഇന്ത്യോടിബറ്റൻ സേനയുടെ ആസ്ഥാനം. എന്റെ കുട്ടിക്കാലത്ത് മീരലബ്ബമേട് വിജനമായിരുന്നു. പുല്ലു പടർന്ന് കിടന്നിരുന്ന കുന്നാണവിടം. പറങ്കിമാവുകൾ ഒറ്റപ്പെട്ട് നിന്നിരുന്നു. കാശാൻ കുറ്റികളും കാട്ടുപുല്ലുകളും പടർന്നു കിടന്നിരുന്നു. അവിടെ ഒരു പാറപ്പുറത്തു കുറെ കല്ലുകൾ കെട്ടിയുണ്ടാക്കിയ ഒരു ഖബർ കാണാ

മായിരുന്നു. ഖബറിന് എടനമരം തണൽ വിരിച്ചുനിന്നിരുന്നു. ഖബറിനു ചുറ്റും മുക്കുറ്റിയും കാട്ടുതെറ്റി പൂക്കളും വിരിഞ്ഞു കിടന്നു. സൂഫി മാർഗ്ഗം സ്വീകരിക്കുന്നവർ എടനമരം പോലെയേതെങ്കിലും ഒരു വിശേഷപ്പെട്ട മരം അവർ ധ്യാനത്തിലിരിക്കുന്നയിടത്ത് നടാറുണ്ട്. പിന്നീടവരുടെ കബറുകൾ തിരച്ചറിയുന്നതിന് ഈ മരമൊരു തെളിവായി മാറാറുണ്ട്. വളരെ മനോഹരമായൊരു കുന്നായിരുന്നു അക്കാലത്ത് മീരാലബ്ബമേട്. അവിടെനിന്നാൽ പന്തളംവരെയുള്ള പ്രദേശങ്ങൾ കാണാം. താഴ്‌വാരത്ത് വിസ്തൃതമായ കരിങ്ങാല പുഞ്ച പച്ചപ്പട്ട് വിരിച്ചതുപോലെ കാണാം. നല്ല കാറ്റും കണ്ണിനു കുളിർമ്മ പകരുന്ന പച്ചപ്പും ആരെയും അവിടേക്ക് ആകർഷിക്കാൻ തക്കതായിരുന്നു. ഋഷിതുല്യമായ ജീവിതത്തോടെ ജീവിച്ചിരുന്ന ഒരാൾ ഈ കുന്നിൻ മുകളിൽ ധ്യാനത്തിലിരുന്നു. അദ്ദേഹം അവിടെ മരണപ്പെടുകയും അവിടെതന്നെ കബറടക്കുകയും ചെയ്തു. ഇങ്ങനെയാണ് മീരാ ലബ്ബമേട് എന്ന് പേരിൽ ഈ കുന്ന് പ്രസിദ്ധമായത്. ഞാനവിടെ ആദ്യമായി ചെല്ലുമ്പോൾ എടനമരച്ചുവട്ടിൽ ഒരു കബർ മാത്രം കാണാം. അത്രേയുള്ളൂ. ഇന്നവിടെ പോയാൽ 'മീരാലബ്ബമേടിന്റെ' പണ്ടുണ്ടായിരുന്ന ജൈവകാന്തി കാണാനാവില്ല. അവിടം വിശ്വാസികളുടെ ഒരു തീർത്ഥാടന കേന്ദ്രമായി മാറിക്കഴിഞ്ഞു. പള്ളിയും കെട്ടിടങ്ങളും ആൾബഹളവും ഒക്കെയുള്ള ഒരിടം. മീരാലബ്ബ ഓലിയായെ അവിടേക്കാകർഷിച്ച പ്രകൃതിയുടെ പ്രശാന്തിയും മനോഹാരിതയും എന്നേ നഷ്ടമായെന്ന് ചുരുക്കം. കുന്നിൻപുറങ്ങളിൽ കുതിരപ്പുറത്ത് അലഞ്ഞുതിരിഞ്ഞു നടന്നിരുന്നവരും ഏതോ മുത്തശ്ശിക്കഥയിലെ കഥാപാത്രങ്ങളെപ്പോലെ അപ്രത്യക്ഷരായികഴിഞ്ഞിരിക്കുന്നു. കഥകളെ കഥകളായും സത്യത്തെ സത്യമായും വേർതിരിച്ചറിയാൻ ജനങ്ങൾക്ക് കഴിയണം ഇല്ലെങ്കിലത് വലിയ ആശയക്കുഴപ്പമുണ്ടാക്കും. പ്രകൃതിയിൽ മനുഷ്യർ വേറിട്ടതാണെന്നു തോന്നാമെങ്കിലും പ്രകൃതിയുടെ ഭാഗം തന്നെയാണ്. ഈ തിരിച്ചറിവ് എനിക്കുണ്ടായത് എന്റെ അലച്ചിലുകളിൽ നിന്നാണ്. നാട്ടിടവഴികളിലൂടെയും കുന്നുകളും പുഴകളും കടൽത്തീരങ്ങളും ആരാധനാലയങ്ങളും വലിയ മനുഷ്യരെയും തേടിയുള്ള അലച്ചിലുകൾ. മതമോ ജാതിയോ വിശ്വാസങ്ങളോ ഒന്നും എനിക്കതിനു തടസ്സമായിട്ടില്ല. ഒരർത്ഥത്തിൽ സത്യത്തെ അങ്ങനെ മാത്രമേ തേടാനാവൂ. നിഷ്കളങ്കമായി ചുറ്റും നോക്കാനുള്ള കഴിവാണ് അതിന്റെ ആദ്യ പടി. പഠിച്ചതൊക്കെ മറന്നുള്ള നേരായ നോട്ടം. അവിടെ ജീവിവർഗ്ഗങ്ങൾ മാത്രമേയുള്ളൂ. അതിലൊന്നായി മനുഷ്യവർഗ്ഗവും.

www.ingramcontent.com/pod-product-compliance
Lightning Source LLC
LaVergne TN
LVHW040746051026
849519LV00007BA/2465
* 9 7 8 9 3 9 0 3 0 1 7 3 7 *